निसर्गयात्रा

'दिलीपराज प्रकाशन प्रा. लि. 'च्या नवीन पुस्तकांची यादी व माहिती हवी असल्यास आपला पत्ता, दूरध्वनी क्रमांक किंवा Email आमच्या *diliprajprakashan@yahoo.in* या Email address वर पाठवावा किंवा आमच्याशी दूरध्वनी क्रमांक फॅक्ससहित : ०२०-२४४८३९९५/२४४९५३१४/२४४७१७२३ यावर संपर्क साधावा. आमच्या वेबसाईटला एकदा अवश्य भेट द्या.

Website: *www.diliprajprakashan.com*

निसर्गयात्रा

(ललित लेख)

ग. वा. बेहेरे

 **दिलीपराज प्रकाशन प्रा. लि.**
२५१ क, शनिवार पेठ, पुणे - ४११ ०३०.

निसर्गयात्रा / Nisgrayatra

प्रकाशक
राजीव दत्तात्रय बर्वे,
मॅनेजिंग डायरेक्टर,
दिलीपराज प्रकाशन प्रा. लि.,
२५१ क, शनिवार पेठ, पुणे - ४११ ०३०

© श्री. रवि बेहेरे

श्रीनिकेतन, ४०/२१,
भोंडे कॉलनी, पुणे ४११ ००४
Email : ravirajprakashan@gmail.com

प्रकाशन दिनांक : १५ सप्टेंबर २०१३

प्रकाशन क्रमांक : २०४२

ISBN : 978 - 93 - 82988 - 23 - 6

टाइपसेटिंग
मधुराज प्रिंटर्स ॲण्ड पब्लिकेशन्स प्रा. लि.
स. नं. २९/८-९, पारी कंपनीजवळ,
धायरी, पुणे - ४११ ०४१

मुद्रितशोधन - मिलिंद बोरकर, पुणे

मुखपृष्ठ व सजावट - रेषविश्व ॲड, सागर नेने

ज्यांना एकांतातील डाकबंगला घरापेक्षा प्रिय
आणि मोकळी हवा हेच अन्न वाटते त्या
कुसुमाग्रजांना

अनुक्रमणिका

अनुक्रमणिका

आमच्याबरोबर एक दिवस चलाच!

आमच्याबरोबर येणार का?

अमेरिकेत नव्हे, इंग्लडमध्ये नव्हे किंवा बाहामा आयलंड्समध्ये तर नव्हेच नव्हे!

आम्ही तुम्हांला आपल्याच देशातल्या उघड्याबोडक्या सह्याद्रीच्या माथ्यावरून थोडे हिंडवणार आहोत.

एके काळी गर्भश्रीमंत असलेली येथील भूमी आता एका रखरखीत उतरणीत कशी रूपांतरीत झाली आहे हे पाहण्यासाठी. याच भूमीवर एके काळी एवढी गर्द वनराजी होती की तेथे सूर्यालासुद्धा प्रवेश मिळत नव्हता. जाणत्या माणसांनासुद्धा रानातल्या वाटांवरून चालताना चकवा होत असे. दिशासुद्धा या रानात हरवत.

या डोंगरांनी आणि येथील रानांनी हा प्रदेश एवढा दुर्गम केलेला होता की त्यामुळेच शिवाजीराजांना आपली राजधानी रायगडावर न्यावी असे वाटले.

येथील रानावनांनी मोगलांच्या तोफा आणि सैन्य निष्प्रभ करून टाकलं. शिवाजीचा अखंड संरक्षित किल्ला म्हणजे हा सह्याद्री! ज्याच्यावर प्रेम केल्याशिवाय या रानावनांत शिरणे अशक्य होते.

महाराष्ट्रात एक स्वतंत्र सार्वभौम सिंहासन निर्माण झाले ते केवळ या सह्याद्रीच्या रुद्रतेमुळे.

आज हाच सह्याद्री तुम्ही एकदा डोळे भरून पाहा. ही रानेवने गेली कुठे? येथील सारे पशुपक्षी आता कुठे असतील? अर्धपोटी राहणारा येथील शेतकरी तेव्हाही मिशीवर हात फिरवीत आपली तालेवारी सांगायचा. हे सारे मावळे आता कुठे असतील? हे सारे निसर्ग-वैभव माणसाने पाहता पाहता

गिळंकृत केले.

त्याला या सह्याद्रीची दया आली नाही, पशुपक्ष्यांची दया आली नाही, खळखळणाऱ्या निर्झरांची दया आली नाही. त्याच्या हातून हे भयंकर निर्घृण कृत्य घडले तरी कसे?

माणूस मेला तरी त्याची प्रजा वाढतच राहते. पण वृक्ष मेले म्हणजे वैराण वाळवंट निर्माण होते. पशुपक्ष्यांची घरे जातात. त्यांचा निर्वंश होतो. पाण्याचा आधार जातो. हिरव्या मखमलीचे पोतेरे होते. मेघांना हाक मारणारा यक्ष उसासे सोडीत परागंदा होतो. हळूहळू माणसे ठेंगू होतात. भिकारीपणाची वस्त्रे ती पेहरू लागतात.

हे सारे माणसाने स्वतःच ओढवून घेतलेले संकट आहे. माणसालाच त्या संकटातून मुक्त होण्याचा मार्ग शोधावा लागेल.

सरकारी खात्याकडून, घोषणांनी किंवा पर्यावरणावरील चर्चेने हा प्रश्न काही सुटणार नाही.

चुकले तरी चालेल, पण एकाने, एखाद्या मित्रपरिवाराने, एखाद्या लहान संघटनेने, शाळेने, कॉलेजने मनावर घेतले तरच जमीन पुन्हा फुलू लागेल. धरती आणि आकाशाला जोडणारे पूल पुन्हा निर्माण होतील. ज्याला जमेल तसे, जमेल त्या मार्गाने, त्याने इथल्या मातीशी नाते सांगायला हवे. आपण शेतकरी नसू, पण भूमिपुत्र आहोतच. भूमीचे अंथरूण आणि आकाशाचे पांघरूण अखेरी कुणालाच चुकलेले नाही.

ही रानेवने म्हणजे केवळ वनस्पती नव्हेत. किंवा डोळ्यांना नशा आणणारा हा हिरवा समुद्रही नव्हे! ही रानेवने आपले सखे-सोयरे आहेत. अन्नासाठी, वस्त्रासाठी, फळासाठी, फुलासाठी, औषधासाठी सातत्याने आपली मैत्री सांभाळणारे हे निसर्गाचे देणे आहे.

यासाठी वृक्ष संहार थांबायला हवा. नव्या वृक्षांची लागवड करायला हवी. झाडांची मुळे खडक फोडतात. नवीन जमिनी तयार करतात. पाणी अडवतात. फुले, फळे तर देतातच देतात, पण घरे उभारायला, एवढेच नव्हे तर शेवटच्या प्रवासासाठीसुद्धा आपल्याला त्यांची मदत लागते. लाकडांचे माणसांवाचून भागेल; पण माणसांचे लाकडांवाचून कसे भागेल? शहरात वीज आली, गॅस आला, पण हजारो संसार सरपणावाचून अन्न कसे शिजवतील?

निसर्गाने दिलेली एक देणगी आपण पाहता पाहता संपूर्ण उधळून टाकली. शंभर रुपये मिळवायला माणसाला कष्ट करावे लागतात. दामदुप्पट व्हायला

पाच वर्षे थांबावे लागते. पण एक झाड लावले तर आपल्या मुला-बाळांसाठी आपण कितीतरी पटीने धनसंचय करू शकतो. झाडाचा असा एकही भाग नाही की ज्याचा उपयोग नाही. पैशाने सगळेच काही विकत घेता येते असे नाही.

भूमी भिक्षा मागत आहे ती बीजांची. वृक्षहीन भूमी वांझ स्त्रीसारखी असते. संततीसाठी तिचा आक्रोश चालू असतो. पण भूमीचा संततीसाठी केलेला आक्रोश आपल्याला ऐकू येत नाही. निसर्गाचे गाणे ऐकणारे कान आपण हरवून बसलो आहोत. निसर्गाचे गर्भश्रीमंत सौंदर्य पाहणारे डोळे आपल्याला सोडून गेले आहेत. रानात जेवढी रंगांची उधळण चालते, जेवढ्या सुगंधाची निर्मिती होते, जेवढे स्वर ऐकू येतात, तेवढे निर्माण करण्यासाठी माणसाला अमाप संपत्ती उधळावी लागते. म्हणून म्हणतो, आमच्याबरोबर तुम्ही एकदा याच! आपली नागवी झालेली आई पाहायला याच.

लाज वाटेल तर तिला वस्त्र पेहरवण्याची बुद्धी होईल. कापड गिरण्यांत तयार होते. पण कापूस शेतात तयार होतो. औषधे प्रयोगशाळेत निर्माण होतात, पण त्यांची मूलद्रव्ये भूमीत दडलेली असतात किंवा रानावनांत निर्माण झालेली असतात. माणसाच्या वैभवाच्या आणि श्रीमंतीच्या गंगोत्रीलाच आपण विसरलो आहोत. म्हणून एकदा हा उघडाबोडका झालेला सह्याद्री तुम्ही बघायला चला. आजचे स्वरूप पाहिले की आपल्या क्षुद्र स्वार्थापार्यी आपण ज्याची वस्त्रे ओरबाडून घेतली आहेत, त्या निष्कांचन पर्वताला एकदा तरी आपले दुःख सांगायची संधी मिळेल. आपल्याजवळ श्रीमंती नसेल पण दोन हात तर आहेत. या दोन हातांच्या श्रीमंतीत जगातले सारे कुबेर भिकारी ठरवता येतील. माणसाच्या दोन हातांतील शक्ती, त्यांचा अखंड प्रयत्न आणि डोळ्यांत बाळगलेले हिरवे स्वप्न यांमुळे काय वाटेल ते घडवता येईल.

म्हणून म्हणतो, एकदा तुम्ही सिमेंट क्रॉंक्रिटच्या जंगलातून या उघड्या-बोडक्या झालेल्या डोंगराच्या माथ्यावर या. तेथून क्षितिजापर्यंत पाहायला शिका. तेथील भन्नाट वारे तुमच्यातील क्षुद्रता क्षणार्धात घालवील. पाण्यासाठी आसुसलेले तेथील कातळ पाण्याच्या पहिल्या स्पर्शाबरोबर कसे उल्हसित होतात ते पाहायला मिळेल. पाणी मागणाऱ्याला पाणी नाकारू नये ही आपली संस्कृती आहे. एखाद्या ऋषीमुनीप्रमाणे आपल्या कल्याणासाठी तपस्या करणारे हे डोंगरमाथे तुमच्या ओल्या स्पर्शाची वाट पाहत आहेत. भरल्या ओंजळीने आलात तर चांगलेच आहे. पण रिकाम्या ओंजळीने आलात तर ओंजळी भरभरून परत जाल.

या डोंगरांचा, दऱ्यांचा, उतारांचा, ओहोळांचा एकदा लळा लागला की

तुमची मने इतकी मोठी होतील आणि तुमच्या शब्दांना इतके वजन येईल की तुम्ही हाक माराल तेव्हा कृष्णमेघ धावून येईल. तुम्हांला शुद्ध सलिलाचे स्नान घालील. केवडा, चंदन, बकुळ, चंपक यांची उटणी तुमच्या अंगाला लावील. तुम्ही परत जायला लागलात की तो फुलांची - फळांची भेट तुम्हांला देईल. पण यासाठी डोंगरमाथे तुडवले पाहिजेत. घाम गाळला पाहिजे. जमेल ते झाड तेथे लावले पाहिजे. ते गुराढोरांपासून रक्षिले पाहिजे. मग हजारो हात भूमीतून वर येतील आणि हवे ते घेऊन जा असे सांगायला लागतील. देणाऱ्याने सर्वस्व देऊ केले तरी घेणाऱ्याने मात्र सगळेच लुटून न्यायचे नसते.

गवत, काडी, फाटे, म्हातारी झाडे घरी आणता येतील. पिकलेली फळे तोडता येतील. उमललेली फुले डोक्यात माळता येतील. सुगंधाचा घमघमाट नाकात भरून घेता येईल. पण नवनवी झाडे सतत लावावी लागतील. तुमच्या लक्षातही येणार नाही की आपण एका उजाड माळरानावर आलो होतो. कारण परतताना सावलीच्या पायवाटेवरून पक्ष्यांची गाणी आणि रानातील विस्मयकारक गंध तुमच्यामागे येऊ लागतील. तुमच्या सिमेंट क्रॉंक्रिटच्या खुराड्यांनासुद्धा रानातील हिरवे रंग सुंदर करून टाकतील. फळाची आशा न करता कर्तव्य करीत राहावे असे जरी भगवंताने म्हटले असले तरी ते काही खरे नसते. कारण बोलला तो भगवंत मानवी देहधारी होता. निसर्गात भगवंताचे अधिष्ठान आहे. तो असा कोरडा उपदेश करीत नाही. तो सांगतो, फळाच्या आशेनेच माझ्याकडे या. त्यात काही गैर नाही. कारण कोणत्याही कर्माला फळ असतेच. घामाचा सुगंध असतो. जिव्हाळ्याचा ओलावा असतो, जमिनीला मखमली स्पर्श असतो. पंचेंद्रियांना तृप्त करण्याचे व्रत त्याला बजावू दे! तुम्ही फक्त त्याला संधी द्या. आणि ही संधी घेण्यासाठी हिरव्यागार झालेल्या डोंगरमाथ्यावर आमच्याबरोबर एकदा याच!

आम्ही काही मंडळी पुणे येथे रमणबागेत १५ ऑगस्टला दुपारी तीन वाजता जमणार आहोत. जमणार आहोत ते चर्चा करण्यासाठी नाही, तर रानातल्या चकवा देणाऱ्या वाटा एकमेकांना सांगण्यासाठी. आमच्याबरोबरच, आम्ही म्हणू त्या डोंगरावर आले पाहिजे असे नाही. सब भूमी गोपाल की! सगळे पाणी सारखेच! सगळे डोंगरही सारखेच. निसर्गही सगळीकडे तोच! कुठे रुद्र, कुठे हळवा, पण शंभर पटींनी परत करणारा. जेथे कोठे तुम्ही असाल त्या शेजारचा डोंगर हिमालय असतो. नदी गंगा असते, आणि ग्रामदैवत काशीविश्वेश्वर असते. तसे आपले जग फार लहान असते. पण कुठेही राहणारा माणूस मात्र मोठा असतो. आकांक्षेपेक्षा त्याचे गगन ठेंगणे असते. कोणत्याही रंगरूपाची

माणसे असली तरी श्रमाचा सुगंध एकच असतो. पाऊस आकाशातूनच पडतो. आणि नवागत अर्भकाप्रमाणे भूमीतून कुतूहल उगवते. पुण्यात असलातच आणि आम्हांला भेटायला आलातच तर आपण एकत्र कोठे जायचे ते ठरवू, आणि येऊ शकला नाहीत तर-तुम्ही कोठे जाणार आहात हे कळवलेत तर-मनाने तरी तेथे येऊ! आम्हांला निसर्गाचे मित्र हवे आहेत की ज्यांना झाडांशी बोलता येते, फुलांना कुरवाळता येते, पाखरांची भाषा समजते, ज्यांच्या वाटा हरवतात, पण ज्यांना आयुष्य समजते. म्हणून मित्रांनो, जमले तर या; आला नाहीत तरी कुठल्या तरी रानाच्या वाटेने चालत राहा, आणि तेथूनच आमच्याशी बोला. कोणत्याही भाषेत बोला. ती भाषा आम्हांला समजेल. कारण शब्द समजले नाहीत तरी अर्थ समजणारी ती निसर्गाची भाषा असेल.

❑

वृक्षवल्ली आम्हा । सोयरीं वनचरे ।।

महाराष्ट्रात पुष्कळ ठिकाणी हिंडण्याचा योग येतो. पण उन्हाळ्यात हिंडणे नकोसे वाटते. कारण नुसती अंगाची आग होत नाही, तर डोळ्यांचीसुद्धा आग होते. सगळीकडे रखरखीत, उघडेबोडके डोंगर आणि काळेकभिन्न पाषाण. कुठे डोळ्यांना विसावा मिळेल असा हिरवा रंगच दिसत नाही. हिरवा रंग हा दिलासा देणारा रंग आहे. मन:स्तापसुद्धा हरण करण्याचं सामर्थ्य हिरव्या रंगात आहे. कुठेतरी मुद्दाम राखलेली एखादी छोटीशी बाग असते. पण तीसुद्धा कळाहीन झालेली असते. जिथे पिण्याच्या पाण्याचीच मारामार, तिथे वृक्षवल्लींना जीवन देऊन कोण जतन करणार! पण वृक्षवल्लरी कोडग्या असतात. त्या पाण्याचा शोध घेत जमिनीत खोलवर जातात आणि पुन्हा पावसाळा येईपर्यंत तेजहीन स्थितीत कशाबशा जगत राहतात.

महाराष्ट्रात पुष्कळ ठिकाणी धरणे झाली आहेत. पाटाचे पाणी वाहू लागले. बागायती शेती फळाला आलीय. तेथील हिरव्यागार रंगाचे अस्तित्व फार सुखावह असते. धरणांच्या परिसरात घनदाट अशी जंगले निर्माण करता येतील. कारण तेथे पाणी नित्य असते. पण तसा प्रयत्न केलेला कुठे दिसत नाही. पाटांच्या दोन्ही बाजूंना झिरपणाऱ्या पाण्याच्या आधाराने वृक्षमालिका निर्माण होऊ शकतील. पण त्याचीही कदर कुठे केली गेलेली नाही. महाराष्ट्रात हजारोंनी पाझर तलाव झाले, पण तेथेसुद्धा उघड्या-वाघड्या डोंगरातील फट बुजवणाऱ्या मातीच्या बांधापलीकडे थोडा काळ पाणी दिसते. पण चुकूनसुद्धा तिथे झाडे लावलेली दिसत नाहीत.

आपण शिवकालीन इतिहास वाचला की सह्याद्रीच्या

बेलगाम आणि भयचकित करणाऱ्या कड्यांबरोबर निर्मम अरण्यांचीही वर्णने वाचतो. शिवाजीच्या राज्याचे रक्षण जसे या रुद्र डोंगरांनी केले, तसेच निर्गम अथवा दुर्गम अरण्यांनीही केले. आता यातली सारी अरण्ये नामशेष झाली आहेत. जावळीचे आणि विसापूरच्या उंबरखिंडीतले युद्ध मुख्यत्वेकरून या अरण्यांच्या साहाय्यानेच जिंकता आले. ती अरण्ये तर राहोच. पण साधी वृक्षराजीसुद्धा आता येथे कोठे दिसत नाही. पन्हाळ्याहून विशाळगडला महाराज पळून गेले तेव्हासुद्धा अरण्यांनीच त्यांना साहाय्य केले असले पाहिजे. ही सारी अरण्ये महाराष्ट्रातून जवळपास नामशेष झाली आहेत. महाराष्ट्रात वृक्षवेलींना आता जवळपास हद्दपार करण्यात आले आहे. कारण क्रूरपणाने त्या सर्वांचा विनाश झाला आहे.

झाडांचे आणि अरण्यांचे रक्षण करण्यासाठी महाराष्ट्र राज्याचे फॉरेस्ट डिपार्टमेंट काम करते असे म्हणतात. नेमके ते काय काम करते याची कल्पना नाही. परंतु झाडे कोणी तोडली तर त्यांना शिक्षा करण्याचे कामसुद्धा हे खाते करत नाही. नवीन अरण्ये निर्माण करणे तर दूरच राहो; पण असलेली अरण्येसुद्धा सुरक्षित राखण्याचे कार्य या खात्याकडून झाले आहे असे दिसत नाही. काही अरण्ये नकळत सुरक्षित राहिली आहेत. कारण ती मनुष्यवस्तीपासून दूर आहेत. पण त्यांचाही संहार हळूहळू होतोच आहे.

माणसाला झाडांची अनेक प्रकारांनी गरज आहे. फुले, फळे, पाने ही माणसाच्या जीवनपद्धतीत समाविष्ट झाली आहेत. अन्य काही इंधन उपलब्ध नव्हते तेव्हा इंधनासाठी वाळलेल्या झाडांचा उपयोग अपरिहार्य होता व अजूनही आहे. घरे बांधण्यासाठी किंवा गृहोपयोगी वस्तू निर्माण करण्यासाठीही लाकडांचा वापर करावा लागे.

आदिम काळात लाकडाशिवाय शस्त्रेही बनत नसत किंवा साधी बासरीसुद्धा बनत नसे. पण माणसाच्या प्रगतीबरोबरच जसा लाकडांचा उपयोग कमी झाला तसाच वाढलासुद्धा. कागदनिर्मितीसाठी वृक्षांचा प्रचंड संहार होऊ लागला. रेल्वेचे स्लीपर्स वृक्षांपासूनच केले जाऊ लागले. रेल्वे पळवण्यासाठी वृक्षांची प्रचंड तोड झाली. या देशाची चिंता करण्याचे इंग्रजांना कारण नव्हते. पण स्वातंत्र्य मिळून तीस वर्षे झाली तरीसुद्धा वृक्षांचे दुर्दैव संपलेले नाही. उलट वृक्षांची तोंड निर्घृणपणे चालू आहे. घनदाट जंगलासाठी प्रसिद्ध असलेले चंद्रपूर हळूहळू उजाड होत जाईल. कारण माणसांची इंधनविषयक भूक प्रचंड आहे आणि या संहारक भुकेला केवळ निसर्ग कधीही पुरा पडणार नाही.

वृक्षांच्या उपयुक्ततेविषयी नव्याने काही लिहिणे आवश्यक नाही. वृक्षांपासून माणसाचे अनेक अन्नपदार्थ तयार होतात. औषधे, रंग किंवा व्यापारी पदार्थही वृक्ष पुरवीत असतात. वृक्षांच्या पानांपासून गरिबांचे छप्पर तयार होते. आणि खोडापासून श्रीमंतांचे महालही सजवले जातात. वृक्षसंपत्ती वाढवण्यासाठी तशी फार यातायातही करावी लागत नाही. माणसाने लोभीपणा सोडला तर वृक्षांचे जतन होऊ शकेल. या देशातील हवा आणि पर्जन्य वृक्षवाढीला अतिशय अनुकूल आहेत. अनेक वृक्ष आपल्याला देवतास्वरूप आहेत असे आपण मानतो. म्हणूनच की काय त्यांच्याशी वागताना आपली वृत्ती राक्षसी होते. वृक्ष तोडतानासुद्धा आपण निर्दयतेने मुळापासून तोडतो. आपल्या सर्व पूजेत किंवा उपासनेतसुद्धा फुले, पाने यांना विशेष स्थान आहे. परंतु वृक्ष तोडले तर ती फुले आणि पाने येणार कुठून? आपले देवही झाडांचे प्रेमी आहेत. कुणाला बेल आवडतो, तर कुणाला उंबर आवडते. वटवृक्षाला प्रदक्षिणा घातली तर सात जन्म स्त्रीला इष्ट पती लाभतो. अनेक वृक्षांच्या मागे देवाची, उपासनेची अशी अनेक अवधाने लावून ठेवलेली आहेत. हेतू असा होता की माणसाने वृक्षांवर प्रेम करावे; परंतु आजच्या छोट्या गरजेसाठी माणसाने प्रचंड प्रमाणावर वृक्षनाश आरंभला आहे. अशी वेळ फार दूर नाही, की वृक्ष वृक्ष म्हणतात तो हाच हे मुद्दाम मुलांना बोटॅनिकल गार्डनमध्ये नेऊन दाखवावे लागेल. वृक्षसंपत्तीचे महत्त्व आपल्याला माहीत नाही, असे नाही. पण उद्याचे उद्या पाहता येईल अशा भावनेने आज आपण वृक्षांची हत्या चालवलेली आहे.

वृक्ष हे जमिनीत पाय रोवून घट्ट उभे राहतात. त्यामुळे जमिनीला आधार मिळतो. पाऊस, वादळ जेव्हा मौल्यवान माती धुपून नेऊ पाहतात तेव्हा वृक्ष वाऱ्याशी आणि पावसाशी भांडण करतात आणि जमिनीला सुरक्षित राखतात. डोंगरावरून कोसळणारी पाण्याची वेगवान गती झाडे रोखतात. नवी माती निर्माण करण्याची क्रिया निसर्गात सदैव चालू असते. या क्रियेतही झाडांचा फार मोठा हिस्सा असतो. झाडे, फळे, फुले आणि पाने, गारवा देतात. हवामान थंड राखतात. पावसाला निमंत्रण देतात. त्यामुळे जमिनीत पाण्याचे खजिने आपोआपच सांभाळले जातात. उन्हाळ्यात जेव्हा सारे काही भगभगते असते तेव्हा झाडे ही माणसे, पशू, पक्षी या सर्वांना निवारा देतात. झाडे तोडली की उष्णतेचे प्रमाण वाढते. पाण्याला रोखून ठेवणारी किंवा पावसाला निमंत्रण करणारी आता कोठलीही शक्ती अस्तित्वात नाही. त्यामुळे पाऊस केव्हातरी येतो आणि जातो.

ही गोष्ट खरी आहे की भारतासारख्या दरिद्री देशात तत्त्वज्ञान सांगून

उपयोग नाही. झाडांची जी लूट होत आहे त्याला भारतातील दारिद्र्य हे तर कारणीभूत आहेच. परंतु ही वृक्षसंपत्ती आपण आपल्या देशात ऐदीपणामुळे नष्ट करीत असतो. आपल्या डोळ्यांदेखत आपल्या निसर्गाचा तोल बिघडवून टाकला आहे. उपाययोजनेला आजही फार उशीर झालेला आहे. परंतु आज केलेल्या परिश्रमाची फलश्रुती वीस वर्षांनी होईल यावर ज्या जनशक्तीचा विश्वास असतो त्यांच्या हातूनच अशी कामे होतात. वृक्ष लावल्याबरोबर त्याची फळे मिळणार नाहीत. आज हे काम निष्काम योग म्हणूनच केले पाहिजे. आपली कृषिप्रधान अर्थव्यवस्था नजीकच्या शे-दोनशे वर्षांत तरी बदलण्यासारखी नाही आणि कृषि व्यवस्थेत नियमित पर्जन्यमान ही अपरिहार्य गोष्ट आहे. या पर्जन्यमानाचे वृक्षसंवर्धनाशी अतूट असे नाते आहे. एक वृक्ष तोडणाऱ्यांनी दोन वृक्ष लावले पाहिजेत असा कायदा करून भागणार नाही. कारण इतर कायद्यांचे जे होते तेच इथे होईल. अनेक वृक्षारोपणाचे समारंभ मंत्र्यांच्या हातून पार पडतात. पण त्यातली कुठलीही झाडे टिकत नाहीत. कारण झाडे लावणारे हात वांझ असतात. वृक्षसंवर्धन का करायचे हेच मुळी त्या मंत्र्याला माहीत नसते. खरे म्हणजे प्रत्येक लावलेले झाड हे मुलासारखे असते. त्याच्या रक्षणाची, संवर्धनाची आणि ते समृद्ध होण्याची आकांक्षा झाड लावणाऱ्याने बाळगली पाहिजे. पण आम्ही झाडे लावतो म्हणजे लावण्याचा देखावा करतो. कारण आमचे लक्ष झाडाकडे नसते. तर समारंभात घालण्यासाठी, कुठल्यातरी फुलझाडावरून ओरबाडलेल्या, फुलांच्या हाराकडे असते.

वृक्षसंवर्धन हा दिसायला अगदी लहान आणि क्षुद्र कार्यक्रम आहे. परंतु याचे महत्त्व फार मोठे आहे. माणसांची संख्या नको तेवढ्या प्रमाणात वाढते आहे आणि झाडांची तेवढ्याच प्रमाणात घटते आहे. माणसाला झाडांची नुसती फुले, फळे हवी आहेत. पण मुळाशी पाणी घालायला नकोय. वेलीवरची फुले डोईत माळताना या वेली कोणीतरी सांभाळायला नकोत काय? जणू काही ते काम धंदेवाईक माळ्याचे आहे असे त्यांना वाटते. पण अधिक किफायतशीर धंदा मिळाला तर माळी बागेची निगराणी सोडून देतो. सौंदर्याची, सुगंधाची व आनंदाची योग्य किंमत आदा करायला या कृतघ्न समाजाची तयारीच नाही.

एके काळी हा महाराष्ट्र देश झाडांचा, फळांचा, फुलांचा होता. आज मात्र तो दगडा-धोंड्यांचा देश झाला आहे. भीती वाटते, की काही काळाने त्याचे रेताड वाळवंटातसुद्धा रूपांतर होईल. पाण्यासाठी दाही दिशा हिंडणाऱ्या माणसाला लक्षातसुद्धा येत नाही, की भूगर्भातला पाण्याचा साठा सांभाळणारे रक्षकच

आपण तोडतो आहोत. आपल्या प्रियेच्या घराचे वर्णन करतानासुद्धा वाटेवर एखादे आंब्याचं वाकडं झाड आहे आणि छपरावर एखादी गारवेल आहे असे कवी सुचवतो. कारण वृक्षाचा आणि प्रेमाचा संबंध त्यालासुद्धा माहीत आहे. पूर्वीच्या काळी 'तरुतळी' प्रेमिकांची संकेतस्थाने असत. राधाकृष्णाचे प्रेम पाहून कदंब वृक्षसुद्धा मोहरत होता. रावणाने सीता पळविली तेव्हा रामानं सीता कोणीकडच्या दिशेने गेली हेही झाडांना विचारलं. शकुंतलेनं कमलपत्रावर पहिली प्रेमपत्रिका लिहिली. माणसाचे आणि वृक्षांचे असे एक अतूट नाते निर्माण झालेले आहे. फक्त आज आपण ते विसरलो आहोत एवढेच.

या देशातले हे उघडेबोडके डोंगर बाहू उंचावून निमंत्रण देताहेत. त्यांना निर्धन करणाऱ्या माणसाला ते शिव्याशाप देताहेत. वैराण झालेली माळरानं माणसाच्या कृतघ्नपणाचा धिक्कार करीत आहेत. पुन्हा आमच्या अंगाखांद्यांवर हिरवी वस्त्रे नेसवा अशी ते मागणी करताहेत. निसर्गाचे हे आक्रंदन माणसाने ऐकायला नको काय? या देशात काम नाही, म्हणून लोक तडफडताहेत. त्यांना दगड फोडण्यासारखी निरर्थक कामे देण्यापेक्षा हे उजाड माळ सालंकृत करण्याचे काम का देऊ नये? देशावर प्रेम करायचे म्हणजे हुतात्मा बनायचे असा खुळा अर्थ आता संपुष्टात आणला पाहिजे. आपला देश सुंदर करावा, इथल्या दगडधोंड्यांनासुद्धा बोलकं करावे, हाही देशभक्तीचाच एक प्रकार आहे. परंतु डोंगरांना बोलता येत नाही. मोर्चे काढता येत नाहीत, धरणे धरता येत नाहीत म्हणून आपण त्यांच्याकडे लक्षच देणार नाही का?

- ० -

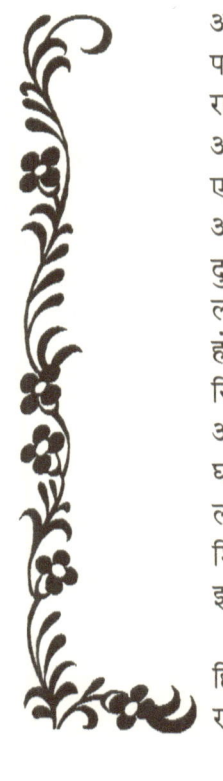

ते दण्डकारण्य गेले कोठे?

गडकऱ्यांनी पाहिलेला महाराष्ट्र दगडधोंड्यांचा असला तरी शिवाजी महाराजांचा महाराष्ट्र हा काही केवळ दगडधोंड्यांचा नव्हता. गगनभेदी डोंगरकड्यांच्या पाठीवर वृक्षवल्लरींचे एवढे ओझे होते की जाणकाराशिवाय महाराष्ट्राच्या अंतरंगात शिरणे भल्यांनाही शक्य झाले नाही. प्रचंड मोठी अरण्ये तेव्हा या प्रदेशात होती. शेतीसाठी, लागवडीजोगी भूमी निर्माण करण्यासाठी, तेव्हाच्या राज्यकर्त्यांना सायास करावे लागत. आज उघडेबोडके दिसणारे डोंगर, वाळवंटासारखी वाटणारी पठारे किंवा शुष्क पडलेले नदीनाले असे वैराण चित्र इंग्रजांचे राज्य या देशात येण्यापूर्वी असणे शक्य नव्हते. कोकण आणि मावळ हा तर वनप्रदेश म्हणूनच ओळखला जाई. एवढेच कशाला, सह्याद्रीचे जे जे फाटे महाराष्ट्रात विखुरलेले आहेत, तेथेही घनदाट अरण्ये होती. एकूण महाराष्ट्र तसा दुर्गम प्रदेश मानला जात होता आणि म्हणूनच तेथे मैदानी लढाया फारशा झाल्या नाहीत. दुर्ग हे या राज्याचे भूषण होते. कारण या दुर्गांभोवती प्रचंड असे डोंगर संरक्षणासाठी सिद्ध होते, तसेच प्रचंड जंगलही. शिवाजीने महाबलाढ्य अफझुलखानाशी प्रतापगडावर भेट मागितली. कारण पसरणीचा घाट, पाचगणी, महाबळेश्वर, प्रतापगड येथे हजारो सैनिक लपून राहण्यासारखी जंगले होती आणि त्यांचे अंतरंग फक्त शिवाजीलाच माहीत होते. म्हणूनच त्याचा तो डाव यशस्वी झाला.

घनदाट जंगले होती; म्हणजेच पशू, पक्षी आणि हिंस्र प्राणी निसर्गाचा तोल सांभाळत महाराष्ट्र प्रांती सुखाने राहत होते. एकाचे एक अशी परस्परांच्या भक्ष्यांची एक

साखळी असते, त्यामुळे प्राणिजगतातील तोल सांभाळला जातो आणि बहुतेक प्राणी हे मनुष्याचे भक्ष्य असतेच. नाना प्रकारच्या प्राणिसृष्टीचा वापर असला की निसर्गही खुशीने डोलत असतो. वनस्पतीही उमेदीने वाढत राहतात. पशुपक्ष्यांच्याकडून नव्या वृक्षांचे बीजारोपण होत राहते. शाकाहारी प्राण्यांचे भक्ष्य त्यांना आपोआप मिळते आणि मांसाहारी प्राण्यांना ते पुष्ट झालेले प्राणी भक्ष्य म्हणून उपलब्ध होतात. पुरुषार्थी मानवाला पुष्ट पशुपक्षी विनासायास मिळत राहतात, नानाविध वनस्पती जंगलांत फुलत असल्यामुळे आरोग्यदायक औषधी वनस्पतींचा कधीच तुटवडा पडत नाही. माणसांचे, प्राण्यांचे आणि वनस्पतींचे आरोग्य उत्तम राखले जाते. निसर्गात तोल साधण्याची एक विलक्षण शक्ती आहे आणि या शक्तीच्या बळावर माणसाचे प्रश्न अनेकदा सुटलेले आहेत. लोकसंख्या नियंत्रित होती, हवी तेवढी भूमी उपलब्ध होती, रानेवने तुडुंब भरलेली होती, जलदेवता रागावलेली नव्हती, त्यामुळे मनुष्यप्राण्याचे एकूण बरे चालले होते.

विज्ञानाने खूप सुखे आणली आणि त्याचबरोबर खूप दुःखेही आणली. माणसाचे अपमृत्यू टळले. रोगराईपासून त्याची मुक्तता झाली आणि आयुर्मर्यादाही वाढली. पण माणसांच्या कृत्रिम प्रचंड महानगरवस्त्या निर्माण झाल्या. जंगले तोडून शेतीसाठी जागा निर्माण कराव्या लागल्या. नद्या अडवाव्या लागल्या. मानवाला सोपे आणि स्वस्त इंधन हवे म्हणून रानातील वृक्ष तुटू लागले. शिकारीच्या हौसेपायी सुरक्षित जागी बसून बंदुकीच्या गोळीने प्राण्यांचे आणि पक्ष्यांचे निर्वंश झाले. रेल्वेमुळे वाफेचे इंजीन आले. वाफ निर्माण करण्यासाठी महाराष्ट्रातील राने भराभर तुटू लागली. हळूहळू एके काळचा हा हिरवागार प्रदेश काळवंडून गेला. दगड, गोटे, मुरूम याशिवाय या भूमीत काही दिसेनासे झाले. नद्याच वाहत नसल्यामुळे वाळूसुद्धा मिळेनाशी झाली.

झाडे नाहीत म्हणून जमिनीवरील पाणी आकाशापर्यंत पोचू शकत नाही आणि म्हणून ते परत खालीही येऊ शकत नाही. पावसाचे प्रमाण कमी झाले. दुष्काळी मुलूख वाढले. नद्या कोरड्या पडू लागल्या. पिण्याच्या पाण्याची हाकाटी सुरू झाली. जमिनीतील पाणी उपसत राहिल्यामुळे भूगर्भातील पाण्याची पातळी इतकी खोल गेली आहे की त्या पाण्यासाठी पाताळ गाठावे लागत आहे. निसर्गातील चक्र चुकू लागले आहे. पावसाचा नियमितपणा संपला. कधी पाऊस वेळेवर येतो, कधी येतच नाही; आला तर नुसता झोडपून काढतो किंवा वात्रट मुलाप्रमाणे तोंड दाखवून कायमचाच पळ काढतो. पेरलेले उगवत नाही, उगवलेले वाढत नाही. वाढलेल्यात दाणा धरत नाही. 'नको ती शेती' असे शेतकऱ्याला

वाटू लागले आहे. धरणांचे पाणीसुद्धा अपुरे पडू लागले आहे. बारमाही पिकांऐवजी आठमाही पिके घ्यावीत, असे आता अर्थशास्त्रज्ञ म्हणू लागले. कदाचित वर्षातून एकच पीक घ्यावे असाही विचार पुढे येईल किंवा परदेशातून अन्न आणावे आणि आपण कारखानदारी तेवढी करावी असेही कोणी म्हणू लागतील. अन्नधान्याचे कोठार असणारा हा देश अन्नासाठी आणि पाण्यासाठी डोळ्यांतून टिपे काढू लागला आहे. ऊस बागायतीने महाराष्ट्राचे आर्थिक चित्र बदलले आहे, असे कालपरवापर्यंत आपण म्हणत होतो, तर आता उसाचे स्तोम पुरे झाले असे म्हणायला आरंभ झाला आहे. कारण पाणी आज रुसले आहे.

एखाद्या स्त्रीला ॲनिमिया झाला, की हळूहळू तिच्या देहावरचे मांस कमी होऊ लागते आणि ती फिक्कट होऊ लागते. महाराष्ट्र भूमातेलाही आता ॲनिमिया झालेला आहे. सारी झाडे तोडून टाकल्याकारणाने, भूमी आणि माती एकमेकांच्या घट्ट आधाराने एकत्र नांदत होती ती माती वाहून जाऊ लागली. पूर्वी मातीत सर्जन घडत होते. आता ती माती जमीन सोडून केव्हाच खाली घरंगळत गेली, डोंगर-पठारे उजाड झाली. इंच-दोन इंचसुद्धा मातीचा थर आता दिसेनासा झालाय. नद्यांची पात्रे उथळ झाली. ओढे-नाले अरुंद झाले. ज्या मातीतून माणसाचे अन्नधान्य निर्माण होते ती माती आपल्या डोळ्यांदेखत पाण्याबरोबर वाहत जाऊन धरणे गाळाने भरून काढीत आहे किंवा नदीची मुखे गाळाने भरून काढीत आहे. कोकणपट्टीतील कितीतरी खाड्या पूर्वी खोल होत्या. आणि तेथे बोटी लागत असत. त्या साऱ्या खाड्या आता मातीने भरून गेल्या आहेत. केवळ वृक्षच तोडले गेले नाहीत, तर मानव जातीचे भवितव्यही तुटून जाण्याची वेळ आली आहे. झाडे केवळ स्वतःसाठी किंवा केवळ सावलीसाठी वाढत नाहीत. फळे, फुले, पाने देणे हा तर त्यांचा धर्मच आहे, पण ती धरित्रीला आधार देतात. पाणी शोषून ठेवतात. पाण्याला आकाशाचा रस्ता दाखवितात. आषाढात आकाशात मेघ निर्माण झाले की त्या मेघांना वृक्ष निमंत्रणे देतात. त्यांनी माना हलवल्याबरोबर मग आकाश कोसळू लागते. नवविवाहित स्त्रीप्रमाणे भूदेवता हिरव्या रंगाचा गर्भरेशमी शालू पेहरू लागते. पाण्यासाठी आसुसलेला माणूस आणि माती दोघे मग उमलतात. माणसापेक्षा वृक्षाचे आमंत्रण मेघांना लवकर पोचते. आता मेघांना निमंत्रण द्यायला झाडेच उरली नाहीत मग त्या बिचाऱ्या मेघांनी करावे तरी काय? ते रुसतात आणि वाऱ्यावर स्वार होऊन जातात.

म्हणून माणसाला वृक्षांची सोबत हवी. मातीला वृक्षांचा आधार हवा.

ते दण्डकारण्य गेले कुठे? / २१

पशुपक्ष्यांना वृक्षांचे अभय हवे. मेघाला वृक्षांचे निमंत्रण हवे. निष्पर्ण असलेले वृक्षसुद्धा आता दिसेनासे झालेले आहेत. अन्नधान्य शिजवण्यासाठी ओले, वाळलेले, कसलेही लाकूड माणूस कसाबसा तोडतो आणि त्या दिवसाची क्षुधा भागवतो. दरिद्री देशात पोटाची भ्रांत असणाऱ्या आदिवासींनी रुपया, आठ आण्यांसाठी झाड तोडले तर आपण समजू शकतो. पण सुजाण लोकांनी प्रचंड इमारती उभ्या करण्यासाठी, देखणे फर्निचर करण्यासाठी, किंवा इंटिरिअर डेकोरेशन करण्यासाठी जेव्हा गर्द राया फस्त केल्या, त्यांना क्षमा कशी करायची? या घरात राहून फर्निचरवर विसावणाऱ्या गुबगुबीत माणसांना अन्न लागणारच आहे; पाणीही लागणारच आहे. ते मिळेनासे झाले तर तुळ्या खाऊन किंवा लाकडी फर्निचर पिऊन त्यांचे भागणार नाही. झाड तोडणे म्हणजे पर्यायाने जन्मदात्या आईचे स्तन तोडण्यासारखे आहे. ज्या वृक्षांनी माणसाला आजच्या संस्कृतीपर्यंत आणून सोडले ते वृक्षच जर आपण हरवून बसलो तर या असल्या संस्कृतीची किंमत काय उरणार? राने गेली आणि अनेक रंगीबेरंगी पाखरं कायमची नष्ट झाली. अनेक प्राणी निर्वंश झाले. अनेक औषधी वनस्पती आता केवळ पुस्तकांतून पाहायला मिळतात. हे सारे निसर्गाचे वैभव अज्ञानाने, हव्यासाने आणि अदूरदर्शीपणाने आपण घालविले आहे.

आता आपण झाडे लावणार केव्हा, ती वाढणार केव्हा, त्यात नवी प्राणिसृष्टी जन्म पावणार केव्हा, नवे मातीचे थर निर्माण होणार केव्हा? हा काही वनमहोत्सवाचा कार्यक्रम नव्हे, हा अस्तित्वाचा प्रश्न आहे. राष्ट्रावर केवळ शत्रू चालून आला म्हणजे राष्ट्राचे रक्षण करायचे असते, असे नव्हे. राष्ट्र जेव्हा स्वार्थी आणि हव्यासी माणसांच्या कचाट्यात सापडते तेव्हा राष्ट्राच्या सीमेतच युद्ध सुरू करावे लागते. हे राष्ट्रविनाशक शत्रू देशाच्या सर्व भागांत पसरलेले असतात. त्यांच्याशी युद्ध करणे फार कठीण कर्म आहे. कोणी आपण दरिद्री आहोत म्हणून सवलत मागतो, तर कोणी जीवनावश्यक वस्तूंना रोखता येणार नाही असा बकवास करतो. अनेक कलावंत लोककलेवर आक्रमण केले असे मानतील तर वास्तुशास्त्रज्ञ लाकडासाठी गदारोळ उठवतील. त्यांना सांगावे लागेल- नाही तरी आज नाही तरी काही दिवसांनी तुमची अन्नान्न दशा होणार आहे आणि तुम्ही उघड्यावर पडणार आहात. तेव्हा आज थोडी कळ सोसली पाहिजे. हव्यासाला आळा घातला पाहिजे. शाळा-कॉलेजांतील रिकामटेकड्या मुलांना वृक्षांचे मित्र बनविले पाहिजे. दोन धरणे कमी बांधली तरी चालतील पण हा महाराष्ट्र दगडधोंड्यांचा आणि मुरुमांचा देश राहता कामा नये. इथे पुन्हा वृक्षांचा सुकाळ

व्हावा, फुलाफळांचे वेल गगनाला पोचावेत, पक्ष्यांचे वेगवेगळे आवाज किलबिलत राहावेत आणि प्राण्यांच्या गर्जना ऐकू याव्यात. मानवी हातांना आणि ईर्ष्येला अशक्य असे काही नाही. निर्धार उभा केला की गर्द रानराई निर्माण होईल. मग आकाशाकडे डोळे लावून पाहण्याची वेळ येणार नाही. त्या वेळेस सारे आकाशच आपल्यासाठी कोसळू लागेल.

- ० -

हरवलेल्या हिरव्या निसर्गाला पुन्हा आमंत्रण

एके काळी महाराष्ट्र या नावाने आज ओळखला जाणारा सर्वच प्रदेश म्हणजे एक निबिड आणि गहन अरण्य होते. हे अरण्य दंडकारण्य या नावाने ओळखले जाई. त्या अरण्यातून सुखरूपपणे प्रवास करणे हे तेव्हा विलक्षण कठीण होते. नाना तऱ्हेचे घनदाट वृक्ष खानदेश, नाशिक, पुणे, सातारा, कोल्हापूर ह्या सह्याद्रीच्या पूर्वेकडील भागांत उंच उंच वाढलेले होते. हा एक दुर्गम प्रदेश आहे असे मानले जात असे. महाराष्ट्राचा जो काही इतिहास उपलब्ध आहे, त्यावरून प्रतिष्ठित अशा स्थिर राजवटी महाराष्ट्रात फार उशिरा सुरू झाल्या. सपाट असे प्रदेश फारसे नसल्याने फार मोठी नगररचनाही येथे अस्तित्वात नव्हती. जी काही होती ती उत्तरेकडून दक्षिणेकडे जाण्यासाठी जे महामार्ग किंवा दळणवळणाचे रस्ते होते, त्यांच्या आसपासच असे. महाराष्ट्रात पाऊस खूप पडत असला तरी उन्हाळ्यात पाण्याची हाकाटी होत असल्याने नदीकाठालाच ही नगरे वसत किंवा निसर्गाने अडविलेले पाणी किंवा विहिरी यांच्या आधाराने ती उभी राहत. रामायण काळात महाराष्ट्राचा जो उल्लेख आहे त्यावरून तेव्हा आर्यांचा दक्षिणापथात फार खोलवर प्रवेश झालेला नसावा. रामायणापासून ते शिवकालपर्यंत महाराष्ट्रातील तळोदा, डांग, भंडारा, बागलाण, महाबळेश्वर, आंबोली, राधानगरी येथील घनदाट जंगलांची माहिती मिळते. पण हळूहळू महाराष्ट्रभूमी वृक्षहीन होत गेली.

सरपणासाठी, घरबांधणीसाठी किंवा शेतीकामासाठी लाकडाचा वापर केला जातो आणि त्यासाठी वृक्ष तोडले जातात. लोकसंख्या वाढत गेली आणि माणसांच्या गरजाही वाढत गेल्या. तेव्हापासून निदान नगराजवळची वने उद्ध्वस्त

झाली. फर्निचरसाठी, मूर्तिकामासाठी किंवा अन्य नागरी उपयोगासाठी लाकडाचा उपयोग जसजसा केला जाऊ लागला, तसतसा ज्याला वृक्ष म्हणतात ते ताड, चिंच, आंबा, फणस यांसारखे वृक्ष नष्ट होऊ लागले. ब्रिटिशांनी रेल्वे बांधली आणि स्टीम इंजिनाचा वापर सुरू झाला. त्या वेळेस स्वस्तात मिळणारे लाकूड मोठ्या प्रमाणावर दगडी कोळशाऐवजी वापरण्यात आले आणि महाराष्ट्रभूमी ही हळूहळू एका झिजलेल्या क्षयी माणसासारखी ओकीबोकी दिसू लागली. हळूहळू पर्जन्यमान कमी होत गेले. डोंगरावर कोसळणारे पाणी अडविण्यासाठी झाडांचा आधार न उरल्याने ते पाणी वाटेत येणारी मृत्तिका आपल्याबरोबर वेगाने घेऊन कोसळू लागली. जमिनीवर मातीचे सुपीक असे इंच दोन इंचाचे थर असले, तर त्याच्या आधाराने वनस्पती वाढतात. पण वनस्पतींना वाढण्यासाठी आता मातीचा आधारच राहिला नाही. सगळे डोंगर उघडे-बोडके झाले. नद्या उथळ झाल्या, जमिनीत पाणी मुरेनाच आणि चार दिवस जलस्पर्शाने फुललेली भूमी वर्षातून किमान आठ महिने उघडी-बोडकी होऊ लागली.

राने ही प्राण्यांची घरे-पक्ष्यांचे निवासस्थान, पण आता रानांच्या अभावी प्राण्यांना राहण्यास जागाच उरली नाही. पाखरांना पाय ठेवायला झाडाच्या फांद्यासुद्धा उरल्या नाहीत, मग आपापले भक्ष्य मिळविणे हे तर दूरच राहिले. कित्येक वनस्पती, पशू, प्राणी, पक्षी किंवा कृमी ह्या आता महाराष्ट्रातून अस्तंगत झाल्या आहेत. अजूनही उजनीसारखा किंवा जायकवाडीसारखा विशाल पाण्याचा साठा निर्माण झाला की विस्थापित झालेले पशुपक्षी असतील तेथून, जलतत्त्वाचा शोध घेत तेथे धाव घेतात.

माणसाचा हव्यास, बेजबाबदारपणा आणि 'वृक्षवल्ली आम्हां सोयरीं वनचरें' या तत्त्वाचा पडलेला विसर, ह्यांमुळे निसर्ग जो एक तोल साधीत असे, तो तोलच आता ढासळला आहे. आता केवळ सावलीपुरतीही झाडे उरली नाहीत. शेतात झाडे नाहीत, रानात राया नाहीत. आम्राई, चिंचबन, बाभूळबन वगैरे संकल्पना आता कोठे अस्तित्वातही नाहीत! माणसाने क्रूरपणाने शे-दीडशे वर्षांच्या अवधीत प्रचंड अशा निसर्ग संपत्तीचा नाश करून टाकला. झाडे केवळ फळे देत नाहीत, तर झाडे जमिनीत पाणी मुरवून ठेवतात. वाहणाऱ्या मातीला रोखतात. हिंस्त्र पशूंना आश्रयस्थान देतात. पशुपक्ष्यांना निवारा पुरवतात. आकाशातून जाणाऱ्या मेघांना अडवतात. नानाविध तऱ्हेंच्या औषधी तर ती देतातच, पण जीवनोपयोगी अशा कितीतरी वस्तूंचा-हिंग, डिंक, दालचिनी, केशर, वेलदोडे, मध यांचा पुरवठा करतात. बरे, झाडांची खास निगा राखावी लागत नाही.

निसर्गाच्या तत्त्वाप्रमाणेच झाडांची वाढ होते. फळे, फुले किंवा आणखी काही उपयुक्त पदार्थ देऊन झाडे थकत नाहीत. त्यांची प्रसवशक्ती अफाट आहे. आपण निर्घृणपणे झाडे नष्ट करण्याचे जर थांबवले तरच झाडांची वाढ होईल. आपोआप जंगले निर्माण होतील. योग्य त्या तऱ्हेने जंगलतोड करून आपण जंगलांचा उपयोगही करू शकतो. मात्र एक झाड तोडले की, दोन झाडे लावण्याची माणसावर जबाबदारी आहे.

आपल्या लहरीप्रमाणे वावरणारे पक्षी किंवा भक्ष्याच्या शोधार्थ हिंडणारे प्राणी एक ठिकाणचे बीज नेऊन दुसऱ्या ठिकाणी रुजवत असतात. झाड तोडून सरपण मिळविण्यापेक्षा झाडे वाढवून मिळालेले उत्पन्न कितीतरी पटींनी अधिक आहे. एक दाणा पेरून माती आपल्याला शंभर दाणे देते, इतकी ती उदार आहे. पण कायदा, व्यवहार, स्वसंरक्षणाची दूरदृष्टी आणि कोणत्याही उपायाने आजच्यापुरते द्रव्य मिळविण्याच्या हव्यासापोटी महाराष्ट्र केवळ दगडाधोड्यांचा देश बनला आहे.

महाराष्ट्रातील निबिड जंगलांच्या आश्रयाने आणि हिरव्यागार वृक्षांनी दुर्गम करून टाकलेल्या किल्ल्यांच्या आश्रयाने शिवाजीने महाराष्ट्रात हिंदवी स्वराज्य स्थापले. दुर्गम मुलूख हे शिवाजीचे मुख्य हत्यार होते. त्याच्या बळावर शिवाजीने प्रचंड मोठ्या सैन्याचा अनेकदा पाडाव केला. अफझलखानाला त्याने जावळीच्या रानात आणले तेव्हा महाबळेश्वर-प्रतापगडाचा परिसर हा एवढा दुर्गम होता की प्रचंड सैन्य असूनही अफझलखानाचा संपूर्ण पराभव तेथे करता आला. गनिमी काव्याची लढाई खेळण्यासाठी महाराष्ट्राइतकी चांगली भूमी नाही. लहानमोठ्या चकमकींत औरंगजेब जिंकला. फितुरीने त्याने संभाजीला संगमेश्वरासारख्या दुर्गम प्रदेशात पकडले. पण एवढे करूनही महाराष्ट्र त्याला पादाक्रांत करता आला नाही, याचे कारण ह्या जंगली मुलुखात तोफा, हत्ती किंवा लढाईचे प्रचंड सामान यांचा काही उपयोग नाही. रानावनांनी, डोंगरी किल्ल्यांनी, दुर्लंघ्य असणाऱ्या महाराष्ट्रातील पाऊलवाटांनी शिवाजीचे खरे रक्षण केले. महाराष्ट्राची मावळी सेना जंगलात वावरण्यात सराईत होती.

ज्या वृक्षाच्छादित डोंगरांनी आणि गर्द रानावनांनी महाराष्ट्राला स्वातंत्र्य मिळवून दिले, महाराष्ट्राला स्वत:चे सिंहासन निर्माण करता आले, त्या डोंगरांना आपण भिकारी करून टाकले आहे. अशी कृतघ्न हरामी जात अन्यत्र कोठेच नसेल. महाराष्ट्रात निम्म्याहून अधिक जिल्हे आज दुष्काळी आहेत. पिण्याच्या पाण्याचीसुद्धा तेथे ओरड असते; मग शेती पिकवण्यासाठी लहरी पावसावर अवलंबून राहावे लागत असेल हे उघडच आहे. महाराष्ट्र हा एके काळी सुपीक

प्रदेश गणला जात होता. आज महाराष्ट्राची स्थिती दुष्काळी मुलुखासारखी झाली आहे. पर्जन्यमान वाढविल्याशिवाय आणि त्या पर्जन्याचे संतुलन केल्याशिवाय महाराष्ट्रावरील दुष्काळी सावट नष्ट होणार नाही.

आता हे दुष्काळी सावट नष्ट करावयाचे म्हणजे मुळापासून सुरुवात करायला पाहिजे. आता उघड्या बोडक्या डोंगरांवर झाडे लावणे हे काही सोपे काम राहिलेले नाही. अन्नासाठी दाहीदिशा वणवण करणाऱ्या माणसांपासून ह्या झाडांचे संरक्षण करणे हे तितकेच बिकट काम आहे. अत्यंत कठोरतेने उपाययोजना करून आणि युद्धपातळीवर प्रयत्न करून आपण दुष्काळावर मात केली पाहिजे.

शेतकऱ्याला वृक्षाचे महत्त्व माहीत असते. बांधावरची झाडे तो तोडू देत नाही. विहिरीच्या काठावर असलेले झाड तो प्राणपणाने जपतो. पण झाडाखालची जमीन वाया जाते त्यामुळे त्याच्याही प्रयत्नांना मर्यादा पडते. सरकार आता थोडे जागरूक झाले आहे. काही अभयारण्ये निर्माण झाली. वनखात्याने काही ठिकाणी खासगी वनीकरणाला प्रोत्साहन दिले. उद्योगपतींनी आपल्या उद्योगधंद्यांच्या आवारात खूप झाडे लावून परिसर देखणा केला. कुठल्याही नगरपालिकेला आता उद्यानांची योजना करावीच लागते. परंतु हे सारे प्रयत्न अतिशय तोकडे आहेत. महाराष्ट्राची वृक्षारोपणाची गरज एवढी प्रचंड आहे आणि मरुभूमीत रूपांतर झालेल्या महाराष्ट्राचे नंदनवनात रूपांतर करण्याची एवढी निकड आहे की या थातूरमातूर उपायांनी काही घडणार नाही.

कोणत्याही गोष्टीचे सरकारीकरण झाले की त्यात चेतना उरतच नाही. या कामी केला जाणारा सर्व खर्च सरकारी सेवकांच्या पगारावर आणि त्यांच्या निवासस्थानावर होतो. झाडे लावलीच जात नाहीत. म्हणून काहीतरी अभिनव आणि निराळा मार्ग शोधावा लागेल. सरकारी पातळीवर जेव्हा व्यवहार होतो तेव्हा त्यात भ्रष्टाचार व लाचलुचपत आपोआपच सुरू होते. कोणा एका व्यक्तीला जबाबदार धरता येत नाही. शिवाय तोपर्यंत चार-दोन ठिकाणी संबंधित अधिकाऱ्याची बदलीही झालेली असते. लाकूड कंत्राटदार चांगली भरभराटीला आलेली राने उघड उघड तोडून नेऊन सोन्याच्या भावाने विकतात. त्यात पुष्कळदा मंत्रीही सामील असतात. म्हणून एक निराळा विचार येथे मांडतो.

प्रत्येक गोष्ट सरकारनेच केली पाहिजे हा आग्रह आता सरकारने सोडला पाहिजे. महाराष्ट्राचे सर्व प्रकारचे सर्वेक्षण यापूर्वी झाले आहे. पाण्याचा साठा कोठे आहे किंवा लहानसा बंधारा घालून पाणी कुठे अडवता येईल अशा शहरापासून दूर असलेल्या पाचशेहून अधिक साईट्स शोधता येतील. त्यांच्या आसमंतातील

खडकाळ, नापीक व डोंगरी जमीन यांचे एक हजार एकरांचे क्षेत्र निश्चित करून त्याचा युद्धपातळीवर विकास करता येईल. यासाठी युवाशक्ती वापरता येईल. ती वापरताना कायमच्या स्वरूपाचे कँपस तिथे तयार करायला हवेत. एकाच संस्थेला एक विकास क्षेत्र उपलब्ध करून दिले तर दहा वर्षांच्या आत आळीपाळीने तेथे काम करणाऱ्या शंभर मुलांच्या तुकडीकडून खूप मोठे काम करून घेता येईल. एक महिन्याचा हा कँप असावा व तेथेच त्यांच्या शिक्षणाची सोय करावी. साधे पण सामुदायिक जीवन जगण्याची यामुळे ओढ निर्माण होईल. राष्ट्रीय कार्यात आपण हातभार लावत आहोत ही जाणीव विद्यार्थ्यांत आणि महाविद्यालयीन शिक्षकांत निर्माण होईल.

पण हा सेवेचा प्रश्न क्षणमात्र सोडून आपण जर वरील भूखंडाचे तुकडे उद्योगपतींच्या हवाली केले आणि विकासासाठी त्यांना खर्चावे लागणारे द्रव्य करमुक्त केले, तर आपल्या सर्व साधनांनिशी प्रत्येक उद्योगपती बंदिस्त असे एक हजार एकरांचे जंगल निर्माण करील. त्याच्या हाती हे जंगल सुरक्षित राहील. कारण तेथे पहारेकरी असतील किंवा त्याला कंपाऊंडही असेल. योग्य तऱ्हेचे उद्यानतज्ज्ञ त्यांना मिळवता येतील. शिवाय योजकता, सुविधा, द्रव्यबळ या बाबतींत तर त्यांची बरोबरी सरकारही करू शकणार नाही. किंबहुना प्रत्येक कारखानदाराने अशा तऱ्हेचे एक जंगल निर्माण केलेच पाहिजे. अशा तऱ्हेचा कायदाही करता येईल.

आज महाराष्ट्र उजाड आहे. सातत्याने मोठ्या प्रमाणावर प्रयत्न केल्याशिवाय महाराष्ट्राची अवकळा जाणार नाही. पाणी अडविण्यासाठी जे लहान-सहान बंधारे घालावे लागतील, त्यांचा खर्च दहा वर्षांच्या बाँडच्या रूपाने सरकारने देऊ करावा. ह्यामध्ये ह्या भूखंडात असणारी गावे शास्त्रशुद्ध तऱ्हेने पुनर्स्थापित व्हावीत. म्हणजे पाण्यासाठी गावकऱ्यांना जी वणवण करावी लागते ती टळू शकेल. त्याचप्रमाणे शक्यतोपर्यंत हे भूखंड सरकारी जमिनीतच निर्माण व्हावेत पण कोणाचीही खासगी जमीन यात येत असेल तर तिचे पूर्ण दाम द्यावेत किंवा त्या जमीन मालकाला वनरक्षकाची नोकरी देऊन तो प्रश्न सोडवावा.

उद्योगपती सगळे दुष्ट आहेत व ते लोकांना लुबाडण्याशिवाय दुसरे काही करत नाहीत हासुद्धा एकांतिक विचार आहे. त्यांच्याकडून सार्वजनिक स्वरूपाची कामे करून घेण्यासाठी त्यांना आवाहन केले आहे कोणी? म्हणून जुने पुस्तकी विचार अशा कामासाठी आपण जरा बाजूला ठेवावेत. युद्धाच्या वेळी ज्याप्रमाणे आपण सर्वांना आवाहन करतो आणि सर्व जण त्या वेळेस तरी सरकारशी

सहकार्य करतात, तसेच स्वरूप या योजनेला असू द्यावे.

अशा काही प्रकल्पांना साथ द्यावी असे जर सरकारी अधिकाऱ्यांना, समाजसेवकांना किंवा राजकीय कार्यकर्त्यांना वाटत असेल, तर माझ्याकडून काही सहकार्य मिळवून देणे शक्य आहे. काही उद्योगपतींशी याबाबत मी बोललोही आहे. एक हजार एकरांचा एक भरड जमिनीचा प्लॉट, त्याच्या किमान डेव्हलपमेंटसाठी लागणारी पाच-दहा लाख रुपयांची रक्कम आणि एकाच वेळी पाचशे ठिकाणी सुरू झालेले हे प्रकल्प यांचा विचार जरी नुसता मनात आला, तरी महाराष्ट्राचा कायापालट होण्यासाठी आपण केवढे हे भव्य स्वप्न पाहत आहोत, याचा अंदाज येईल. असे काही भव्य स्वप्न आपण पाहू शकू?

- ० -

या, फुलांनो, या!

सकाळच्या वेळी एखाद्या बागेत डोकावून पाहावे, तर केवळ फुलेच नाहीत, तर पानेसुद्धा फुललेली असतात. संध्याकाळी नि:स्तब्ध असणारी व मलूललेली ही फुलझाडे सूर्याच्या पहिल्या किरणाबरोबर एकदम प्रफुल्लित होतात तरी कशी, त्यांचे रंग बदलतात तरी कसे आणि सारे वातावरण चैतन्याने मुसमुसते कसे, हा आपल्याला नेहमीच प्रश्न पडतो.

फुलांचे जसे आहे, तसे मुलांचेही आहे. शाळेत शिक्षकांच्या आणि तुरुंगासारख्या असणाऱ्या शाळांच्या भिंतींच्या आत भिरभिरत्या डोळ्यांची ही मुले चिडीचिप-गप्प असतात. घरातही आई-बापांच्या शिस्तीमुळे त्यांचे बोलके डोळे अबोल होतात. बाहेरच्या झाडावेलींनी मारलेल्या हाका ऐकू येत असूनही त्यांच्या पायात तिकडे धाव घेण्याचे सामर्थ्य उरलेले नसते. कुठे तरी चेंडूफळीचा सामना रंगात आलेला असतो, ऊन-पावसाचा खेळ होऊन इंद्रधनुष्य उगविलेले असते. टेकड्यांची माथी बोलावीत असतात, शेजारचे बालमित्र खुणा करीत असतात, परंतु आई-वडिलांच्या डोळ्यांकडे पाहून, शिक्षकांच्या रागीट आणि चिडखोर आवाजाची आठवण येऊन, ही सारी फुलत असलेली मुले मरगळून अंधाऱ्या घरात किंवा चौकोनी शाळेत कोंडवाड्याप्रमाणे वावरत असतात.

पण एकदा का यांना बाहेरची हवा लागली, की मग त्यांच्यापुरते आकाश ठेंगणे होते. टेकड्या नम्र होतात. वाहणारे पाणीसुद्धा दुडक्या चालीने एकदम थांबते. एखादा अबोल असणारा मुलगासुद्धा पाखरासारखा गाऊ-बागडू लागतो. सशासारख्या भित्र्या मुलाचे काळीज एकदम गरुडासारखे मस्तवाल बनते. मोकळ्या प्रकाशाची अन् मुक्त प्रकाशाची

ती किमया असते. चिमुकल्या अनवाणी पावलांच्या स्पर्शाने वत्सल, कृतकृत्य व्हायचे असते धरतीला.

पण मुलांना क्वचितच आपले बालपण सापडते. मोकळी हवा दुर्मीळ झाली आहे. क्रीडांगणे अदृश्य झाली आहेत. मुलांना पळायलासुद्धा जागा उरलेली नाही. साद घालायला आसमंत नाही. नाचा-बागडायला फुलांचा शेजार नाही. सावलीत वाढावीत अशी ही खुरटलेली मुले अकालीच म्हातारी होऊ लागतात. नको तेव्हा पिकून जातात. रंग यायचे राहूनच जातात. मग एक रूक्ष आणि कणाहीन माणसांचा समुदाय बनतो. या देशात माणसे जन्माला येतात, तीच पन्नाशी उलटल्यासारखी हताश आणि निस्तेज!

खरे तर माणसाच्या अंगात केवढी प्रचंड शक्ती असते. माणसाच्या अंत:करणात कुडकुडणाऱ्या चैतन्याला दिलासा दिला, तर याच लहान माणसातून उत्तुंग माणसे निर्माण होतील. मग सोळाव्या वर्षी मोगली सत्तेला आव्हान देणारा शिवाजीही निर्माण होतो. चक्रव्यूह फोडणारा तरुण अभिमन्यू निर्माण होतो. ऐन विशीतच मराठी राज्याचे पंतप्रधान होण्याची शक्ती असणारा बाजीराव पेशवा किंवा माधवराव पेशवा निर्माण होतात. चौदाव्या वर्षी राक्षसांपासून विश्वामित्रांचे यज्ञयाग वाचविणारे राम-लक्ष्मणसुद्धा निर्माण होतात व ज्याचे ओठ पिळले तर अजूनही दूध निघेल, असा सावळा श्रीहरी मस्तवाल कंसाचा वध करू शकतो. शैशवाला फुलवावे लागते आणि म्हणूनच तेथे मस्तवालांची शक्ती रोखण्याची जिद्द निर्माण होते किंवा मोगऱ्याहूनही कोमल असा ज्ञानदेवाचा वाग्विलास निर्माण होतो. आयुष्यातील सर्वांत सुंदर गोष्टीचा जन्म पहाटे पहाटे होतो. फक्त पहाट झाली आहे हे सांगावे लागते. आकाशाच्या मेघडंबरीखाली मुक्तपणे नाचू द्यावे लागते. दवबिंदूंनी चिंब केलेल्या हिरवळीवर पाय टेकवावेत, डोंगरावरून झपाटत आलेले वारे मुक्तपणे प्यावे लागते.

आणि याच वयात चांगल्या गोष्टींसाठी आयुष्य कुर्बान करावे अशी सहजगत्या प्रेरणा होते. न्यायासाठी, हक्कांसाठी उमलते पुष्प अग्नीत फेकून देण्याची ताकद असू शकते. कारण या वेळेस शक्तीचा हिशेब नसतो. सुरक्षिततेची चिकित्सा नसते. फक्त सत्याला, न्यायाला सामोरे जाण्याची उपजत आकांक्षा असते.

लहान मुले जेव्हा एखादे पराक्रमाचे कृत्य पाहतात, तेव्हा ती नेहमीच सत्याच्या बाजूला उभी असतात. रंगभूमीवर एखादा कपटी कोतवाल नागरिकांवर जुलूम किंवा अत्याचार करतो, तेव्हा ती प्रेक्षागारातील सारी लहान लहान मुले 'रॉबिनहुड, ये ना रे' अशी चक्क मागणी करतात. खरे तर या वेळी प्रत्येकजण

रॉबिनहुड झालेला असतो. प्रत्येकाला शक्य असते तर त्याने रंगमंचावर उडी मारून त्या कोतवालाचा नायनाट केला असता. प्रौढपणी न्यायान्यायाचे हिशेब निराळे असतात. पण लहानपणी ते हिशेब सरळ असतात. म्हणूनच खरे असतात.

परवा एक नाटक बघायला म्हणून गेलो आणि मुलांनाच पाहत बसलो. ही मुले नव्हतीच; हे तर चकाकणारे, डुलणारे, अस्वस्थ झालेले मोत्यांचे सर होते! रंगभूमीवरील प्रत्येक गोष्ट हे नुसते डोळ्यांनी पाहात नव्हते, तर त्यांचे सारे अंगांग पुलकित झाले होते. जेव्हा नायक अडचणीत असेल, तेव्हा त्यांचे डोळे खिन्न होत आणि मांडीवर हात मारून ते आपली असाहायता व्यक्त करीत, पण जेव्हा तोच रॉबिनहुड शत्रूबरोबर खड्गयुद्ध करी, तेव्हा या मुलांचे हातही खड्ग बनून जात आणि ते खड्ग कोणत्याही प्रबळ शत्रूला मारण्याइतके तेजाळलेले असे. रंगभूमीवर घडणाऱ्या लढाईत समोरची सारी माणसे रॉबिनहुडची हस्तक बनत आणि असे इमानदार हस्तक शेरवुड जंगलात रॉबिनहुडला कधीच मिळाले नसते.

चार-पाच वर्षांपासून बारा-चौदा वर्षांपर्यंतच्या खच्चून भरलेल्या मुलांचा तो समुदाय होता. जी अगदीच लहान मुले होती, ती शेरवुडच्या जंगलात कोठेतरी हरवल्यासारखी भांबावलेली होती. रंगीबेरंगी कपडे, हिरवेगार शेरवूडचे जंगल, आपल्या रंगाने चमकून आकाशापर्यंत भिडणारा मिनारांचा राजवाडा ती मुले आपल्या भावभरल्या डोळ्यांत साठवीत होती. जरा थोडी मोठी मुले होती, त्यांना ती अदभुत तिरंदाजी व तो तलवारींचा खणखणाट याचा आनंद होत होता. तारुण्याच्या उंबरठ्यावर असणारी मुले कोणता समरप्रसंग उभा राहणार आणि त्यात रॉबिनहुड कोणता पराक्रम करणार, यातच मश्गुल होती. पण प्रत्येकाच्या अंत:करणात मात्र रॉबिनहुडच्या रूपाने एक वीरपुरुष होता- ज्याच्या डोळ्यांत भय नव्हते आणि त्याला अजिंक्य असे काही नव्हते. इतक्या मुलांना एकाच वेळी पेटवू शकणारे नाट्य समोर घडत होते आणि मुले त्यात पूर्णपणे हरवली होती.

अशा या हरवलेल्या मुलांचा शोध लागण्यात केवढा बरे आनंद आहे! खरे तर मुलांचे हे हसणे, प्रेमात पडणे, भारून जाणे, वेडे होणे या साऱ्यांची आपल्यालाही गरज नसते काय? समज जास्त आला, म्हणजे मनुष्याने आपला हा गुणधर्म सोडून द्यावा की काय? असे हरवण्यामुळे आपल्याला कितीतरी सापडत असते. फक्त थोडे हरवण्याची तयारी मात्र असायला हवी.

समोर एक नाटक चालले होते आणि मागे दुसरे नाटक चालू होते. समोरच्या नाटकापेक्षाही हे मागचे नाटक अधिक अस्वस्थ करणारे होते. किंबहुना

आयुष्याचे खरे नाटक असेच आपल्या मागे चालल्लेले असते. पुढचे सारे पाहता पाहता मागचे पाहायचे विसरून जातो आणि हे पाहायची शक्ती हरवली की आपोआपच आपले केस पांढरे होऊ लागतात. कुणासाठी म्हणून नाही तरी आपल्यासाठीच फुले फुलायला हवीत. आपण डोळे उघडे ठेवायला हवेत आणि नकळत या फुलांना निमंत्रण द्यायला हवे;

या, फुलांनो, या!

- ० -

या फुलांचे करायचे तरी काय?

सहजगत्या रस्त्यात कुणी तरी भेटले आणि त्याने माझ्या हातांत काही प्राजक्ताची फुले ठेवली. फुले देण्यासाठी कुणाची तरी तो वाटच पाहत होता. कारण त्या फुलांचे ओझं त्याला असह्य झाले होते. स्वत:च्या ओंजळीत घेतलेली ती फुले, फुलांना न दुखावता, काही काळ घेऊन जाणे हे किती विचित्र दिसते, हे मी नुकतेच पाहिले होते. चालताना हात हलवायची सोय नाही किंवा इकडे तिकडे पाहायची सोय नाही. फुलांच्या नाजूकपणाचा इतका त्रास होत असेल, याची मला मुळीच कल्पना नव्हती. बरे, फुले हुंगावीत असे म्हटले तर रस्त्यात ते किती विचित्र दृश्य दिसलं असते! कारण ओंजळीत काय आहे हे काही दुसऱ्या कुणाला दिसणार नव्हते. फुले हुंगायची म्हणजे ओंजळ किंचित मिटायला लागणार. तेवढ्यात जर कोणी ओळखीचा माणूस समोरून आला, तर त्याला वाटणार, हा आपल्याला नमस्कार करतो आहे. त्यात पुन्हा फुलांना दुखवायची सोय नाही म्हणून ओंजळ पोकळच ठेवायला हवी. ज्याच्या गळ्यात फुले बांधता येतील इतक्या ओळखीचा माणूस जर समोरून आला, तर प्रश्नच नसतो. मग त्याच्या हातात आदरपूर्वक ती फुले देऊन आपली सुटका होते. पोटातल्या मुलाच्या वेणा सहन करणाऱ्या स्त्रीला ते मूल एकदा बाहेर आले म्हणजे कसे वाटते, हे जर कळून घ्यायचे असेल, तर पारिजातकाची फुले ओंजळीत घेऊन रस्ता चालण्याचा प्रयत्न करावा, एरवी पुरुषाला या स्त्रीच्या वेणा कशा कळणार?

एकदा ती फुले दुसऱ्याच्या ओंजळीत गेली, की आपण रसिकतेने त्या फुलांबद्दल बोलायला मोकळे होतो. नाही तरी

कुठल्याही ओझ्याखाली रसिकता दाखवता येत नाही. आपल्या शिरावरचे ओझे उतरले, हा आनंद तर मोठा असतोच; पण दुसऱ्याला ते स्वीकारायला लावले, हा आनंद अधिक मोठा असतो. दुसऱ्याला आपण काय गळ्यात घेतले आहे, याचे भान यायला थोडा अवकाश असतो. फुलांसारख्या कोवळ्या, सुंदर, सुगंधित वस्तूची भेट सकाळी सकाळी आपल्याला मिळाली, याबद्दल थोडा वेळ तो कृतज्ञ असतो. तेवढ्या वेळात आपली सारी रसिकता त्याला ऐकवून आपल्याला रस्ता सुधारायचा असतो. फार वेळ थांबायची सोय नसते. तोही एकदा अवघडलेल्या स्थितीला आला, की मग आपल्या या कोवळ्या आदराचे रहस्य त्याला समजेल, याचे भान ठेवावे लागते. शिवाय त्यालाही लवकरात लवकर हे ओझे स्वीकारणारा मित्र शोधायचाच असतो. या ओझ्याची भानगड अशी आहे, की घाम पुसण्यासाठी खिशातून रुमालसुद्धा काढण्याचे स्वातंत्र्य आपल्याला उरत नाही. आपल्या हातून जर यातील काही फुले जमिनीवर गळली, तर आपल्या अरसिकतेचा बोभाटा गावभर होणार असतो. फुले बाळगणारा बिचारा घामाघूम होऊन रस्ता चालत असतो. हे दृश्य मोठे केविलवाणे असते. त्याला फारशी संधी न देता आपण त्याच्या गळ्यात हे फुलांचे ओझे अडकवलेले असते.

एरवी एखाद्या शहाण्या माणसाने, 'झाडावरून फुले काढलेली मला आवडत नाहीत. फुलांचे हाल मला पाहवत नाहीत.' असे सांगून हा प्रसंग टाळला असता. पण फुलांची भेट नाकारणारा माणूस मला अजून भेटायचा आहे. त्यातूनही ही फुले जर एखाद्या स्त्रीने दिली, तर बघायलाच नको. स्त्रीने जरी चार रंगीबेरंगी गारगोट्या दिल्या, तर त्यासुद्धा खिशात वाजवत बाळगणारे बहुसंख्य लोक आपण पाहतो. स्त्रीने फुले दिली म्हणजे काळीज काढून दिले, असा भाव तिच्या चेहऱ्यावर असतो. घेणारा पार खलास. थोड्या वेळाने लक्षात येते की तिने डोळ्यांत जरी काळीज दिल्याचा भाव आणलेला असला, तरी न टाकता येण्याजोगे एक ओझे आपल्या गळ्यात मारले आहे. काळीज वगैरे जे द्यायचे आहे, ते ती पूर्वीच देऊन आली आहे किंवा आता नंतर जाऊन देणार आहे. ज्याला ती काळीज देणार आहे, त्याला काही न देतासुद्धा एक फूल मिळणारच आहे ना! ती आपले सुगंधित झालेले हात त्याच्या गालांवरून फिरवील आणि आपला रस्ता सुगंधित करून घेईल. हे दृश्य समोर आल्यानंतर ज्याच्या ओंजळीत ते फुलांचे ओझे आहे, त्याला ते भिरकावून द्यावेसे वाटेल.

पण रस्त्यावर तर अशी फुले भिरकावता येत नाहीत आणि रुमाल जर जवळ असेल, तर तो ती फुले सांभाळायचा प्रयत्न करील. रुमालाचे हे बिनओझ्याचे

शिंकाळे तरी किती हिंडवणार? लोकांना भलभलत्या शंका येऊ लागतात. मग हळूच तो रुमाल तो खिशात ठेवून देतो आणि मग केव्हा तरी तो घरी पोचतो. तेव्हा 'कसला वास येतो आहे बाई?' असे जेव्हा बायको खवचटपणे विचारू लागते, तेव्हा त्याला प्रथम त्या फुलांची आठवण येते. 'तुझ्यासाठी हौसेने आणलेली आहेत.' असे तो बोलायला जातो, आणि खिशातून तो रुमाल काढायचा प्रयत्न करतो तोपर्यंत ती फुले इतकी कोमेजलेली असतात, की त्यांचे स्वरूप पावसाने मेकअप धुऊन काढल्यानंतर प्रौढ स्त्री जशी दिसते, तसे होते. त्यावरची बायकोची प्रतिक्रिया अनेक प्रकारची असू शकते. 'ही फुले कोणी दिली तुम्हांला?' या तिच्या प्रश्नाबरोबर फुलांचे ओझे वाहून आणणारे हे फूल इतके कोमजते, की बायकोला सारे काही कळून चुकते. नवऱ्याचे शरमिंदे स्पष्टीकरण ऐकल्याबरोबर फुले राहतात बाजूलाच आणि मग थोडा वेळ ठिणग्या उडतात. आधीच ती फुले मरगळून गेलेली असतात. त्यात त्या ठिणग्यांनी त्यांचा पुरता निकाल लागतो.

या फुलांचे मी काय करू, काय करावे अशी तुमची अपेक्षा आहे, या प्रश्नातील विखार आपल्या अंत:करणापर्यंत पोचतो. फुले तर काही पुन्हा टवटवीत होणार नसतात. त्यांनी आपले काम चोखपणाने केलेले असते. योग्य वेळी आपण ही फुले जर टाकून दिली असती, तर फुलांचेही बरे झाले असते, आणि आपलेही बरे झाले असते, या विचाराने थोडा वेळ बरे वाटते. पण हे शहाणपण पुन्हा आठवत नाही. पुन्हा प्रसंग आला की कुणाची तरी सुटका करण्यासाठी आपली ओंजळ पुढे होतेच.

आता गंमत पाहा, फुले झाडावर सुंदर दिसतातच. कारण ती अस्पर्श असतात. सौष्ठव असणाऱ्या स्त्रियांच्या केसांतही ती सुंदर दिसणारच. याचे कारण ती स्त्री पाठमोरी असते. सुगंध जेव्हा आपल्याला स्वीकारायचा असतो, तेव्हा गंध सामोरा आणि स्पर्श पाठमोरा असणेच सोईचे असते. स्पर्श हा नेहमीच जाळणारा असतो. त्यापासून फुलांना सांभाळावे लागते. झाडावरच्या फुलांचा रंग, गंध आणि प्रफुल्लितपणा हा एकाच वेळी अनेक जण भोगत असूनही दुसऱ्याचा आपल्याला अजिबात मत्सर वाटत नाही, कारण हे देणे देवाचे आहे, असे आपण मानतो. फुले चोरणारे-सोने चोरणाऱ्या माणसापेक्षा जास्त गुन्हेगार वृत्तीचे असतात. कारण केवळ स्वत:साठी फुलांचा आनंद त्यांना हवा असतो. मालकीच्या वस्तू कराव्यात, अशा वस्तूंत फुलांची गणना करता येत नाही. ज्ञानाप्रमाणे फुलेसुद्धा सार्वत्रिक आनंदाच्या गोष्टी आहेत. स्त्रीने माळलेली फुले जरी सार्वत्रिक आनंदाची साधने असली तरी स्त्री कुणाच्या तरी मालकीची असते.

शिवाय फुलांच्या निर्मळ आनंदात आता, न दिलेले का असेना, पण वासनेचे निमंत्रण असते. स्त्रीजवळ असणारे नैसर्गिक निमंत्रण किंवा तिची इंद्रियजन्य आव्हाने, माणसाला इतकी घायाळ करतात की त्यात फुलांचे आणखीन येणारे निमंत्रण पाहणाऱ्याला पागल करून टाकते. पाठमोऱ्या व्यक्तीला हे कळत नाही, आणि पाठमोरी असल्याशिवाय फुलाचे निमंत्रण येतच नाही.

फुलांना चुरगाळूनसुद्धा जो सुगंध निर्माण होतो, त्यात चुरगाळणाऱ्याचे हात दिसत नाहीत हे किती चांगले, नाही तर तो गंध आपल्या डोक्यात भिनलाच नसता, अत्तरे म्हणजे अनेक निमत्रंणांचा अर्क. तो बुधलीत सांभाळावा लागतो. तो मोठ्या नजाकतीने योग्य वेळी बाहेर काढायचा असतो. शिवाय त्याची खासीयत अशी आहे की, चोळल्याशिवाय तो मस्तकापर्यंत पोचतच नाही. खरे तर सर्वच आनंदांची कहाणी अशीच आहे. थोडे तरी दुखल्याशिवाय आनंद नावाची अद्‌भुत गोष्ट निर्माणच होत नाही. वाकल्याशिवाय आणि वाकवल्याशिवाय कोणतेही आनंद झेलताच येत नाहीत.

ही फुलांची ओझी सांभाळता सांभाळता कधी गुदमरायला होते. पण ही ओझी फेकून देता येत नाहीत. देवावरसुद्धा आपण फुलांचा इतका भार टाकतो, की नाइलाजाने तो भक्तांना वश होतो. त्याला नाहीही म्हणता येत नाही. हुंगलेले फूल देवाला चालत नाही असे म्हणतात. मग गंध हरवलेली माणसे देवाला कशी चालतात? वक्त्याच्या गळ्यात कौतुकाने हार घातले जातात. कोणताही वक्ता आदरपूर्वक आणि अभिमानाने हे फुलांचे ओझे गळ्यात का बाळगत नाही? तो वरच्यावर ते हार झेलतो आणि टेबलावर ठेवून देतो. त्याने असे का करावे? फुलांच्या गंधामुळे त्याला आपले भाषण नीट करता येणार नाही, असे का वाटते? का फुलांच्या ओझ्याची त्याला शरम वाटते? कदाचित असेही असेल की त्या टवटवीत भरगच्च फुलांना पाहून आपली वास्तव योग्यता त्याला समजत असेल. कदाचित ती फुले त्याला विशोभित दिसत असतील, फुले किंवा त्यांचा हार देणाऱ्यांनी एक उपचार केलेला असतो, फुलांना न विचारता. माणूस कितीही स्वार्थी असला आणि त्याला कौतुकाचा हव्यास असला, तरी फुलांकडून कौतुक करून घेणे त्याला अवघड जाते. एखाद्या निष्पाप, निष्कलंक गोष्टीचा संस्कारही इतका प्रबळ असतो, की आपल्या स्पर्शाने फुले कोमेजणार तर नाहीत ना, अशी सार्थ भीती बहुतेकांना वाटते.

वास्तविक, स्पर्शाने फुले मुळीच कोमेजत नाहीत, उलट कित्येक वेळा तर ती उमलतात. फक्त आपल्या जातीचे फूल कोणते, हे ज्याचे त्याला कळणे

या फुलांचे करायचे तरी काय? / ३७

आवश्यक असते. आपल्यामुळे फूल उमलले आहे असे जर कळले तर माणसांच्या अंगावर रोमांच उभे राहतात. मग जे काही हीण आजपर्यंत जमा झालेले असते, ते गळून पडते. निदान तेवढ्यापुरते तरी. फुलांना फुलवणारे स्पर्श फार दुर्मीळ असतात. फुलांची ओझी वाटणारे लोक जास्त! सारा संसारच माया आहे, असे मानणाऱ्याला फुलांची भाषा कळत नाही. खरे तर मातीच्या कुशीतून जीवनरस शोषून घेणाऱ्या आणि अनाकलनीय अशा रंगछटा अंगावर बाळगणाऱ्या सुगंधी फुलांची भाषा अगदीच सोपी असते. दुसऱ्याला लागलेला काटा ज्यांच्या हृदयाला टोचतो, अशा कोणालाही फुलांची भाषा समजते. ज्यांच्या हातून नकळत आनंद दिला जातो, त्यांनाही ही भाषा समजते. आईला ज्याप्रमाणे न बोलणाऱ्या मुलाच्या साऱ्या मागण्या कळतात, तशाच फुलांनाही मूक असलेल्या माणसांची भाषा कळते. कायमची नि:शब्द झालेली माणसे फुलांच्या पुलावरूनच परलोकीचे पूल चालत पार होतात. जळत असताना ही फुले रडत नाहीत. त्यांनी एका माणसाला नव्या दुनियेत नेण्यासाठी एक पूल बांधलेला असतो. आपल्या अस्तित्वाचे सार्थक झाले म्हणून प्रकटलेच तर त्यांच्या डोळ्यांत आनंदाचे अश्रू येतात. सन्मानासाठी आणि निरोपासाठी आपल्याला फुलांचीच सोबत लागते,.

तरी पण फुलांचे ओझे कित्येकदा आपल्याला असह्य होते. कारण आपले हात दुबळे असतात. आपल्या हातापायांनी मुळातच इतकी ओझी आपण बाळगत असतो, की फुलांची एखादी पाकळीसुद्धा आपल्याला मोडून काढू शकते. काही फुले तर इतकी नाजूक असतात, की त्यांना माणसांचा श्वाससुद्धा बाधक होतो. अनेकांचे दाहक स्पर्श फुलांना जाळून टाकतात. मग फुलांनी करायचे तरी काय, आणि माणसांनी तरी करायचे काय? फुलांचा आधार काही माणूस नाही. आणि माणसाचा आधार फुले होऊ शकत नाहीत. वास्तविक फुलांचा आधार माणसांना पुरायला हवा.पण माणसाच्या स्पर्शात हव्यासाचा अग्नी सदैव पेटलेला असतो. आणि फुलांना तो अग्नी सहन होत नाही.

जेव्हा माझ्या ओंजळीत पारिजातकाची फुले एका परिचिताने आणून दिली, तेव्हा मी ती हातातही घेतली नाहीत. ती समोर ठेवायला सांगितली. फुलांपेक्षाही आपल्या भावनांचा अनादर केलेला पाहून त्या व्यक्तीला राग आला. असा माणूस फार कुरूप दिसतो. विशेषत: फुले आणणाऱ्या माणसाने असे दिसावे, हे फुलांनाही आवडत नव्हते. फुले सुगंधी वातावरण निर्माण करीत होती. पण त्यामुळेही राग काही विझला नाही. फुलांना भलेपणा सोडायचा नव्हता आणि माणसाला आपले राग-लोभ सोडायचे नव्हते. व्यवहारी जगात

फुलांना दुखवणे सोपे असते. कारण फूल काही आपली तक्रार नोंदवीत नाही; पण माणसाला दुखविणे आपल्याला परवडण्यासारखे नसते. मग फुले ओंजळीत घ्यावी लागतात. ती दुखावली तरी त्यांच्या दु:खाची आच केव्हातरी एकांतात आपण समजून घ्यायची असते. फुले तशी शहाणी असतात. प्रेम करणाऱ्यासाठी ती थोडी थांबायला तयार असतात; पण फुले आणणारी व्यक्ती मात्र थांबायला तयार नसते. आपल्या रसिकतेचे, आदरभावाचे, समयसूचकतेचे कौतुक वेळच्या वेळी झाले नाही याची स्पष्टता ती फुले कोमेजून जाईपर्यंत कायम राहते. पुन्हा पुन्हा या घटनेची आठवण दिली जाते. समोरची फुले आपली कीव करीत असतात. फुलांनी आपली कीव करावी, असा प्रसंग आपणच ओढवून घेतलेला असतो. खरे म्हणजे ती फुले पाहून आपण आनंदित झालेले असतो. पण त्या आनंदाच्या भरात फुले आणणाऱ्या व्यक्तीचे कौतुक करायचे राहून गेलेले असते. सोने वाहून आणणाऱ्या भारवाहकाचे कौतुक केले नाही, तर सोन्याचा कस कमी होतो काय? समजून घेणाऱ्याला खरे तर शब्द हे नेहमीच अपुरे असतात. शब्दांत नाटक असू शकेल, पण डोळ्यांत नाटक फार काळ पेलवत नाही. ज्याने कोणी ही फुले आणली, त्या फुलांच्या कौतुकातच आणणाऱ्याचे कौतुक झालेले नसते काय? पण पुष्कळांना कौतुक शब्दांतूनच व्हायला हवे असते.

आता मी एकटाच आहे. समोर फुलेही आहेत. मघापेक्षा थोडी कोमजलेली. मध्यंतरात घडलेली नाराजी या फुलांनी टिपून घेतली आहे. आनंद देण्याचा धर्म फुलांनी सोडलेला नसला, तरी मघापेक्षा फुले कोमेजलेलीच आहेत. काळापेक्षा नाराजीने फुले लवकर कोमेजतात. आता या फुलांचे मी काय करावे? त्यांची नाराजी कशी घालवावी? त्यांना कुरवाळताही येत नाही, त्यांची समजूतही घालता येत नाही. समजून घेतले तर माझे मन त्यांना समजून घेता येईल. कदाचित फुलांनी मला समजून घेतलेही असेल, या फुलांमुळे तर मी देण्यातला आनंद समजू शकलो आहे. जगात कितीही मिळवले, तरी तृप्ती होत नाही. पण देण्यातला आनंद हा आपली दीर्घकाळ सोबत करतो. फुलांसारखाच तोही आनंद निरपेक्षच असतो. गंधाप्रमाणे तोही भवताल दरवळून टाकतो.

ती फुले अजून तशीच हसत माझ्याकडे पाहत आहेत. काही क्षणांचेच आयुष्य त्यांना आहे, हे त्यांना माहीत आहे. पण शेवटचा क्षण येईपर्यंत त्यांनी स्वीकारलेले व्रत ते सोडणार नाहीत. हळूहळू ती फुले कोमेजू लागतील. ती मला निर्दयपणे फेकूनही टाकता येत नाहीत. मग अशा फुलांचे मी करावे तरी काय?

- ० -

खरेच, फुलांचे काही कळत नाही, हेच खरे!

हिवाळा सुरू झाल्यासारखा दिसतोय. कालपरवापर्यंत धुवांधार पाऊस पडत होता. झाडाझुडपांना झोडपीत होता. बहराला आलेल्या पिकांना कष्टी करीत होता आणि दिवाळी संपली न संपली तोच एकदम घनदाट हिवाळाच येऊन ठाकला. नेहमीप्रमाणे मध्येच ऑक्टोबरने हैराण केलेले नव्हते. त्या कडक उन्हाच्या पार्श्वभूमीवर गुलाबी थंडी सुखकारक वाटायची. परंतु ह्या वर्षी मधला उन्हाळा जाणवलाच नाही. आळशी मुलाप्रमाणे तो बहुधा यायचा विसरला असावा. आणि मग पावसाच्या मागोमाग आली, ती थंडी! तीही गुलाबी नव्हे, चांगली टोचणारी! नव्या हवामानाला जुळवून घेताना थोडी तकलीफ पडली. उबदार कपड्यांना हिवाळ्यापूर्वी ऊन दाखववं लागते. तेही दाखवायला मिळालं नाही. कारण थंडी आली ती चहुबाजूने आणि मग असतील नसतील ते ऊनी कपडे गोळा करण्यावाचून गत्यंतरच राहिले नाही.

तरी पण हिवाळा तो हिवाळाच. कोणत्याही ॠतूपेक्षा चांगला. काम करायला आरंभ करेपर्यंत आळशीपणा अंगभर मुरवून ठेवून अंथरूण सोडू नये असे वाटायला लावणारा. पण एकदा का उबदार शय्या सोडली आणि देहाची हालचाल सुरू झाली की मग चैतन्य देणारा, उत्साह देणारा, दुसऱ्या आळसावलेल्या माणसाला जागृतीत आणायला भाग पाडणारा. नि:स्तब्ध रस्त्यावरून दवाच्या महिरपीतून कुणीतरी साद घालत आहे अशी जाणीव करून देणारा. कधी नाही ते पायांत चपला सरकवाव्यात, स्वेटर-मफलर जे काही असेल ते गुंडाळावे, हाताची जुडी करावी आणि झपझप चालायला लागावे. उद्योगाच्या पाठीमागे लागणाऱ्या माणसाला अंथरुणातून

ओढून काढणारी ही थंडी तो कामावर पोहोचेपर्यंत त्याची सोबत करते. घरे-दारे, रस्ते-पायवाटा, कळस-मनोरे, झाडे-झुडपे दवाच्या दाट पांघरुणात सुस्तावल्यासारखी पडलेली असताना आपण तेवढे उद्योगाला लागायचे, ह्याचा थोडा राग येत असतो. एरव्ही गरम चहा हे एक सवयीचे पेय, ते ह्या दिवसांत गरजेचे पेय होऊन बसते. सृष्टीचे सारे रूप एका अवगुंठनाखाली लपवून टाकणारे दव मग हलके हलके दूर होऊ लागते. बराच वेळ चेहरा लपवून अवघडत बसलेल्या एखाद्या गोषातील सुंदर स्त्रीप्रमाणे लपून बसलेली वसुधा आपला चेहरा दाखवू लागते. थोडी ओळख पटली, की ती सारा घुंघटच फेकून देते. सूर्याचे पिवळेजर्द किरण दाट धुक्यातून प्रवेश करून हळूहळू निद्रिस्त जग जागे करू लागतात. बाहेरून आलेली ती ऊब थंडीची बोच अधिक वाढवते. पण मग अंथरुणात पडून राहणे अशक्य होते. घरात बसून राहणे चमत्कारिक वाटते. कोणीतरी आपल्याला बाहेर बोलावते आहे, असे वाटत राहते आणि ती हाक नाकारण्याचं सामर्थ्य आपल्यात उरतच नाही.

अशात आपण कुठे जर उंचावर असू तर मग मानवाचे हे प्रचंड कर्तृत्व धुक्याचा एखादा विरळ पडदा कसे लपवू शकतो, ह्याने आपण विस्मयचकित होतो. आपल्या गावाचे, घराचे हे असहाय्य स्वरूप आपल्याला अगदी नकोसे होते. मग सूर्यकिरणांची आपण प्रतीक्षा करतो. आपल्याला माहीत असते, की केवळ किरणांच्या अस्तित्वाबरोबर हे दवपटल अस्तंगत होईल. मग आपली परिचित स्थळे आपल्याला ओळखू लागतील. आपले छोटेसे घरकुल कुठे असेल, ह्याचा आपण अंदाज करू लागतो. दवाच्या पटलामुळे त्याच्यात नि आपल्यात जो अंतराय उत्पन्न झालेला असतो, तो दूर होताक्षणीच एक नवीनच जिव्हाळा आपल्यामध्ये निर्माण होतो. अर्ध्या घटकेपूर्वी जे जग नि:स्तब्ध, मृतवत वाटत होते, त्यातील चेतना डोळ्यांत दिसू लागते. मनाला जाणवू लागते. मग मनाला हुरूप येतो. आपली परिचित शाळा, महाविद्यालय, कचेरी, बाजार, मित्रांची आणि मैत्रिणींची घरे-सारे काही आपल्या आवाक्यात आल्यासारखे वाटते. हरवलेली आपली दुनिया आपल्याला परत लाभते. तृप्त मनाने आपण परत आपल्या जगाकडे येतो. निसर्गाच्या ह्या एका लहानशा चमत्कारानेसुद्धा आपल्या क्षुद्रत्वाला आव्हान केलेले असते. त्याच निसर्गातल्या दुसऱ्या एका अगदी साध्या, दैनंदिन घडणाऱ्या सूर्योदयासारख्या चमत्काराने आपले जग आपल्याला मिळवून दिलेले असते.

असा हा चमत्कार प्रतिदिनी घडत असतो, तरी त्याचे कुतूहल नष्ट होत

खरेच, फुलांचे काही कळत नाही, हेच खरे! / ४१

नाही. आपल्या घरातील छोटीशी झाडे, जी मघा अदृश्य होती, ती लगोलग आपल्याशी बोलू लागतात, कृतज्ञतेने विचारपूस करू लागतात. आपली ती मुलेच असतात. आपण त्यांना मायेने, ममतेने पाणी घालून वाढविलेले असते. कणाकणाने ती मोठी होत असतात. त्यांच्या आयुष्यातील तारुण्याचा पहिला बहर आपण पाहिलेला असतो. उन्हाने कोळपलेली, पावसाने वाकलेली आणि थंडीत हरवलेली अशी त्यांची रूपे आपण रोज पाहत असतो. आपण त्यांना जीवन देतो. त्यांनी फुलावे अशी इच्छा करतो. त्यांनी फळ धरावे ह्यासाठी धडपडत राहतो. आणि जेव्हा पहिलं फळ, फूल येते, तेव्हा आनंदाने आपण हर्षभरीत होतो, कारण त्या सर्वांचे आपण साक्षी असतो. आपले श्रम आपण त्यात ओतलेले असतात. आपले पाय आपण चिखलाने मलिन करून घेतलेले असतात. आपल्या पत्नीच्या डोक्यातील पांढरा केस सहजगत्या काढून टाकतो, तितक्याच सहजतेने ह्या छोट्यामोठ्या वृक्षांची वाळलेली पाने, फांद्या आपण खुडून टाकतो. लहान मुलाच्या मखमली केसांवरून हात फिरवताना आपण कुठल्यातरी जीवतत्त्वाला स्पर्श करीत असतो, अशी एक मनोमन जाणीव असते. त्यात केवळ नागवे वात्सल्य नसते; तर अज्ञाताला स्पर्श करण्याचा तो एक भाबडा यत्न असतो. आपल्या बगिच्यातील झाडांना वसंतात जेव्हा लाल, किरमिजी नवी नव्हाळी येते तेव्हा आपलासुद्धा हात त्या नव्हाळीला स्पर्श करण्यासाठी आपसूक तेथे जातो. आपल्या मुलाबाळांना ठेवता येत नाहीत ती नावेही काही झाडाझुडपांना-वेलींना ठेवतो. कुठेतरी वाचलेले चांगले नाव आपल्या मनात घर करून असते. हे नाव आपण प्रत्यक्षात आपल्या मुलाला देऊ शकत नाही. मग ते नाव आपण एखाद्या जाईच्या वेलीला, आम्रवृक्षाला, पपनसाच्या झाडाला देऊ इच्छितो. ह्या वेलींचे तर फार लाड पुरवावे लागतात. लहान मुलींचे केस सारखे अस्ताव्यस्त उडत असतात, आणि त्यांना बंदिस्त ठेवण्यासाठी आईला त्यांची काळजी घ्यावी लागते, तसेच ह्या वेलींचे असते. ह्या वेलींच्या डहाळ्या वाटेल त्या दिशेने वाढत असतात. त्यांनासुद्धा रिबिनी बांधाव्या लागतात. पिकू घातलेल्या केळ्यांच्या लोंगराला चड्डी नेसवावी लागते.

बाग लहानशी असो, मोठी असो, त्यात झाडे असोत, वृक्ष असोत, झुडपे असोत किंवा जमिनीबरोबर वावरणारे भाज्यांचे वाफे असोत, हा सारा आपला संसार असतो. ह्या प्रत्येकावर सम प्रमाणातच प्रेम करावे लागते. जाईच्या वेलीवर जास्त प्रेम केलं तर आवळीच्या झाडाला ते आवडत नाही. आणि ती आवळी जर रायआवळी असेल, तर मग ती रुसूनच बसते, फुलतच नाही. तिलासुद्धा वत्सल स्पर्शाची भूक असते. एकदा ती खुदूखुदू हसायला लागली

की मग तिच्या फांद्याफांद्यांवर पैलू पाडलेल्या हिऱ्याप्रमाणे हास्याची कारंजी उसळू लागतात, आणि तिला हसू आवरता येत नाही. प्रत्येक फांदीवर ती नुसती लगडून जाते. भाजीपाल्यांच्या वाफ्यांचेही तेच असते. मग ती अगदी गावठी वांग्यांची झुडपे असोत, किंवा मुळा-मेथीची रोपटी असोत किंवा फ्लॉवर, कोबी नवलकोल ह्यांसारखे परदेशी पाहुणे असोत. मालकाचा पायरव सारे जण ओळखतात आणि तो ऐकू येताच त्या दिशेने वळून पाहू लागतात. मालकाचा स्पर्श, आवाज एवढेच नव्हे, तर परिचित वास जरी त्यांना मिळाला, तरी ती आतून बाहेरून फुलून येतात. आमच्या परड्यातील वांगी चांगली लांबलचक आणि टपोरी असतात. त्यांचा तो गडद अंजिरी तांबूस रंग म्हणजे निरोगी गव्हाळ स्त्रीच्या कांतीचाच रंग; पण आमच्या शेजाऱ्यांकडे तसली वांगी होत नाहीत. ते नेहमी तक्रार करतात, की तुम्ही आणता तेथूनच आम्ही बियाणे आणि खत आणतो. मग तुमचीच फळफळावळ इतकी चांगली का? मी नुसताच हसतो, कारण माझे स्पष्टीकरण त्यांना पटणारे नसते. खरे तर कुणालाच पटणारे नाही. तशी तर आईबापांवाचूनही मुले वाढतात, पण मग चांगल्या संस्कारांनी तृप्त आईबापांनी वाढविलेली मुले वेगळी का वाटतात? झाडांनासुद्धा कोणीतरी वाढवावे लागते. त्यांनाही माया समजते. त्यांना केव्हा फुलायचे, केव्हा रडायचे हे माणसासारखेच कळत असले पाहिजे, कारण तसे नसते, तर मातीवर प्रेम करणाऱ्या शेतकऱ्यात आणि इतर शेतकऱ्यांत काही फरकच राहिला नसत.

माझ्या छोट्याशा घराभोवतालच्या बागेत असणारी झाडे आता एकटीच वाढत असतात. कारण मी तिथे राहत नाही. परवा बऱ्याच दिवसांनी मी तिथे गेलो, तेव्हा आईच्या आठवणींसाठी लावलेले रामफळाचे झाड मला हाक मारतंय असे वाटत होते. रायआवळी बिचारी खिन्नपणे उभी होती. पण तिचीही पाने चमकली. हां तिलाही काहीतरी म्हणायचे होते. दरवाजात असणाऱ्या जाईच्या वेलीने माझे चहुअंगांनं स्वागत केलं. हौसेने बांधलेले हे घर आणि प्रेमाने लावलेली ही झाडे सोडून केवळ सोईसाठी मला आज गावात राहायला यावे लागले. मला घराची आठवण येते हे ठीक आहे; पण त्यांनासुद्धा माझी आठवण येत असेल, हे जाणल्यावर मात्र सोय गैरसोय हा विचार सोडून देऊन त्यांच्या संगतीत पुन्हा जायला हवे असे मला वाटू लागले आहे. मी तेथून परतल्यानंतर झाडांना पाण्यासाठी आणि स्वच्छता करण्यासाठी काही माणसे मागे राहिली होती. त्यांनी परत येताना परडीभर फुले बरोबर आणली. ही एवढी फुले कुठे मिळाली असे मी विचारले, तेव्हा ती म्हणाली, “आपल्याच बागेतील

खरेच, फुलांचे काही कळत नाही, हेच खरे! / ४३

आहेत.'' भल्या पहाटे सकाळी त्यांना, फुलाझाडांना, जेव्हा मी भेटलो होतो तेव्हा दवात कुडकुडणाऱ्या त्या झाडांवर मला फुले कुठे दिसली नव्हती. मग ही फुले आली कुठून? का आम्ही परत बंगल्यावर राहण्याचे जे बोलत होतो. ते ऐकून ही झाडे लगेच फुलली? खरेच, फुलांचे काही कळत नाही, हेच खरे!

- ० -

फुलांनो, तुम्हांला थोडे थांबायला हवे!

"लोक तर काट्यांनासुद्धा भितात. अरे, आम्ही फुलांनीसुद्धा जखमी झालो."

माणूस सावधगिरीने वागतो. संरक्षणाची त्याला एक उपजत बुद्धी आहे. शक्य तितक्या प्रयत्नांनी तो संकटांना दूर ठेवतो. त्याचेही बरोबर आहे. हा मनुष्याचा जन्म एकदा मिळणार. या जन्मातच साऱ्या इंद्रियांचे चोचले पुरविले पाहिजेत. वखवखलेली गात्रे तृप्त केली पाहिजेत. सुख ओरबाडून घेतले पाहिजे. दु:ख ढकलून लांब फेकले पाहिजे. संकट आले की अंग चोरले पाहिजे आणि स्वागत दिसले की मान पुढे केली पाहिजे. रस्त्यावर काटे दिसले की पळच काढला पाहिजे आणि कोठे फुले दिसली की झडप घालून ती चुरगाळली पाहिजेत. हा तर साऱ्या माणसांचा मूलभूत धर्म आहे. लोभ, मोह, लाचारी, हुशारी सारे कसे सुतासारखे सरळ चालतात. हां, कधी कधी एखादे वेळेस मुलांसाठी, बायकोसाठी, शेजाऱ्यांसाठीसुद्धा क्षणिक दातृत्वाचा उमाळा येतो. पण तेही देणे नसतेच, घेणेच असते. तेही स्वत:चा अहंकार सुखविण्यासाठी, स्वत:चा अहंकार सांभाळण्यासाठी किंवा मिळवण्यासाठीसुद्धा.

कधी कधी धर्मासाठी, देवासाठी, देशासाठी, जातीसाठी लोकक्षोभाचा वन्ही पेटतो. तेवढ्यापुरती माणसे होरपळून घेतात. तीसुद्धा एक नशा असते आणि त्या नशेच्या तृप्तीसाठी थोडे तरी झुकावे लागते.

एरवी माणसे साधीसुधी, स्वत:पुरते बघणारी. छोट्या डबक्याला सागर समजणारी, त्या डबक्याच्या भिंती त्यांचा इतिहास सांगतात आणि त्यांचा भूगोलही. साध्यासुध्या काट्यांनीसुद्धा ही माणसे जखमी होतात. मोठ्या जखमांनी

तर मिटूनही जातात.

पण अशीही माणसे असतात; की ज्यांना फुलांनीसुद्धा जखमा होतात. त्यांची हृदये कमजोर नसतात, डोळे अधू नसतात आणि हातही दुबळे नसतात; पण त्यांना फुलांची सवयच नसते, म्हणून फुलेसुद्धा त्यांना टोचू लागतात. कधी कधी तर ती जखमा करतात. त्यांना फुलांपासून पळता येत नाही. ती फुले बरोबर वागवावी लागतात. उभा जन्म उन्हात गेलेल्यांना सावलीची भीती वाटते. सांजसकाळ अर्धपोटी राहणाऱ्याला पोटभर अन्नाचीसुद्धा भीती वाटते. ज्या कोणी जाणून बुजून उभा जन्म उन्हात घालवायचे ठरविले, दारिद्र्याला निमंत्रण दिले व काट्याकुट्यांचा रस्ता तुडविला, त्यांना फुलांजवळ जायला, फुलांना कुरवाळायला वेळही नसतो! फुलांचे रंग, फुलांचे सुगंध कसे असतात, ते बिचाऱ्यांना ठाऊकच नसते. म्हणजे त्यांची ओळख करून घ्यायला वेळच झालेला नसतो आणि एके दिवशी अचानक त्यांना कोणी फुलांच्या ताटव्यात नेऊन सोडले की मग त्या फुलांनीसुद्धा त्यांना नाही का जखमा व्हायच्या?

ज्यांनी कधी सुरतसुख घेतलेलेच नाही, आई-बहिणींशिवाय ज्यांनी कधी स्त्रीचे रूप पाहिलेच नाही, अशा कोवळ्या कोवळ्या मुलांना पायपीट माहीत होती, पोलिसांचा छडीमार माहीत होता. बंदुकींच्या थंडगार नळ्यांचे स्पर्श त्यांच्या हातांना माहीत होते. अशा त्या चिमण्या जिवांनी फासाचे दोरसुद्धा नीट पाहून ठेवले होते. ऐन वेळेला कच खायला नको, म्हणून सुंभाच्या दोऱ्यांनी त्यांनी गळ्याला गुंडाळून घेतले होते; त्यांना एखाद्या सुंदर कामातुर, समर्पणोत्सुक स्त्रीच्या स्पर्शाचे रोमांच कसे समजणार? त्या स्पर्शांनी त्यांना जखमाच होणार. त्यांच्या कलेजवाला त्या नाजूक कट्यारीचा काय उपयोग? बघता बघता ज्यांनी खऱ्या कट्यारींनी आपले बोटे कापून चंडिकेवर रक्ताचा अभिषेक केला, त्यांच्या कलेजवाला काट्यांनी जखमा व्हायच्या नाहीत. दोरखंडाने त्यांच्या गळ्याला वळ पडायचे नाहीत. फुलांनी मात्र ते घायाळ होतील. म्हणून म्हणतो, भलत्याच वाटेला जाऊ नका. रंगेलपणाला शोभा आणावी म्हणून आशुकमाशुकांचे हात फुलांचे गजरे बांधायला उत्सुक आहेत. रतिक्रीडेच्या घुसमळण्यात ज्या फुलांनी चुरगळून जायचे, त्या फुलांनो या भलत्याच वाटेवर जाऊ नका, तुरुंगातील थंडगार फरशीच्या रस्त्यावरून एक रक्ताळलेले जास्वंदीचे पुष्प स्वतःहून वधस्तंभाकडे निघाले आहे. त्याला नाही दुसऱ्या फुलाची गरज-नाही हाराची. कारण तेच होणार आहे एक रक्तपुष्प. काळभैरवाच्या पायांवर वाहिले जाणारे. एका तख्तावर हारही तयार आहे लोंबता, आणि तख्त असे आहे की ज्याला उसने हिरेमोती

लावावे लागत नाहीत. कारण प्रत्येक दिवशी एक एक नवा हिरा त्या तख्ताला आपोआप येऊन बिलगतो. हेच आत्मे एखाद्या तैलचित्रात किंवा पुतळ्यात येऊन प्रवेश करतात, तेव्हा घातलेल्या पुष्पमालांनी त्यांना जखमा होतात. परंतु त्यांचे सुस्कारे आपल्याला ऐकू येत नाहीत. कारण हे हार कोठे आपण त्यांना घातलेले असतात! आपल्याला मिरवायचं असते, जगात मोठेपणा सांगायचा असतो. काटे टाळायचे असतात म्हणून तर आपण हे हार इतमामाने त्या चित्रा-पुतळ्यांना घालतो.

होय, आपल्याला काटे टाळायचे आहेत, म्हणून तर आपण शिवाजीला भवानीदेवी प्रसन्न आहे, असे म्हणून टाकतो. म्हणजे त्याचा कर्तृत्वाचा हिशेब चुकता झाला. म्हणजे मग शिवाजीने काही केले, तरी आपल्यालाही काही करायला नको. केले, ते सारे भवानीनेच. अशा तऱ्हेने काट्याकुट्यांचे सारे रस्ते आपण बंद करून टाकतो. शिवाजी हा परमेश्वराचा-शंकराचा अवतार, त्याला काटे टोचणार कसे! आपल्याला मात्र काटे टोचणार. आपल्याला भवानी प्रसन्न नाही. चुकविला की नाही आपण काट्यांचा रस्ता!

श्रीकृष्ण तर प्रत्यक्ष परमेश्वराचाच अवतार. तेव्हा तो जे आणि जसे करतो, ती परमेश्वरी लीला. एखाद्या देवळात त्या कृष्णाला कोंडून टाकले, की पुन्हा म्हणून कृष्णाच्या कर्तबगारीची भाषा काढायला नको. मग कंसवध करण्याची जबाबदारी संपते. विष्णूच्या या अवताराचे हो कसले कौतुक! ते काम आपल्याला थोडेच करता येणार? या श्रीकृष्णाला एकदा फुलांच्या हारांत गुदमरून टाकले, की त्याचा आवाजही मग बंद होतो. मग घातलेली फुले त्याला टोचतात किंवा काय, याची चौकशी करण्याचे आपल्याला कारण राहत नाही. आपण आणखी एक काट्याचा रस्ता चुकविला की नाही? असे आपण सर्वच आपल्या मार्गांत येणाऱ्या काट्यांचे रस्ते चुकवीत आलो आहोत. आपल्याला न झेपणाऱ्या कर्तबगारीची अशी सुरेख वासलात लावून टाकतो. सर्व काट्यांना फुलांनी झाकून टाकतो. जे कोणी वेडेपीर काट्यांवरून चालले, ते त्यांचे चालणे त्यांनाच लखलाभ होवो, आम्हांला ते झेपण्यासारखे नाही. म्हणून या सर्व रस्त्यांवर आम्ही फुले पसरू पाहतो आहोत.

या जगात अनेक रावण, अनेक कंस, अनेक औरंगजेब होऊन गेले, होतही राहणार. एखाद्या महापुरुषाने जन्म घ्यावा, हवे तर या राक्षसांचा निःपात करावा. आम्हांला भलताच उपदेश करू नये. आम्ही फार तर त्यांचे पुतळे उभारू, त्यांना देव्हाऱ्यांत बसवू. त्यांना हारांत गुदमरवून टाकू, एवढेच आम्हांला

करता येण्यासारखे आहे. वेळप्रसंगी आमचे भीरुत्व लपविण्यासाठी, मुकाबला टाळण्यासाठी आम्ही ही राक्षसी माणसे पराक्रमी आहेत, असेसुद्धा म्हणू! त्यांच्यावाचून समाजाचे चालणार नाही, हेच म्हणणे आमच्या सोईचे आहे. कारण ही माणसे उलथवून टाकायची तर काट्यांवरून चालण्याचा प्रश्न उभा राहतो; मग त्या रस्त्यावरून जायचेच कशाला? मग जे हुकूमशहा होतात, त्यांच्यापुढे थोडे वाकले म्हणून बिघडले कोठे? त्यांना तारणहार म्हटले, म्हणून बिघडले कोठे? आपल्याला करायच्या आहेत काय या भलत्या पंचायती? काही झाले तरी अस्तित्वाची महती और आहे. एकदा मिळालेला हा जन्म हकनाक या धोक्यात कोण टाकणार? आणि जर धोक्यात आपले काही बरे वाईट झाले, तर मग आपल्या सुकुमार देहाचे होणार कसे? त्याला काटे टोचतील ना? त्यापेक्षा खोटे हसू अन् झुकती मान अधिक सोईची आणि सुखाची-अधिक सुरक्षित, अधिक चिरंतन.

काही वेडे लोक म्हणतात, ''शंभर वर्षे शेळी होऊन जगण्यापेक्षा एक दिवस सिंह होऊन जगावे.'' अर्थात असे म्हणणारे वेडे आहेत. मृत्यू ही महाभंयकर गोष्ट आहे. ती आली की सर्व संपते, मागे काही राहत नाही. एखाद्याचे मागे पुतळे तरी होतात. बाकीचे तर सारे मातीत गाडले जातात आणि त्यावर सराटे उगवतात. सराट्यांवरून जाण्यात काय अर्थ आहे! आधी काट्यांतच काय अर्थ आहे! आयुष्य म्हणजे एखाद्या चांगल्या जोपासलेल्या हिरवळीवरची वाटचाल नाही का?

म्हणून काट्यांची आम्हांला भीती वाटते, अर्थात फुलांचीसुद्धा भीती वाटते. गुलाबाच्या फुलांना काटे असतात. मला वाटते, काटे आणि फुले तशी जवळजवळच राहतात. सावधगिरीचा बहाणा सोडून जरा एक पाऊल पडलं, की फुलांचा रस्ता संपतो आणि काट्यांचा सुरू होतो. त्यापेक्षा ती फुलेही नकोत आणि काटेही नकोत, हेच बरे नाही का? नुसती रंगीत कागदाची फुले आपल्याला पुरेशी आहेत. जो रंग पावसात ओघळतो, उन्हात कोमेजतो, तो रंग आपल्याला सोईचा असतो. एक तर रंग बदलत राहतात. तेवढेच नावीन्य. आणि शिवाय आपल्याला पावसात आणि उन्हात जायचेच आहे कोठे? बंदिस्त खोलीतील सावली एखाद्या थडग्यातील थंडाव्याइतकीच सुरक्षित नसते काय? पुष्कळांना हे काही पटत नाही, रक्तरंजित करणारे काटे त्यांना भूल घालतात. तेजाळलेला सूर्य त्यांना निमंत्रण करतो. झोडपणारा वरुण त्यांना हाक मारतो, आणि हे खुळे बायकोची मृदुमांसल मिठी सोडून खुशाल रस्त्यावर येतात. कळ्यांसारखी असणारी

यांची मुले हाका मारीत असतात, पण बाहेरून येणारी हाक त्यांच्या कानांत भरून गेलेली असते. उबदार शय्येपेक्षा कारागृहाच्या कराल थंडगार भिंती त्यांना प्रिय असतात. वाटेत आलेले काटे ते दूरसुद्धा करीत नाहीत. कारण तसे केले, तर या रस्त्याची मजा जाईल, असे त्यांना वाटते. संभवाच्या संगीतापेक्षा शंकराचे संहारनृत्य त्यांना आवडते की काय कोणास ठाऊक? निर्मिती रक्त मागते आणि त्यांचे रक्तरंजित हात त्या नवनिर्मितीला साथ देतात. उन्हापावसाशिवाय, वादळवाऱ्याशिवाय, काट्याकुट्यांशिवाय काही नवे घडतच नाही, असे वाटणारे हे वेडे पीर भेदरलेल्या जमावाला उगाचच मोहिनी घालतात आणि भयभीत करतात.

म्हणून म्हणतो, फुलांनो, तुम्ही सांभाळून असा. उगाच कट्यारी बनू नका. उगाचच जखमा करू नका. तुमचे रस्ते निराळे, काट्यांचे रस्ते निराळे. चुकीच्या रस्त्यावर आलात तर तुमचे निर्माल्य होईल. काट्यांवरून हसतमुखाने फिरणारी ही माणसे चित्रांच्या चौकटीत किंवा चबुतऱ्यावरच्या पुतळ्यात जाऊन गप्प बसतील, तेव्हा हवे तर तुम्ही फुलू शकता. तोपर्यंत पानांच्या आड बसून गुपचूप जागच्या जागीच थबकून राहा. गंधसुद्धा साठवून घ्या. पाकळ्या मिटून घ्या. फुलांनो, तोपर्यंत तुम्हांला थांबायलाच पाहिजे.

- ० -

फुलांचेसुद्धा ओझे होते!

परवा नगर येथे सुधीर फडके यांचा माझ्या हस्ते सत्कार झाला. सत्कारासाठी हार घालताना साहजिकच महाराष्ट्रीय प्रथेप्रमाणे प्रत्यक्ष गळ्यात हार घालण्यापूर्वीच बाबूजींनी तो हार वरचेवर स्वीकारण्याचा प्रयत्न केला. अर्थात मी ते होऊ दिले नाही. तो हार मी चक्क त्यांच्या गळ्यात घातला, आणि गळ्यातच राहू दिला. आणि मुद्दाम फोटोग्राफरला सांगितले, आता यांचा फोटो काढा. हार घातल्यामुळे आणि हार घालून घेतलेल्या स्थितीत फोटो काढल्यामुळे अकारण लाजलेले सुधीर फडके इकडे स्थानापन्न होत होते, तेव्हा मी म्हणालो, "हार घालून घेताना मराठी माणूस इतका लाजतो का कुणास ठाऊक!" हाराची आणि गळ्याची कधी गाठभेट होत नाही. लग्नात नाइलाजाने काही काळ गळ्यात हार घालून वावरावेच लागते. एवढा प्रसंग सोडला तर या सुगंधी फुलांचा आपण अनादर का बरे करतो? माझे गुरुवर्य बापूसाहेब माटे म्हणत, "अरे, हार म्हणजे काय सापबीप आहे की तो लगेच झटकून टाकावा! एवढी चांगली चांगली फुले बागेतून गोळा करायची, ती हारात गुंफायची आणि उत्सवमूर्तींच्या गळ्यात घालण्यासाठी आणायची आणि आपण मात्र तो हार वरच्यावरती घेतल्यासारखा करायचा, हा फुलांवर केवढा अन्याय आहे!" खरे म्हणजे हा भरगच्च हार गळ्यात घालून भाषण करायलासुद्धा हरकत नाही. फुलांचे गंध दरवळताहेत, गौरवाचं मानचिन्ह गळ्यात डुलत आहे. विचार करा, फुलांनाही कृतार्थ वाटत असेल आणि आपल्याही मनातला अहंकार थोडा सुखावला असेल. जे काही मी समाजासाठी थोडेफार केलं त्याची ही पावतीच आहे या भावनेने तो साहित्यिक, कलावंत, विचारवंत थोडा

अंतर्मुखसुद्धा होत असेल.

“ही उत्तर हिंदुस्थानातली माणसे पाहा कशी शहाणी असतात. गावाकडे चार दोन वर्षांनी परत जायला निघाली की त्यांचे गावकरी स्टेशनवर त्यांना निरोप देतात. आपणच सांगा, फुलांच्या इतके निरोप समारंभाला अधिक चांगले साधन काय असणार? कारण दुरावा घडला तरी काही काळ का होईना; गंध मागे दरवळतो. हे अनाडी उत्तर भारतीय शेतकरी गळ्यात हार घालूनच प्रवासाला निघतात आणि आम्ही अरसिक मराठी माणसे मात्र फुलांचे हार स्वीकारताना आपल्याकडून काहीतरी लज्जास्पद घडते आहे, अशा भावनेने उगाच संकोचल्यासारखे वागतो. तेव्हा आपण मला घातलेला हा हार घालून मी भाषण केले तर आपली काही हरकत नाही ना?”

हा किस्सा मी थोडक्यात माझ्या भाषणात सांगितला, अर्थात लोकांनी त्याला दाद दिली. मराठी माणसे कौतुक करण्यात, टाळ्या वाजविण्यात एकंदर कंजूस असतात हे सर्वश्रुत आहे. खरे पाहायला गेले तर कोणताही आनंदाचा क्षण झेलून घेतला तर तो दुप्पट होतो. डोळ्यांबरोबर तो हातांनीही झेलला तर तो चौपट होतो. आपल्या सर्वच इंद्रियांना आनंद ग्रहण करण्याची सवय लागली तर स्वत: सुखी होता येतेच, पण शेजाऱ्याला आणि समुदायालाही सुखी करता येते. काही आनंदच असे असतात की ते समुदायांनाच भोगावे लागतात. नाटक, गाण्याची मैफल, सर्कशीचा खेळ, क्रिकेटची मॅच, हा एक सामुदायिक आनंदाचा महोत्सव असतो. गाणे चांगले असले तरी ते रंगवावे लागते. मख्ख चेहऱ्यांच्या श्रोत्यांपुढे गाणारा रियाझ केलेले गाऊ शकतो, पण गाणे उमलत नाही. आणि जोपर्यंत नदीचं पात्र सोडून पाणी वाहत नाही तोपर्यंत महापूर आला असे म्हणता येत नाही. फार्स हा तर केवळ नट आणि प्रेक्षक यांनी एकत्र खेळायचा खेळ आहे. प्रतिसादाशिवाय स्थिर झालेला विनोद उभा राहतच नाही. अलीकडे गझलांचे वगैरे कार्यक्रम होतात. त्याला थोडीफार ‘दाद’ मिळते, नाही असे नाही. पण पुष्कळदा ती शहाणपणाची ‘दाद’ असते असे नाही. शहाणी ‘दाद’ ही आणखी एक दुर्मीळ गोष्ट आहे. कुमार कधी कधी ‘सा’ शोधीत असतात, बैठक जमवीत असतात, रस्ता ठरवीत असतात तेव्हाच त्यांचे भाबडे भक्त ‘दाद’ द्यायला लागतात. अशा वेळेस ते अस्वस्थ होतात. “अरे, मला रस्त्यावर तर येऊ द्या, स्वरांना घट्ट धरू तरी द्या, नाही तर तुमची ‘दाद’ स्वीकारता स्वीकारता माझा सापडत असलेला सुरांचा रस्ता हरवेल.” अशी केविलवाणी परिस्थिती कुमारांचे भाबडे चाहते करून टाकतात.

दाद केव्हा द्यायची, किती द्यायची हे समजण्यासाठी नुसती कौतुकशक्ती पुरत नाही. त्यासाठी किमान शहाणपण लागते. म्हणून सर्वच कलावंतांना शहाणी सोबत हवी असते. ते मैफलीत येऊन बसले, की प्रथम ते मैफलीवरून नजर फिरवितात आणि चार दोन तरी शहाणे डोळे शोधून काढतात. एखाद-दुसरा सुंदर कटाक्षही शोधून ठेवतात, साराच समुदाय शहाणा असला तर फारच चांगले. पण असे हल्ली क्वचित घडते. कारण फॅशन म्हणूनच किंवा एक इव्हेन्ट म्हणून गाण्या-बजावण्याला येणारे लोक जास्त होऊ लागले आहेत. मग तो मैफलीचा बादशहा चार दोन सुजाण डोळ्यांसाठी आणि एखाद-दुसऱ्या सुंदर विभ्रमासाठी गावयाचे ठरवून टाकतो. खरोखरीच एखादी नवीन जागा त्याने घेतली, की जी त्यालाही नव्यानेच सापडलेली असते, की तो 'त्या' डोळ्यांकडे पाहतो आणि मग या बादशहाला पसंतीचे नजराणे मिळतात.

मराठी माणसांचे हे असे संकोचलेले, दुर्मुखलेले, लवकर आनंदाशी जवळीक न साधणारे मन कशामुळे निर्माण झाले असावे? हा दगडाधोंड्यांचा देश आहे ही गोष्ट खरी, पण इथे वेरूळ-अजंठ्यात दगडसुद्धा फुलांसारखे झालेले आहेत. ते फुलतात, हसतात, कटाक्ष टाकतात आणि माणसांच्या सर्व भावना व्यक्त करू शकतात, मग माणसे तेवढी अचेतन पाषाणासारखी मख्ख का बसतात? खरे तर सभागृहात एखादा ज्येष्ठ आला की सर्वांनी उठून उभे राहावे, काळजाला स्पर्श करेल असा विचार त्याने मांडला की टाळ्यांचा कडकडाट करावा, एखाद्या कवीने आपल्या शब्दाने आकाश पेललेले पाहिले की श्रोत्यांचे ऊर भरून यावे, गायकाने स्वच्छ षड्ज लावला की श्रोत्यांच्या मनातील सारे विखार जळून जावेत. अखेर माणसाने माणूस असावे, साद घातली की प्रतिसाद द्यावा. हात पुढे केला की तो घट्ट हातात घ्यावा. कौतुकासाठी जर कोणी आसुसलेले असेल तर अगदी हिशेबाने मोजून मापून शब्द टाकण्याची गरज नाही. एखादे झाड कौतुकानेच फुलणार असेल तर काय हरकत आहे? कारण आपले कौतुक मागे उरणार नसते. त्या झाडाचे फुलणे मात्र मागे उरणार असते.

आपले सारे हिशेब नेमके कौतुकाच्या वेळेसच व्यापारी वृत्ती धारण करतात. एखादी कथा, कविता, नाटक पाहून आपण हळवे झालेले असलो तरी दुसऱ्या कोणी आपल्याला त्याबद्दल विचारले की आपण म्हणतो, ''ठीक आहे'' ठीक काय आहे? अरे, क्षणमात्र का होईना तुमच्या हृदयावर त्या शब्दांनी ताबा मिळविला आणि तुम्हांला शरण आणले या कबुलीजबाबात शरमण्यासारखे काय आहे? उलट कुठेही न विरघळणारा मी दगड नाही हे सांगण्यात त्याला

भूषण वाटायला हवे. चांगली स्त्री जाताना पाहिली की कुणाचीही नजर तिच्यावरून जाणारच. त्यात लाजण्यासारखे खरे म्हणजे काही नसते. जगातले एक अदभुत सौंदर्य तुम्हांला पाहायला मिळते ही वस्तुस्थिती असते. जगातली प्रत्येक सुंदर गोष्ट आपल्यासाठी जन्म पावलेली नाही हे ज्ञान सर्वांनाच असते. पण अशा वेळेला जर एखादा मनुष्य म्हणाला की, 'वाऽऽ फारच छान!' तर त्याच्याकडे त्याने काही अपराध केला आहे अशा भावनेने पाहणारे लोक जास्त असतात. खरे म्हणजे ते एक निसटते दृश्य असते. आणि आपली वाहऽवा दृश्याला असते. तिचं स्त्रीत्व किंवा तिच्या प्राप्तीची इच्छा या गोष्टीशी या प्रशंसेचा काहीही संबंध नसतो.

प्रौढपणी रंगीबेरंगी आणि झोकदार कपडे घातलेली माणसे छाकटी मानली जातात. आनंद व्यक्त करणे हाच जेथे गुन्हा आहे तेथे आनंदाचा शोध घेण्याचा यत्न निषेधार्ह मानला जाणे स्वाभाविक नाही काय? स्वत: आनंद भोगायचा नाही, दुसऱ्याला भोगू द्यायचा नाही. किंबहुना सुखी माणसाचा सदैव मत्सर करायचा असा हा समाज सिद्ध झालेला आहे. येथे फुले, सुगंध, रंग, काव्य या साऱ्या गोष्टी मनोमनी तिरस्काराच्याच मानल्या जातात. आपल्याकडे देशभक्तांनी किंवा समाजसेवकांनी गचाळ कपडे घालावेत, दाढी वाढवावी, अन्नाबद्दल चिकित्सा बाळगू नये, सुंदर गोष्टींकडे दुर्लक्ष करावे; अशी काहीतरी विचित्र कल्पना निर्माण झाली आहे. देश सुंदर असल्याशिवाय देशावर प्रेम करता येईल? हा समाज, त्यातील स्त्री पुरुष, त्यांचे रीतिरिवाज, त्यांचे सण, महोत्सव या साऱ्या गोष्टींशी माझा संबंध असल्याशिवाय वा सर्वांशी मी एकरूप झाल्याशिवाय मी त्यांची कसली समाजसेवा करणार? उत्तम, सुंदर, निकोप समाजाची अभिलाषा असल्याशिवाय कोणत्या समाजाचे स्वप्न मी बाळगणार? नेहरूंच्या अचकनवर लाल गुलाबाचे फूल दिमाखाने विराजत असते. बाकीच्या अनेक गोष्टींत त्यांच्याशी जरी मतभेद असले तरी त्यांच्या सौंदर्यासक्त जाहीर प्रदर्शनाबद्दल मात्र त्यांचा मी सदैव ऋणी राहीन.

विषय निघाला होता तो बाबूजींना हार घालण्यावरून. लग्नातसुद्धा आपण किती रूक्षपणाने पानसुपारी देतो, की जी पानसुपारी बाहेर जाताच फेकून द्यायची असते. निदान मसालेदार पट्टी तरी तेथे द्यावी! म्हणजे निदान रंगलेल्या ओठांनी तरी लोक बाहेर पडतील! फुलांचा गोटा म्हणून जो प्रकार पूर्वी दिला जात असे तो फुलांचा चक्क अपमान करणारा असे. तो धड हातात बाळगता येत नसे, कुठे खोचता येत नसे. तो चुरगाळून टाकण्यावाचून गत्यंतरच उरत नसे. अत्तर-

गुलाब नावाचा जो प्रकार वास्तविक आत येताना करायला हवा, म्हणजे मंडपातील गर्दी आणि उकाडा थोडा तरी सुसह्य होईल, तो अत्तर लावण्याचा आणि गुलाबपाणी शिंपडण्याचा देखावाच करण्यात येतो, आणि तोही लग्न मंडपातून सुटका होते तेव्हा. कुणीतरी पोरेसोरे त्या कामावर नेमलेली असतात. त्यामुळे अत्तराचा गंधही आपल्याबरोबर येत नाही किंवा गुलाबपाण्याचा ओलावाही! हे रसिकतेचे खोटे शौक आपण कशासाठी करतो?

मात्र या समारंभात एक गंमत घडली. पुढे योग्य वेळी अध्यक्ष म्हणून माझ्याही गळ्यात हार घालण्यात आला. मी तो नीटपणे घालून घेतला. एक दोन मिनिटे गळ्यात राहूही दिला, मग तो काढूनही ठेवला. त्याबरोबर लोकांनी टाळ्या वाजवल्या. त्यांचे म्हणणे बरोबर होते. रसिकतेच्या माझ्या व्याख्येला माझे वागणे शोभेलसे नव्हते. मग एवढे हाराचे प्रचंड ओझे माझ्यासारख्या हार्टपेशन्टला सोसण्यासारखे नाही असे मला सांगावे लागले. कारण, नाही म्हटले तरी फुलांचेसुद्धा ओझे होते! खरी गोष्ट अशी होती की हार ओला होता. ताजा टवटवीत राहावा म्हणून त्याच्यावर पाणी शिंपडले होते. माझा परीटघडीचा सूट खराब होऊ नये म्हणून खरे तर तो हार मी काढून ठेवला होता. म्हणजे रसिकतेनेच रसिकतेची दुर्दशा केली होती; त्याला मी तरी काय करू?

- ० -

पानाफुलांनाही काही म्हणायचे आहे !

एका बागेतील ही गोष्ट आहे.

बागेत काही सुरूची, नारळाची, सिल्व्हर ओकची झाडे होती. काही अर्थात चिक्कू, लिंबू, मोसंबी अशीही होती.

वेगवेगळ्या प्रकारच्या उंचीच्या, रंगाच्या, फळांच्या झाडांमुळे ते सारेच उद्यान मोठे शोभादायक आणि आकर्षणाचे केंद्र बनून राहिले होते. कोणत्या झाडाला कोणते खत लागते, किती पाणी लागते, कोणती झाडे सावलीत वाढत नाहीत, कोणाला ऊन खपत नाही हे सारे माहीत असलेला जाणकार माळी बागेकडे लक्ष देत असताना सर्व झाडांचे पोषण आणि वाढ अत्यंत योग्य पद्धतीने होत होती. बागेची निगराणी चांगली ठेवली जात होती.

बागेत फुलावेलांचेही ताटवे होते. काही वेल राक्षसासारखे चहुअंगांनी वाढत होते, तर काही आपले अंगाबरोबर वाढत होते. काही फुलझाडे ठेंगणी-ठुसकी तर काही आपली उगाचच आकाशाचा वेध घ्यायला निघालेल्या मारुतीप्रमाणे उड्डाण घेण्याच्या स्थितीत होती. काही झुडपे तर जमिनीवरच पसरली होती.

आणि झाडांना फुले तरी किती वेगवेगळ्या प्रकारची. रंगांचा जणू काही एक सागरच तेथे होता. केवळ हरित रंगाचे शेकडो प्रकार. इंद्रधनुष्याला लाजवतील अशा लक्षावधी रंगछटा. पानांच्या, फुलांच्या, फळांच्या साऱ्या रंगांना ओळखण्यासाठी माणसाने किती तरी नावे शोधून काढली. पण कित्येक अजून अनामिकच आहेत. कित्येक फुले चरबरीत, कित्येक मुलायम, कित्येक चिमुरडी तर कित्येक झुपकेबाज. काहींचे तर गुच्छच्या

गुच्छ लोंबत होते. फळांचे आकार तरी किती वेगवेगळे. एवढ्याशा लिंबापासून फणस, पपनस, भोपळा यांसारखी राक्षसी फळे आणि गंध तर अमर्याद. पानांचे, फुलांचे, फळांचे सारे गंध या आसमंतात नुसते दरवळत होते. त्या सर्वांचा मिळून आणखीन एक सुगंध झाला होता. काही फुले सकाळी फुलतात, काही मध्यान्ही, काही रात्रीच्या काळोखात. काही फळे वसंतात येणारी तर काही केवळ थंडीशिवाय रसनिष्पत्ती करूच न शकणारी. काहींना हवे ऊन, काहींना हवा ओलावा, काहींना हवे दव तर काहींना हवी कुडकुडणारी थंडी.

या एवढ्याशा बागेत पायदळी तुडविल्या जाणाऱ्या गवतांचे, लव्हाळ्यांचे तरी किती प्रकार! काट्यांचेसुद्धा किती आकार, किती रंग! काही काटे अंगाला ओरखडतात तर काही कुसळं नुसतीच त्वचेत घुसून बसतात आणि सलत राहतात. काही झाडांना रोज पाणी लागते. काहींना अधूनमधून लागते तर काही पावसाळ्यात मिळणाऱ्या पाण्याने आपले पोट एकदा तुडुंब भरून घेतात आणि मग उन्हाशी सहाही ऋतूंत सामना देतात. कोणाची पाने आजारात स्त्रीचे केस गळून पडावेत तशी एकदम गळून पडतात तर कोणाची पाने हीच फुले असतात आणि कोणाची फुले हीच फळे असतात. रंगांचे, आकारांचे, गंधांचे, स्पर्शांचे केवढे हे अजब संग्रहालय! जलतत्त्व तेच, वायुतत्त्व तेच, मृत्तिका तत्त्व तेच; तरीही हा वैविध्याचा पसारा खालून-वरून चहुबाजूंनी निर्माण होतोच. काट्यांनी भरलेली पण पिवळी सुंदर फुले असलेली बाभळ, सुंदर फळांचा भास व्हावा परंतु त्या फळांत मात्र जीवजंतूंनी वास केलेला असावा असा उंबर, बुंध्यापासून फळे येणारा फणस, तर अस्मानात लोंबणारे नारळ - खरोखरीच मोठी मजा असते.

आणि या बागेत मुक्तपणे फिरणारे अंगठ्याएवढ्या आकारापासून हाताएवढ्या आकाराचे विविधरंगी, विविधढंगी पक्षी. प्रत्येकाचे आकार वेगळे, रंग वेगळे, एवढेच नव्हे तर झेपसुद्धा वेगळी. नादब्रह्म तेच, पण तरीही प्रत्येकाची भाषा निराळी, चुकूनसुद्धा कोकिळेची पोपट नक्कल करीत नाही, किंवा हंस मोरासारखा नाचत नाही. ही सारी उद्यानातील फुलांची, फळांची, पाखरांची दुनिया एकात एक गुंतलेली आहे, तरीही वेगवेगळी आहे. त्यांचे एकमेकांमध्ये गुंतलेले जीवन हेसुद्धा म्हटले तर समजते नाहीतर एकदम गुंतागुंतीचे वाटते. खरे तर सगळीच फळे पाखरांना प्रिय असतात. पण हे वेडे पोपट पेरूच्या झाडांचा शोध करीत कसे नेमके येतात, कोणास ठाऊक! सुर्रकन पळणाऱ्या खारी, पानांप्रमाणे रंग बदलणारे सरडे, सकारण-अकारण, वेळी-अवेळी, 'पंचम' लावणाऱ्या कोकिळा,

शाळेतून परतणाऱ्या मुलांच्या आवाजाप्रमाणे चिवचिवाट करणाऱ्या चिमण्या... खरे तर पाखरांची सारी नावे, रंग, आवाज लक्षात राहातच नाहीत - इतकी त्यांची गुंतागुंत!

असा हा हरिताचा संसार, रंगांचा पसारा, स्वरांचा मेळ, स्पर्शांची गुंतागुंत आणि या सर्वांना एका चैतन्याने गुंतवून टाकले आहे. त्यांनाच वेगवेगळ्या वायुलहरींनी वेढले, सलिलांनी चिंब केले, प्रकाशाने आकार दिला-या गुंतागुंतीतून बाहेर पडावे तरी पंचाईत. गुंतून राहावे तरी पंचाईत. जीवतत्त्व सगळीकडे एकच, जीवतत्त्व आहे तोपर्यंत या साऱ्या रंग-गंध-स्पर्शांना महत्त्व. हे जीवतत्त्व हरवले की रंग कोमेजतात, स्पर्श हरवतात आणि मग सारा पसारा निरर्थक होतो.

या बागेचा जुना माळी ज्याचे त्याचे वेगळेपण लक्षात ठेवून वावरत होता. कोणती झाडे केव्हा कापली म्हणजे ती जोमाने वाढतात हे त्याला माहीत होते. कोणाचे आयुष्य केव्हा संपते तेही त्याला माहीत होते. केळीचा लोंगर येऊन गेल्यावर खालच्या अंकुरांना जागा करून देण्यासाठी केळ तोडावी लागते, हे माहीत असल्यामुळे केळ तोडताना त्याला दुःख वाटत नाही. गवत हिरवेगार असले तरी ते काढून फेकून द्यावे लागते. काही कोवळा मोहर खुडावा लागतो. झाडे टिकविण्यासाठी काही फळभार तोडून टाकावा लागतो, हेही त्याला अनुभवाने माहीत असते. या बागेवर त्याचे प्रेम होते. येथील झाडाझुडपांत त्याचा जीव अडकला होता. म्हणून त्याला कित्येकदा कठोर व्हावे लागते. जगण्यामरण्याचा न्याय तो उपजत शिकला. विरोध-विकासाचे तत्त्व तो नकळत आचरीत होता. कधी झाडांची वाढ रोखीत होता. कधी जास्त आलेली झाडे तोडून टाकीत होता किंवा एका ठिकाणची झाडे दुसरीकडे नेऊन लावीत होता. झाडांच्या गरजेप्रमाणे तो पाणी वाटी. प्रकाशाला जागा करून देई. झाडांचे अन्न त्यांना पुरवी. नको त्या पक्ष्यांना मज्जाव करी. झाडांनासुद्धा प्रेम करावेसे वाटते. नुसतीच नर झाडे लावून चालत नाहीत, नाही तर ती नुसतीच आडमाप वाढतात. त्याला मादी झाडांचीही जोड द्यावी लागते. तरच ती गळ्यात गळे घालतात, ती फुलावतात, फळावतात, पाखरांना निमंत्रण करतात. त्यांची पिसे अंगावर अभिमानाने पडू देतात. त्यांच्या टोची सहन करतात. प्रेमामुळेच त्यांना हे सामर्थ्य प्राप्त होते, आणि पाखरंसुद्धा झाडांना दुखवीत नाहीत. हळूच येतात. अलगद बसतात. नाजूकपणाने फळाचा पापा घेतात. त्यांच्या भाराने झाड वाकते, पण मोडत नाही.

पण एक दिवस वयोमानाने पहिला माळी निवृत्त झाला. निवृत्तीचे हे प्रकरण झाडे-पाखरं आपापल्या सोईने ठरवतात. माणसाचे तसे नसते. केवळ

कालगणनेमुळे माणसाला निवृत्त व्हावे लागते. त्याची तशी इच्छा असतेच असे नाही. त्याची हौसही संपलेली असते असे नाही. त्याचे प्रेमही संपलेले असते असे नाही. घाम गाळून उभी केलेली दुनिया आणि सारा पसारा त्याला नाइलाजाने सोडून जावा लागतो. या माळ्याचेही तसेच झाले. त्याच्या हातावरची माती अजून तशीच होती. त्याच्या डोळ्यांतले रंगांचे इंद्रधनुष्य केविलवाणेपणाने तसेच उभे राहिले होते. पाखरं अजूनही त्याला बोलावीत होती. वेली अजून लडिवाळपणे त्याला मिठी घालीत होत्या. तो जाणार म्हणून काही झाडे फुलायची थांबली होती. खरे म्हणजे हा माळी, माळी नव्हताच. ते चालते झाड होते - ते एक गाणारे पाखरू होते.

पण तो माळी जायचा तो गेलाच. त्याची पावले रेंगाळली, पण हळूहळू दूर गेली. झाडांना रडायला कोणी शिकविले नाही, म्हणून निरोपाचे अश्रू कोणी गाळले नाहीत. त्यांना सत्कार समारंभ करण्याचे ज्ञान नव्हते. तरी पण जाता जाता त्याच्या अंगावर चार फुले पडायची ती पडलीच. कोकिळांनी 'पंचम' लावलाच नाही. पोपटांनी आपली लाल चोच हिरव्या पंखांत बुडवून टाकली, फुलपाखरे पानाला चिकटून बसली. वारासुद्धा लताकुंजांच्या आड खोळंबून राहिला.

आणि मग एक धिप्पाड देहयष्टीचा आडदांड माणूस झपाझप पावले टाकीत बागेकडे येताना दिसला. पक्षी चिडीचूप झाले. फुलांच्या मिटून कळ्या झाल्या. पानांवरचे चकाकणारे दवबिंदू पानांनी गिळून टाकले. आलेला हा माणूस आपला नव्हे, एवढे झाडांच्या लक्षात आले.

आणि होतेही खरे तसेच. तो नवीन जग पाहून आला होता, नवीन शास्त्र शिकून आला होता. त्याला बागेचा हा अनागोंदी कारभार नामंजूर होता. झाडांनी असे वाटेल तसे वाढायचे म्हणजे काय? पाखरांनी असे वाटेल तेव्हा गायचे म्हणजे काय? सगळ्या झाडांनी कसे एकसारखे वाढले पाहिजे, पाखरांनी कसे एकसारखे गायले पाहिजे. इथला स्वच्छंदी कारभार मुळीच चालू देता कामा नये.

आणि मग त्याने आल्याबरोबर सर्व झाडांना सारखे पाणी आणि सारखे खत घालायचे ठरविले. ज्यांना खत झेपले नाही ती झाडे मरून गेली, पण त्याबद्दल माळ्याच्या मनात खंत नव्हती. अशा झाडांनी मरायलाच पाहिजे असा त्याचा नवा सिद्धान्त होता. बरेच दिवस याप्रमाणे समप्रमाणात खतपाणी दिल्यानंतरसुद्धा काही झाडे उंच वाढेनात! मग त्याने विचार केला, की झाडे वाढत नाहीत म्हणून काय झाले? वाढलेल्या झाडांचे शेंडे कापून त्यांना नाही का

लहान करता येणार? नारळाच्या, सुरूच्या झाडांनी, तेवढे उंच वाढावे याला काय अर्थ आहे? ज्या झाडांना मोठी फळे येत होती तेवढी काय अन्य झाडांना येत नव्हती. मग ती मोठी फळे त्याने खुडून टाकली. रंगाचे त्याच्या हातात नव्हते. कारण कोणता रंग ठेवायचा आणि कोणता काढून टाकायचा हेच त्याला समजेना. त्याने आपल्या परीने खूप शिकस्त केली, आणि उद्यानात समता आणली. उंच झाडांवरचे पक्षी आपोआपच खिन्न अंतःकरणाने निघून गेले. त्यांचा निरोप घेताना असलेले पक्षीही मलूल झाले. नुसत्या फुलांची झाडे करायची आहेत काय, म्हणून त्या नव्या माळ्याने तीही झाडे उपटून टाकली. फुलांचा नाही तरी तसा उपयोग काय? हे नाही तरी त्यांचे म्हणणे खरे नव्हते काय? फुलांचा, रंगांचा, सुरांचा नाही तरी उपयोग असतो का? जीवनधारणा करणारी फळे जोपासायचे सोडून त्या निरुपयोगी फुलांना कोण वाढवीत बसणार? या पाखरांकडे पाहायला वेळ तरी कोणाला आहे! या लहान झाडाझुडपांना वाढता येत नाही, तर मग उगाचच ताठ मानेने वाढणाऱ्या या झाडाने आपली वाढ थांबवायला नको? माणसांत समानतेचे तत्त्व येत असताना झाडे अजून काही शिकत नाहीत याला अर्थ काय? दर डोई एक मत, तीन किलो धान्य, सहा वार कपडा, दोन वार जमीन यांवर जर प्रत्येक माणसाचे भागते तर या झाडांचीच एवढी काय आगाऊगिरी?

आणि मग या नव्या तत्त्वज्ञानाप्रमाणेच बागेची निगराणी सुरू झाली. आता फक्त त्याला बाग म्हणत नाहीत एवढेच! आता तेथे फुलेही फुलत नाहीत. आणि फुले नाहीत म्हणून फळेही पिकत नाहीत. सगळीकडे कसा एकच एक हिरवाकंच रंग, डोळे निववून टाकणारा. आता पाखरं तरी इकडे कशाला येतील? त्यांना बसायला झाडे नाहीत, खायला फळे नाहीत, हुंगायला फुले नाहीत. पण पाखरांची तरी या जगात गरज आहे का?

- ० -

पहाटे पहाटे मला जाग आली!

पहाटेची वेळ होती. ज्या स्थानकावर मला उतरायचे होते ते सव्वापाच वाजता येणार होते. पण मी आपला चार वाजताच सामानसुमान आवरून त्या स्थानकाची वाट पाहत होतो. आपल्याला झोप लागेल आणि हे स्थानक ओलांडून पुढे गेलो तर पंचाईत नको, ही भावना त्यामध्ये होती. कोणत्याही प्रवासाच्या वेळेस घाईगडबडीने जाऊन गाडी पकडणे किंवा शेवटच्या घटकेपर्यंत निश्चिंत राहणे हे मला कधी जमलेलेच नाही.

पहिल्या वर्गाचा प्रवास असल्यामुळे अटेंडंट मला अगोदरच्या स्थानकापाशीच येऊन सांगून गेला होता. मला आवरून बसलेला पाहून तो म्हणाला,''अजून अर्धा तास अवकाश आहे. मी दोन-तीन मिनिटे आधी येऊन तुम्हांला उठवीन.'' मी केविलवाणेपणाने त्याच्याकडे पाहत हसलो. प्रवासात असताना मला कोणत्याही वेळेला सावध करण्याची आवश्यकताच नसते, हे त्याला सांगून काय उपयोग? पहिल्या वर्गाच्या प्रवासात, पंचतारांकित हॉटेलात, उच्चपदस्थांच्या पार्टीत मी अवघडलेला असतो. अर्थात हे मी कुणाला कळू देत नाही. कारण हे मला सोईचे नाही. त्यांची मला भीती वाटते. म्हणून मी अवघडलेला असतो असे मुळीच नाही. पण ह्यांच्यातला नव्हे या जाणिवेने मी अवघडलेला असतो. मी बराचसा साधा, मध्यमवर्गीय आयुष्यक्रम जगलो आणि उच्च वर्गात जाण्याची आकांक्षाच धरली नाही, त्याचाही हा परिणाम असेल. माझ्या व्यवसायात मी काही तत्त्वे ठरवली. त्यामुळे आवक आणि खर्च यांवर माझे नेहमी लक्ष असते. ह्या प्रवासाला मी एकटाच निघालो होतो, अन् तेही माझ्या

एका मित्राच्या कॉलेजचे निमंत्रण होते म्हणून. कॉलेजमधील एक प्राध्यापक आणि विद्यार्थी प्रतिनिधी कोणत्या गाडीने यायचे, कुठे उतरायचे, तेथून नेण्याची व्यवस्था काय केलीय, हे नीट सगळे ठरवून गेले होते. शिवाय आदल्या दिवशीच प्रिन्सिपल मित्राची तारही आलेली होती. तेव्हा निश्चिंत मनाने स्थानक येताच खाली उतरलो.

मी उतरल्यावर एक दोन क्षणांत हिरवे कंदील फडकवले गेले आणि गाडी झुकझुक करीत निघून गेली. फलाटावर फारसे प्रवासी नव्हतेच. गाडी गेल्यावर फारसे कुणीच उरले नाही. गावात यायचे का, असे एका टांगेवाल्याने विचारले, तेव्हा तुच्छतेने मी त्याला नको म्हणून सांगितले. वर काही कारण नसताना गाडी घेऊन मला न्यायला लोक येणार आहेत असे मी सुनावले. तो बिचारा खट्टू होऊन निघून गेला. स्टेशन मास्तरला मी विचारले,"की अमुक अमुक गावाहून मला न्यायला लोक येणार होते, त्यांचा काही निरोप वगैरे आलाय का?" तो उगीचच अपराधी भावनेने म्हणाला, "नाही हो! कुणी येणार होते काय?" मग त्यांनी फर्स्टक्लासची वेटिंग रूम उघडून द्यायला एका पोर्टरला सांगितले. काही प्रवासी आणि रेल्वेचे नोकर अस्ताव्यस्त झोपले होते त्यांच्या अंगावरून उड्या मारत आम्ही वेटिंग रूमपाशी पोचलो. वेटिंग रूममध्ये कुणीतरी आधीच झोपले होते. दार वाजवूनसुद्धा कुणी दार उघडेना, तेव्हा मी आवाज चढवला. दार किलकिले झाले. मला पाहिल्यावर दारही उघडले आणि मागल्या पावली परत जाऊन तेथे असलेल्या एका बाकड्यावर तो गृहस्थ पुन्हा जाऊन झोपला.

मी एका अरुंद अशा उरलेल्या बाकड्यावर जाऊन सामान ठेवले आणि टेकून बसलो. आता करण्यासारखे काहीच नव्हते. वाचण्याचा प्रयत्न केला पण लक्ष लागेना. घोटभर पाणी प्यायचे, सिगारेट ओढायची, उगीचच चाळवाचाळव करायची, असा माझा उद्योग चालला होता. स्टेशनवर कँटीन नव्हतेच, तेव्हा चहा पिण्याचा प्रश्नच नव्हता.

काहीतरी घोटाळा झालेलाय आणि आपल्याला न्यायला कुणी येत नाही अशी माझी खात्री झाली. मग मी परत उठून बाहेर गेलो आणि मास्तरकडे चौकशी करू लागलो तेव्हा कळले, की फक्त गाडीच्या वेळेलाच तेथे टांगे येतात. पुढची गाडीची वेळ साडेआठ-नऊची होती, तोपर्यंत मी काहीच करू शकत नव्हतो. गाडीची वेळ होईपर्यंत मी तिथे वेळ काढायचा आणि त्या वेळी जो टांगा येईल, त्या टांग्याने दोन मैल लांब असलेल्या गावात जायचे आणि

तेथून वीस मैल लांब असलेल्या कार्यक्रमाच्या गावी एसटीने जायचे किंवा साडेआठला जी गाडी येते त्या गाडीने पुण्याच्या दिशेने चालू लागायचे. यांपैकी कोणताही पर्याय निवडला, तरी साडेआठपर्यंतचा वेळ मला एकट्यानेच काढायला पाहिजे होता.

खरे तर मी वैतागलो होतो. सर्व काही योजनाबद्ध ठरवूनसुद्धा ही खेडवळ माणसे अशी का वागतात, हे माझ्या ध्यानात येत नव्हते. मानधनाच्या आशेने असले कंटाळवाणे आणि लांबलचक प्रवास कोणीही करणे शक्य नाही. दोन तीन दिवस मोडतात, शरीरकष्ट होतात. घामट आणि कळकट असे धूळ भरले प्रवास करावे लागतात. यामागे मित्रत्वाचा आग्रह, थोडी व्यावसायिक कर्तव्यबुद्धी आणि माझी वेगवेगळ्या माणसांना भेटण्याची खाज अशी कारणे असतात. प्रवासातल्या ह्या दगदगीच्या अनुभवाने तर पुन्हा असल्या वेड्यावाकड्या प्रवासाची आमंत्रणे घ्यायची नाहीत असा मी निर्धार करतो, पण असले निर्धार मोडण्यासाठीच केलेले असतात. कुणीतरी दोनचार माणसे येतात, भाबड्या चेहऱ्याने अजीजी करतात. आमच्या गावकऱ्यांना तुम्हांला पाहायची, ऐकायची फार उत्सुकता आहे म्हणतात. माझ्या लेखनाचे कौतुक करतात, आणि "तुम्हांला आणूच या निर्धाराने आलो आहोत" असे पुन:पुन्हा सांगतात. खरे तर इतर चारचौघांकडे फिरून, नकार घेऊन ते आलेले असतात. शिवाय त्यांच्या गावात दहा वीस माणसांच्या पलीकडे माझे नावही कुणाला माहीत नसते.

हवा थंड होती. पिकांवरून वारे येत असल्यामुळे वाऱ्याला एक सुगंधी सळसळ होती. पूर्वेला फटफटू लागले होते. काळयाकुट्ट अंधाराला फटी पडू लागल्या होत्या. नीरव शांतता, अपरिचित परिसर आणि उगवतीची वेळ यांमुळे एका अदभुत दिवसाला मी सामोरा जात होतो. दिवसभरात काय वाढून ठेवले आहे याची आपल्याला कल्पना नसते. नुकताच हस्ताचा पाऊस पडून गेला होता. त्यामुळे झाडझाडोरा, दगडमाती न्हाऊन निघाली होती. सूर्यप्रकाशाचे स्वागत करायला सारी सजीव आणि निर्जीव सृष्टी सज्ज झाली होती. निसर्ग काही दमत नाही, पण मनुष्य दमतो. प्राप्त परिस्थितीशी जमवून घेण्याची कला मला लाभलेली आहे. त्यामुळे मी सहसा वैतागत नाही. एरवी पुण्या-मुंबईत काही मी चालत नाही. पण फलाटावरून उतरून समोरच्या मळलेल्या रस्त्यावरून चालावे असे मला वाटू लागले. मी तसाच पुढे चालत राहिलो आणि गावाकडे जाणाऱ्या रस्त्याच्या तिठ्यापर्यंत आलो. वेगवेगळ्या आकारांचे आणि रंगांचे ट्रक्स एका टोकापासून दुसऱ्या अज्ञात प्रदेशाकडे जात होते. जोंधळ्याची तरारलेली

ताटे या भागातल्या समृद्धीची जाणीव देत होती.

नाल्याओढ्यांत पाणी होते. आकाशात पक्षी होते. झाडावर तुरे डोलत होते. मीच तेवढा एकटा निरुद्योगी माणूस या आसमंतात निर्हेतुकपणे भटकत होतो. तेवढ्यात कोपऱ्यावर असलेल्या एका खपरेलात आवाज ऐकू आला आणि मग चहाची सुरसुरी आतून दाटून आली. तिथले चहाचे दुकान उघडत होते. विस्तव पेटत होता. पाणी आणायला गेलेली त्याची बायको चकचकीत घागरीतून पाणी आणताना दिसत होती. समोरच्या एका हेंदकळत्या बाकड्यावर मांड ठोकून मी बसलो. मग चहा करण्याची लगालग सुरू झाली. साखर कमी घाला, फार उकळू नका वगैरे माझ्या सूचना स्थितप्रज्ञ योग्याप्रमाणे तो हॉटेलवाला ऐकत होता. चहा कसा करावा, याचे शिक्षण माझ्याकडून घेण्याची त्या हॉटेलवाल्याची मुळीच इच्छा नव्हती.

त्या चहाला एक खमंग धुरकट वास येत होता. तो नको तितका गोड तर होताच, पण शहरातील साहेबांसाठी तयार केलेला असल्यामुळे फक्त दुधाचाच केलेला होता. जास्त किंमत देऊन वाईट चहा घ्यायचा का नशिबात येतो, हे काही कळत नाही. चहाचा जास्तीतजास्त अर्क काढून घेण्यासाठी उकळणे ही नैसर्गिक गोष्ट आहे, असे या मंडळींचे मत असावे. माझी प्रशंसा मिळविण्यासाठी त्याने चहाचा कप पुन्हा एकदा स्वच्छ धुतला आगि वाकून माझ्यासमोर नम्रपणे ठेवला. इतका वेळ गिऱ्हाइकासाठी होणाऱ्या चहाचे पाणी उकळत होते. त्यातले कपभर उकळते पाणी मी मागून घेतले आणि ते निसळून एका कपाचे दोन कप चहा करून घेतला. ठाण्याहून पळून आलेला एखाद वेडा आपल्या दुकानात आलेला आहे, अशा भावनेने तो हॉटेलवाला माझ्याकडे पाहत होता.

नव्याकोऱ्या शीतल सकाळी चहासारखे पेय नाही. अंगांग प्रसन्नतेने भरले होते आणि मग त्याचे पैसे देऊन, पिकांमधून एक वाट गेली होती त्या वाटेवरून मी हळूहळू चालत राहिलो. पुरेपूर उंचीच्या त्या पिकामधून जाताना एखाद्या चोरवाटेतून जावे असे वाटत होते. एखाद्या उसाच्या फडात किंवा पीक भरलेल्या शेतात खेडुतांना प्रेम करण्यासाठी एकांत लाभतो, असे कथा-कवितांतून आणि चित्रपटांतून दाखवतात. खरेखोटे कुणास माहीत. पण आमच्याबाबत असला प्रणय करायचा राहून गेला, असे मात्र मला उगीचच वाटत राहिले. खडबडीत ओलसर जमिनीवर नागरी वस्त्रे पेहेरलेल्या नाजूक बायका हवा तो शृंगार करून देतील, यावर विश्वास ठेवणे कठीण होते. पण अगदी निरोगी आणि सोज्ज्वळ अशा ग्रामीण भागातील स्त्रिया तरी तेथे शृंगार कसा काय करून देत असतील

हे त्याच जाणोत! मनात असलेल्या सगळ्याच गोष्टी प्रत्यक्षात उपभोगता येत नाहीत तरी मनाने भोगता येतात. मी पिकात शिरून मोकळी जागा शोधण्याचा प्रयत्न केला. पण ही उंडारलेली पिके फारसे सहकार्य करत नव्हती. एक गोष्ट खरी की अशी एखादी निवांत सकाळ भोगण्याची संधी माझ्या बेफिकीर मित्रामुळेच मला लाभली होती.

मी परत स्टेशनवर आलो. दोन्ही दिशांवर लांबवर पसरत गेलेले लोखंडी रूळ म्हणजे आरंभाचा आणि अंताचा भाग नसलेला आयुष्याचा प्रवास. मध्येच एखादे कौलारू, काव्यात्मक निवांतपणे झोपलेले रेल्वे स्टेशन, कामापुरते जागे होणारे. अशी कितीतरी स्टेशने या देशात असतील. हा देश जोडणारी, एकमेकांशी गुंता करणारी, ठिकठिकाणची माणसे इकडून तिकडे नेणारी अशी ही भारतीय रेल्वे. ह्याच रेल्वेने एके काळी मन मानेल तसा निवांत प्रवास करता येई. गाडीत गर्दी नसे. पहिल्या वर्गाच्या प्रवाशाला कुठेही गाडी थांबवता येई. गरमगरम वाफाळलेली न्याहारी डब्यात पोचवली जाई. सर्वांना समान तत्त्व लावण्याच्या नादात आपण रेल्वे कुरूप, घाणेरडी आणि गलिच्छ केलेली आहे. तक्रार करायला कुणाला वेळ नाही म्हणून कायद्याने मिळणाऱ्या सुविधा भोगता येत नाहीत. रेल्वेने जे अन्न पुरवण्याचे नवीन तंत्र शोधून काढले आहे, त्यामुळे सर्वच प्रांतांतील एक संमिश्र चव रेल्वेच्या अन्नपदार्थांना येते. भुकेजल्या विश्वामित्राने मेलेल्या कुत्र्याची तंगडी खाल्ली अशी एक कथा प्रसिद्ध आहे. आपला देश नेहमीच भुकेजलेला आणि दुष्काळग्रस्त असल्यामुळे मेलेल्या कुत्र्यांच्या तंगड्या खाण्यावाचून आपल्याला काही पर्याय नाही.

रेल्वे स्टेशन आता जागे होऊ लागले होते. त्याचे कारण गाडीची वेळ होत आली हे नव्हते, तर गरम आणि थंड पाणी घेऊन येणारे एक इंजीन यायचे होते. ते येताक्षणीच रेल्वे नोकरांच्या बायकांची झुंबड त्या इंजीनवर पडली. रेल्वे ही पाणीपुरवठ्याचे आणि विशेषतः गरम पाणी पुरवण्याचे कामसुद्धा करते, हा शोध मला नवीन होता. फर्स्ट क्लास वेटिंगरूममध्ये उतरलेला प्रवासी हा रेल्वेचा लोहमार्ग तपासणी अधिकारी होता. त्याला रेल्वेच्या पोर्टरने गरम पाण्याच्या दोन बादल्या आणून दिल्या. मीही त्याच्याशी दोस्ती केली. त्यामुळे प्रातर्विधीसाठी व अंघोळीसाठी मलाही पाणी मिळाले. एरवी या स्टेशनवर पाण्याचा ठणठणाट होता.

मी प्रातर्विधी आटोपून कपडे बदलून टांग्याची वाट पाहत होतो. आठ सव्वाआठला गावाहून उतारू घेऊन टांगे येऊ लागले. मी लगोलग एक टांगा ठरवला आणि गावाकडे प्रयाण केले. माझ्यासारख्या एक पाय पंगू असणाऱ्या

माणसाला टांग्यात बसायचे म्हणजे एक मोठीच कसरत करावी लागते. म्हणजे धड असणारा पाय पायट्यावर ठेवायचा आणि उलटे होऊन कसलातरी मजबूत आधार घेऊन आपले सगळे वजन बैठकीवर टेकवायचे. या मुदतीत टांग्याच्या घोड्याने काही हालचाल करू नये, म्हणून टांगेवाल्याला सूचना द्यायची. भारतीय नागरिकांप्रमाणेच भारतीय घोडे हे गरीब आणि सोशीक आहेत, त्यामुळे त्यांच्यावर स्वार होणाऱ्याला ते सहसा जमीनदोस्त करीत नाहीत. मात्र परिचित शब्दाने चुचकारल्याशिवाय किंवा दोन चाबूक हाणल्याशिवाय ते जागचे हालत नाहीत, ही गोष्ट वेगळी. अखेर दुडक्या चालीत, दोन मैलांचा प्रवास करून मी एकदाचा एस. टी. स्टँडपर्यंत पोहोचलो. फारसा वेळ न जाता त्या गावी जाणारी एस. टी. मिळाली.

आणि एकदाचा त्या गावात जाऊन मी पोहोचलो. एस. टी. स्टँडवर कोणतेच वाहन नव्हते. तेव्हा पुन्हा गुंता झाला. कारण येथेही हे गाव रूळफाट्यावरचे असल्यामुळे सर्व टांगे तिकडे गायब झालेले होते. एस. टी. च्या स्थानकप्रमुखांनी कृपा केल्यामुळे आमच्या प्रिन्सिपॉल मित्राला मी फोन केला. मी आलेला पाहून त्यांना धक्काच बसला. ते लगेच स्कूटरवरून आले आणि झालेल्या चुकांबद्दल खुलासे करू लागले. कोणत्याच खुलाशात काही अर्थ नसतो. कारण व्हायचे ते सारे होऊन गेलेले असते. मला बोलवायला आलेले प्राध्यापक पुण्याच्याच संचेती हॉस्पिटलमध्ये काही उपचार घेत राहिल्याने मी येत आहे यापलीकडे त्यांनी काहीच निरोप पाठवला नव्हता. जेव्हा मी परत तार दिली नाही तेव्हा मी येत नसणार हे गृहीत धरून आमचे मित्र अगदी निवांत राहिले होते. त्यांच्या चेहऱ्यावर आणि वागण्यात मला त्रास झाला याबद्दल खंत जरूर होती. पण त्या खंत वाटण्याला आता फक्त ॲकेडमिक इंटरेस्ट उरलेला होता. ज्या कामासाठी मला बोलावले होते, त्या कामासाठी दुसराच वक्ता नियोजित केल्यामुळे आलोच आहे तर एक व्याख्यान उरकून घ्यावे असा साधारण त्यांचा बेत दिसला. लहानशा गावात एक बरे असते, की एखाद्या छोट्याशा अधिकारपदामुळे कोणत्याही गोष्टीची अंमलबजावणी सहज करता येते. पाचसहा माणसे झपाट्याने राबू लागली. निमंत्रणपत्रिका घरोघरी गेल्या. बोर्ड लागले. व्याख्यानाला गर्दी कमी झाली तर सबळ कारणे असावीत म्हणून आज सरकारी ऑफिसला सुट्टी आहे, सारा वकीलवर्ग एका न्यायाधीशांच्या निरोप समारंभासाठी दूर गेलेला आहे, सभागृह गावापासून दूर आहे वगैरे गोष्टी मला ऐकवण्यात आल्या. मला साऱ्या गोष्टींची सवय आहे. मी अगदी निबर झालो आहे. स्थितप्रज्ञाप्रमाणे अजिबात

विचलित होत नाही. समुदाय हजारांचा आहे, का पाच-पंचवीस लोकांचा आहे हे लक्षात न घेता आपले विहीत कृत्य करत राहायचे हेच बरे, असे मी ठरवून टाकले आहे. समोरचा समाज, त्याची प्रत, वय आणि संख्या लक्षात घेऊन आख्यान लावायचे. कॉलेजच्या बाबतीत हुकमी श्रोता म्हणजे विद्यार्थी. तेव्हा मुख्य श्रोत्यांत तो आहे हे गृहीत धरून बोलले पाहिजे. आपल्या विचारांशी सहमत असणारे गावातले पाच-पंचवीस प्रतिष्ठित थोर आपल्याकडून शासकीय पक्षाविरुद्ध प्रहारांच्याच अपेक्षा करतात. फार मोठ्या प्रमाणावर राजकीय टीका करायची नाही, कारण तिथल्या सांस्कृतिक जीवनात सर्वपक्षीय सहभागी असतात हे सूत्र मी पाळतो.

व्याख्यान झाले. तशी गर्दी बरी होती. व्याख्यानानंतर थोडीफार चर्चा झाली. मित्राच्या पत्नीला मोकळे करावे, म्हणून आम्ही आल्याआल्या जेवणही उरकून घेतले होते. माझे एक दोन चाहते पार्टी आयोजित करीत आहेत, अशी मला कुणकुण होती तरीही मी फारसा उत्साह दाखविला नाही. लहानशा गावात अशा गोष्टीचा बभ्रा फार होतो. अजूनही मद्यपान ही गोष्ट तेथे निषिद्ध मानली जाते. तरी उत्तररात्री छोटीशी पार्टी झालीच.

रसिक माणसे फक्त शहरात असतात असे थोडेच आहे? जगाच्या कानाकोपऱ्यांत ती असतातच. पण त्या बिचाऱ्यांची रसिकता ग्रामीण विभागातील बंधनांमुळे दडपून ठेवावी लागते. कित्येकदा तर असा अनुभव येतो की, काव्याची आणि संगीताची जाण या अशाच लोकांना जास्त असते. कारण धूळभरल्या उदास गावात त्यांना एवढाच विरंगुळा असतो. खेडेगावात राहावे लागणाऱ्या डॉक्टर, वकील, प्राध्यापक, शिक्षक या साऱ्या लोकांची कित्येकदा कीव येते. त्या बिचाऱ्यांना हिंडायला जागा नसते. गप्पा मारायला सुजाण मित्र नसतात. नाटके तर होतच नाहीत आणि सिनेमागृहात जावे अशी त्या सिनेमागृहांची स्थिती नसते. गावात साधे वाचनालयही नसते. नवी पुस्तके वा नियतकालिके त्यांना भेटतच नाहीत. झुळझुळीत कपडे घालून त्यांना गावात हिंडता येत नाही. बायकोशी संसार करता येतो पण हिंडता-फिरता येत नाही. आरंभीचे काही दिवस ही मंडळी अस्वस्थ होतात. पुढे हळूहळू त्या गावच्या रहाटगाडग्यात ती चिणून जातात. गावात शाळा, कॉलेजेस असतात. पण तिथे आपल्या मुलाने शिकावे असे कुणालाच वाटत नाही. शैक्षणिक किंवा सांस्कृतिक कसलेच वातावरण तेथे नसते. ज्ञानाचे पीठ करणाऱ्या त्या पिठाच्या गिरण्या असतात. एके काळी सतेज तारुण्य बरोबर वागवणाऱ्या त्या माणसांचे आता अगदी

चिपाड झालेले असते. उकिरडे, पडकी घरे, गटारे आणि जीवनकलहात बुडालेला तो अर्धशिक्षित समाज त्यांना गिळून टाकतो. एके काळी घरात लावलेल्या रंगीबेरंगी पडद्यांची आता लक्तरे झालेली असतात. ज्यांची संपत्तीची साधनेच अपुरी असतात, त्यांना गावातले जीवन टोचत नाही. कारण ते अगतिकच झालेले असतात. पण ज्यांना आता बऱ्यापैकी पैसा मिळू लागला आहे, तो पैसा खर्च करायला अशा ठिकाणी संधीच नसते. या गावात त्यांचे पाऊल रुजतच नाही. केव्हातरी आपल्याला हे गाव सोडून जायचेच आहे हे त्यांना नक्की माहीत असते. म्हणून ते गावात उपऱ्यासारखे वागतात. आळसतात. फुकट चाललेली मनुष्यसंपत्ती वापरून येथे कर्तृत्व घडवावे अशी आकांक्षाच त्यांना उरत नाही. शहरातली दु:खे त्यांना नसतात. मर्यादित वेळेतले पाणी, लहान लहान खुराडी, स्वत:चीच किळस वाटावी इतका येणारा घाम, नको ते आवाज, सर्वांना माखून टाकणारा एक चिकट धुळीचा स्तर, वेळा गाठण्याची धडपड, संप, मोर्चे, बंद यांना द्यावे लागणारे तोंड, रांगा, हे सारे शहरात असूनही शहराकडे माणसांची रीघ लागलेली आहे. झोपडपट्टीतली जागा असली तरी चालेल, पण शहरात आले पाहिजे. शहरातला झगमगाट त्यांना वाकड्या डोळ्याने खुणावत असतो. आपलेही नशीब येथे खुलेल आणि सातमजली हवेलीचे, अर्धांग उघडे असलेल्या छबेलीचे, गाडीचे, माडीचे आपण मालक होऊ अशी स्वप्ने उराशी बाळगून शहराकडे माणसांचा लोंढा येत असतो. साधी स्वच्छ वाऱ्याची झुळूक, स्वत: शेंदलेल्या ताज्या पाण्याचा घोट, कोवळा सूर्यप्रकाश वा संध्याप्रकाश, झाडांची पालवी यांपैकी काहीही शहरात दृष्टीला पडत नाही. पण विद्येची, संपत्तीची, दिमाखाची, राजकीय झगमगाटाची, गतीची आणि विज्ञानाची अशी एक हवा शहरात आहे. खेड्यात वावरणारा अर्धसाक्षर किंवा साक्षर माणूस आपले सामान बांधतो आणि पुण्यामुंबईकडे प्रस्थान ठेवतो.

दुसऱ्या दिवशी मी पुण्यात परत आलो, पण हे सारे विचार माझ्या मनातून अजूनही गेलेले नाहीत.

- ० -

ती वाट दूर जाते - स्वप्नातल्याच गावा

खूप आग्रह केला म्हणून थोडा दूरचा रस्ता पत्करून मी माझ्या गावी जाण्याचे ठरविले.

तसे ते गाव खूप लांब आहे.

आडवाट पत्करावी लागते. धुळीचा रस्ता तुडवावा लागतो.

तांबड्या पायवाटांचे कौतुक कवितेत करायला सोपे असते, पण गाडी चालवायला तो रस्ता सुखाचा नसतो.

प्रचंड महाकाय घाट ओलांडून वीस-पंचवीस मैल घाटावर उतरले म्हणजे डोंगराच्या उतारावर छोटेसे गाव पसरलेले आहे.

प्रत्यक्षात ते गाव आहे त्यापेक्षा माझ्या मनातले ते गाव अगदीच निराळे आहे आणि माझ्या मनातल्या गावापेक्षा माझ्या लेखनात व्यक्त झालेले गाव तर अगदीच निराळे आहे. त्यामुळेच माझ्या मित्रांचे माझ्या गावाबद्दलचे कुतूहल त्यांना फरफटत या गावाकडे घेऊन आले होते. मावळात असतात तसेच माझे हे गाव आहे. आंबा-फणसांची झाडे, उतरत्या नळी कौलांची घरे, अरुंद गल्ल्या, काट्याकुट्यांची कुंपणं, स्वर्गाकडे झेपावलेली देवळांची शिखरे गावाला नदी असलीच तर गावाचे पोरकेपण संपतंच. मावळातल्या गावात पाण्याचा नेहमीच तुटवडा असतो. कारण विहिरी फार खोल असतात. श्रमानं थकलेल्या, वडीलधाऱ्यांनी छळल्यामुळे उदास झालेल्या, घट्ट कासोटा बांधलेल्या, घागरी डोक्यावर घेतलेल्या उदासवाण्या स्त्रिया हे या गावात नित्य होणारे दर्शन.

खरे म्हणजे शहरी सुबकपणा, नेटकेपणा, स्वच्छता या गावांना झेपण्यासारखी नसते. डोळ्याला पाणी लावण्यासाठी

तेथे उसाभर करावी लागते, तेथे कपड्याची नित्य धुलाई कोण करणार? भन्नाट वारा, पालापाचोळा यांच्याशी धूळ नेहमी खेळत असते. तेथील भिंती मळलेल्या, कललेल्या, कधी कधी तर निराधार वाटतात. अलीकडे श्रीमंतीचे वाटप वेगळ्या तत्त्वावर झाले आहे. पूर्वी शाळा, मुनसफ कचेरी, वाचनालये आणि सावकाराचा वाडा यांचा दर्शनी भाग तेवढा दगडी असे. बाकी सारी मातीची घरे, त्याला ठेंगणीठुसकी दारे आणि अगदीच नाइलाजाने ठेवलेल्या चिमुकल्या खिडक्या. उजेड आणि वारा यांपेक्षा सुरक्षितता या घरांना महत्त्वाची वाटायची... रहिवासी जसे मावळातले तसेच चोरदेखील मावळातले. कोणी घरफोडी करत नसे. चार कौले बाजूला सरकवून आत उतरणे सोपे. मालकाला घर दुरुस्तीचा फारसा खर्च नाही, किंवा मालकाची झोपमोडही त्यामुळे व्हायची नाही.

अशा गावात संध्याकाळी सहा-सात वाजले की चिडीचूप व्हायचे. घरात एखादा कंदील असला तर असला, पण धूर ओकणारी चिमणी हीच खरी. देवळात तेलाचा दिवा जळायचा. सावकाराच्या दुकानात किटसनची बत्ती असायची. तेलातुपाचा खर्च नको म्हणून सूर्य बुडायच्या वेळेसच चुली पेटायच्या. 'शुभं करोति' चे आवाज घराघरांतून ऐकायला यायचे. समोर ताटात पडेल ते मंडळी विनातक्रार ओरपायची आणि तासाभरात सारे गाव झोपून जायचे. नाही म्हणायला काही आगाऊ घरी गंजिफांचा डाव रंगे, तर सोंगट्यांचा पट मांडला जाई.

असे हे माझ्या मनातले गाव हळूहळू जवळ येत होते. ओळखीच्या खुणा जाणवू लागल्या. पूर्वी सायकल किंवा टांगा करून येणाऱ्या माणसाकडे भांबावलेल्या ठकूताई, साळूताईंच्या नजरा जात असत. आज माझ्या गाडीकडे त्या तशाच बघताना पाहून मला बरे वाटले. अजूनही नाका-कानांत सुंकली घालणाऱ्या मुली किंवा एका हातानं चड्डी सावरून दुसऱ्या हातानं नाकातला प्रवाह थांबवण्याचा प्रयत्न करणारी मुले पाहून आपण आपल्याच गावी आलो हे मनाला पटले. पहिल्यांदाच दाराला बांधलेल्या तोरणातील नारळ धक्का खाऊन लक्षात आले की आता यापुढे नम्रतेने वागायला हवे. कारण या गावात सदैव कपाळमोक्ष होण्याची भीती आहे. अर्थात नम्रता एवढ्याच बाबतीत आहे. एरवी अनुनासिक तुच्छता आता पुन्हा एकदा आठवावी लागणार.

लोकांना मी चांगलाच बावळट दिसत असलो पाहिजे. कारण माझे मित्र गावाकडे बघण्याऐवजी माझ्याकडेच पाहून हसत होते. त्याला माझा काही इलाज नव्हता. हा अजागळ वाटणारा चेहरा हा माझा खरा स्थायीभाव. शहरात चटपटीतपणा आपोआपच येतो. परीटघडी कपडे आणि चुरचुरीत संभाषणे यांमुळे वेंधळेपणा

हरवतोच. हा हरवलेला वेंधळेपणाच तर शोधायला गावात यायचे असते.

गावी आलो तेव्हा ऐन दुपारची वेळ होती. भूक म्हणावी तशी नव्हती, पण घड्याळाने जेवायला पाहिजे असे सुचविले. गेल्या गेल्या ताटपाणी घेऊन जेवण मिळेल असा भरवसा नव्हता पण ज्यांच्याकडे उतरलो त्यांच्याकडे कौटुंबिक श्राद्धच होते. तेव्हा योग चांगलाच होता. कुळीथाचे पिठले, अळूची दिठी, जाड तांबडा भात आणि पाणीदार आमटी हे खावे लागणार नव्हते. एवढं खरे. चक्क देशावरची पुरणपोळी लाभल्यामुळं मित्र खूश होते. मी मात्र नाखुश होतो. ज्या भूमीत जायचे तेथील रसव्यवस्था पोटात घातल्याशिवाय माझे समाधान होत नाही... आमचं तिथले घर पाहावे म्हणून मी गुपचूप पादत्राणे अडकवली अन् एकटाच बाहेर पडलो.

आमच्या घराचा दिंडी दरवाजा तेवढा तोच होता. पण ते घर काही आमचं नव्हते. वाटणीत घर चुलत्यांकडेच गेले आणि आमच्या चुलत्यांच्या दत्तक चिरंजीवांनी, म्हणजे आमच्या चुलत बंधूंनी, त्या घराचा कायापालट करून टाकला. घराची आता चक्क चाळ झाली होती आणि त्या चाळीत असलेल्या आणि विसंगत वाटणाऱ्या माणसांची नजर सर्कसमधील प्रेक्षकांप्रमाणे मला दिसत होती. ते लांबलचक सोपे, कुरकुरणारा झोपाळा, हंबरणाऱ्या गाई अदृश्य झाल्या होत्या. मग काळीकुट्ट बाळंतिणीची खोली लुप्त झाली ह्यात आश्चर्य नाही. मधला चौकसुद्धा आता उठून गेला होता. सत्तर ऐंशी फूट खोल असणारी ती काळीकभिन्न विहीर आता उग्र वाटत नव्हती. डोण गेली, केळीचे खाचर गेले, तगर, जास्वंद, मोगरा यांसारखी फुलझाडे गेली. फक्त एक जुना पुराणा अजस्त्र आंबा बापुडवाणा होऊन माझी ओळख सांगायला शिल्लक राहिला होता.

या घराने मला खूप काही दिले आहे. माझ्या चुलत्यांच्या पुस्तक संग्रहातून मी अनेक अदभुत कादंबऱ्या वाचल्या आहेत. केरळकोकीळ, रत्नाकर, मनोरंजन यांचे अंक वाचले आहेत. बालगंधर्वांचा एक खास अंक वाचूनच तर मला बालगंधर्वांच्या लोकप्रियतेचा शोध लागला आहे. नाटके, पद्यावल्या, आत्मचरित्रे तर खचाखच भरलेली असायची. औंधकरांचे चमत्कारिक आत्मचरित्र मी इथेच वाचलं. हडप, भिडे, दातार वगैरे साहित्यिक मला प्रथम इथेच सापडले. पण जाऊ दे! त्या आठवणीत काही अर्थ नाही. कारण स्वर्गासमान वाटणारी ती उंच माडी या नव्या वास्तुरचनेत केव्हाच उतरवली गेली आहे.

मी असाच ऐन दुपारी चित्रेच्या पुलावर निघालो होतो. मग लक्षात आले

की अंतर थोडे असले आणि इच्छा अनावर असल्या तरी खडबडीत रस्त्यावरून पायी जाणे फारसे सोईस्कर नाही. नदी कसली ती, तो ओढाच. पण या ओढ्याच्या काठी बसूनच मी प्रौढ झालो. माझा आतेभाऊ आणि त्याचे मित्र अनेक कुतूहलजनक गोष्टी तेथे बोलत असत आणि तोंड उघडे ठेवून भक्तिभावानं मी सारे ऐकत असे. आता गाव संपल्यानंतरच्या नदीपर्यंत पसरलेल्या रानात ऊस उगवतो. पुढे जावेसे वाटलेच नाही आणि परत वळलो. बँकेची एक उंचच उंच इमारत उभी राहिली आहे, परंतु त्याला कौलारू छप्पर नसल्यामुळे ती अगदी बोडक्या बाईसारखी दिसत होती. इतकी वर्षे झाली, पण गाव तसेच झोपलेले होते. शाळा, वाचनालये, टपाल कचेरी यांची अवस्था जवळपास तशीच होती. ज्या एका जवळच्या वाटेने संध्याकाळी मी जानव्याची गाठ धरून पळत पळत घरी जायचो तो बोळ तर इतका बापुडवाणा वाटला. तोच आता मला भीत असेल असेही वाटून गेले.

माझ्याबरोबर असलेल्या सहकाऱ्यांना हे कुग्राम सोडून पुण्याला जायची घाई झाली होती. ते सारखे मला घड्याळ दाखवत होते. पण माझ्यावर त्याचा काही परिणाम होणे शक्य नव्हते. घड्याळ नावाचा माणसाने जो एक भयंकर शत्रू निर्माण केला त्याला टाळण्यासाठी तर असल्या गावात यायचे. चार-दोन ठिकाणी मला चहाची बोलावणी आली. अजूनही घरातल्या स्त्रिया माजघरातल्या उंबरठ्यापलीकडून बोलत होत्या. परंतु या स्त्रिया स्वयंपाकात रुतलेल्या आहेत असे काही त्यांच्या चेहऱ्यावरून वाटत नव्हते. कारण त्यांचे नवरेच गलितगात्र आणि शरणार्थी दिसत होते. कोकणस्थी आदर सत्काराची परिसीमा म्हणजे पोहे- आणि तेही फोडणीचे, पण फोडणी नसलेले. त्याचा अनादर करणे मला शक्य नव्हते. कारण ही संधी दुर्मीळ. स्वयंपाकघरातून मिशा पुसत बाहेर येणाऱ्या अनेक यजमानांना या पूर्वी मी पाहिलेले होते.

उन्हे कलू लागली तेव्हा केवळ मैत्री तुटू नये म्हणून मी गाडीत बसलो पण मुख्य कार्यक्रम तर राहिलाच होता. तो म्हणजे रामतीर्थाची भेट. डोंगर फोडून हिरण्यकेशी चित्रानदीला भेटायला येते आणि एका छोट्या कड्यावरून कोसळते. ती जागा जेव्हा जेव्हा मी गावी येतो तेव्हा भेटायलाच पाहिजे अशी. जवळपास निर्मनुष्य अशा रस्त्याने मैलभर आडवाटेला जायचे. झाडीतून अर्धा फर्लांग आणखी आत जायचे, म्हणजे तो अद्भुत देखावा नजरेसमोर येतो. दोन पुरुष उंचीचे काळेकभिन्न दगड पसरलेले असायचे आणि तेव्हा ते राक्षसासारखे वाटायचे. आता ते अजस्त्र दगड काळाने गिळून टाकले आहेत. तसा उन्हाळा

अजून दूर आहे. पण धबधब्यावरचे वाहते पाणी संपत आलं आहे. या रामतीर्थावर आम्ही चांदण्या रात्री सहलीला येत असू. तेथेच स्वयंपाक करीत असू. माझे बालपण तेथल्या दगडांच्या फटीत कुठेतरी अडकून पडलंय आणि तेच शोधायला मी इथे येत असतो. एखादे सार्वजनिक कर्तव्य करण्याच्या भावनेने महाबळेश्वराच्या सनसेट पॉईटवर 'हाऊ ब्युटीफुल' म्हणून उच्चभ्रू माणसे गोळा होतात, तसेच काहीसे माझ्या मित्रांचे झाले होते. त्यांचा दोष नव्हता, कारण त्यांच्या परिचयाच्या कोणत्याच खुणा तेथे नव्हत्या. त्या कातरवेळी गदगदून जायला त्यांचे शैशव तेथे सांडलेले नव्हते, पण माझे होते!

काही म्हणा, प्रत्येकाला एखादे तरी आपले म्हणण्यासारखे गाव हवेच. कारण 'गावाकडे जायचे, गावाकडून आलो, गावचे पाहुणे आलेत, गावाकडून आंबे, फणस, अमसुले असले काही आलंय.' हे सांगताना सांगणाऱ्याचा चेहरा फुलून येतो. ज्यांना शहराव्यतिरिक्त आपले म्हणायला गावच नाही, ती माणसे मला बेवारस वाटतात-आगा पीछा नसलेली! एखादे लहानसे स्वप्न जतन करून ठेवायला त्यांच्याजवळ जागाच नसते... नगराच्या सर्वभक्षक संस्कृतीत ती वाढतात आणि त्यांच्यासमोरच नगराची महानगरे होत जाऊन त्यांचं सारे बालपण त्या अकराळ विकराळ शहराच्या अनेक मजली इमारतीखाली चिरडून जाते. खेडेगावातल्या शाळांत कदाचित शिक्षण मिळत नसेल पण आपले बाळपण गोठवून ठेवणारं ते एक स्वप्नघर असते! गावातले बोळ, किंवा त्यांवरचे खाचखळगे अनेक शहाऱ्यांना आणि रोमांचांना जतन करीत असतात. दुरावा आणि उलटून गेलेला काळ अशा दोन झिरझिरीत पडद्यांमुळे खेड्याचे अस्फुट दर्शन मनावर बिंबवून राहते. जगाच्या बाजारात आपली किंमत कितीही वाढली तरी खेड्यात तुम्ही अजूनही भिड्यांचा गणा, सावंताचा शिवा अशा नावानेच ओळखले जाता. प्रत्येक माणसाला खूप मोठे व्हायची इच्छा असते खरी, पण आपले स्पर्धाहीन क्षुद्रपणही त्याला जतन करायचे असते! खेडेगावातल्या ठकू, साळू, गंगू, भागीरथी अशा पिचपिच्या डोळ्यांच्या आणि निब्बर मुलींनीच स्त्री सौंदर्याचं मोजमाप आपल्याला करायला शिकवलेले असते. खरे तर माणसाचं पौगंडावस्थेतच सर्व काही ठरून जाते. आवडी, निवडी, हट्ट, लकबी यांनी एकदा माणूस घडला की पुढे उरतात ती फक्त समर्थने. म्हणून माणसाला एखादे गाव हवेच! मनामध्ये रेंगाळणारी एखादी पायवाट हवी! पुढे कितीही नास्तिकतेचा देखावा केला तरी गावच्या रवळनाथाला घातलेले साकडे, एकादशी, प्रसाद यांचीही एखादी आठवण माणसाचे सारे आवेश मर्यादित ठेवते.

माझ्याबरोबरचे सारे मित्र हे अंतर्बाह्य नगरवासी आहेत. त्यामुळे माझ्या मनात उसळणारी खळबळ त्यांना समजत नाही. मला समजावून सांगता येत नाही! गाडीत चाललेल्या हास्यविनोदात मी भाग घेण्याचा देखावा करीत आहे, पण माझे मन अजून हिरण्यकेशीच्या दगडी पुलापलीकडे अडकून राहिलंय, हे मी त्यांना कसे समजावून सांगणार? या माझ्या गावच्या दर्शनाने माझे मित्र माझ्या लेखनशक्तीवर अचंबा करीत असावेत. कारण त्यांच्या लेखी मी लिहिलेले सारे काही ढळढळीतपणे खोटे होते. त्यांना मी कसे समजावून सांगणार की सारे अगदी खरे आहे. मी एक शब्दही खोटा लिहिलेला नाही. पण तुम्ही पाहिलंत ते गाव माझे नाही. माझ्या मनात एक निराळेच गाव आहे आणि दुर्दैवानं ते फक्त मलाच दिसते, त्याला मी तरी काय करणार?

- ० -

मी एक जिप्सी बनून परत चाललो होतो.

एक दिवस लाल मातीचा धुराळा मागे उडवीत माझी गाडी हिरण्यकेशीच्या पुलावर आली.

पूल आला. वाटले, आता आलेच गाव!

आपल्या गावाचा परिचित वास नाकाला जाणवला, अन् अंगांग रोमांचित झाले.

गाडीला सर्वच रस्ते सारखे असतात, पण आपल्याला मात्र आपले रस्ते, रस्ते राहत नाहीत - त्या वाटा होतात... स्वप्नांच्या.

पुलावरती आलो तेव्हा सोहाळयाच्या वाटेवरच्या करवंदांच्या जाळ्या बोलावू लागल्या. जांभळ्या झाडांनी तोंडाला पाणी सुटले, पण लक्षात आले आता त्यांची गाठभेट सकाळशिवाय पडणार नाही. पुलाच्या उजव्या अंगाकडून अकराळविकराळ नदी डोंगर फोडून आलेली दिसत होती आणि डाव्या अंगाला संगमाच्या दिशेने ती घरंगळत गेली होती. डोंगरांचे कडे फोडून ही नदी ज्या वेगाने निघाली होती, तिला इथे रामतीर्थाच्या पवित्र जागी एक झटका मिळाला. काळेकभिन्न राक्षसासारखे दिसणारे दगड तुडवीत, ओलांडीत, तांबारलेले पाणी आषाढाच्या काळोख्या रात्री जेव्हा रोरावत खाली निघाले, की एकदम त्या पाण्याचा तळच हरवतो आणि बराच वेळ ते पाणी अस्मानातच लोंबळकत राहते आणि मग त्या पाण्याला भेटतो एक निळाशार अथांग डोह. आता तो अथांग डोह उपाशी पोटाने आषाढाची वाट पाहत असेल. याच डोहाने लहानपणी मला अनेक दंतकथा पुरविल्या होत्या.

धड उजेड नाही, धड अंधार नाही अशी आता एक

कातर वेळी झाली होती. झाडांची गूढ सळसळ आणि प्राण्यांचे आवाज एक रमल निर्माण करीत होते. कोकणात किंवा तळनावळात अदृष्टाचे राज्य सुरू होण्याची ही वेळ. पायांखाली काही वळवळणारे फिरेल, झाडावरून कोणी तरी अंगावर उतरेल, वळणावर कोणीतरी आवळण्यासाठी उभे असेल असे वाटण्याचा समय सुरू झाला होता. डोंगरी हवा अंगाखांद्यांवर खेळत होती. या हवेने प्रवासाचा शीण संपला, की गावाची चाहूल लागली म्हणून संपला, हे समजणे कठीण आहे. मुक्कामाकडे जाऊन पाय पसरावे असे वाटण्याइतका कंटाळा आलेला होता. रामतीर्थाच्या धबधब्याचे आणि डोहाचे दर्शन घेतल्याशिवाय गाडीचे चाक गावाकडे वळेना. भारलेल्या अवस्थेत मी आडरस्त्याने डोहाकडे जाऊ लागलो.

गाडीने झाडांच्या विळख्यातून रस्ता काढीत काढीत चार दोन वळणदार अक्षरे गिरविली आणि रामतीर्थाजवळचे देऊळ दिसू लागले. जमेल तितक्या जवळ जाऊन पन्नास फुटांवरील खडकांच्या पायथ्याशी पसरलेला तो डोह एकदा डोळे भरून पाहिला.

मागे जेव्हा वडिलांबरोबर सुट्टीला मी गावी येई तेव्हा रोज संध्याकाळी करवंदाने चिकट झालेले हात धुण्यासाठी या डोहाचेच पाणी मी वापरत असे. घरून खिशातून भरून आणलेले चुरमुरे याच डोहाच्या काठावर बसून मी खात असे. खिसा उपडा करून त्यातले चुरमुरे वा पोहे मी या डोहाच्या पाण्यात अर्पण करून आसरांना (यक्षिणींना) प्रसन्न करण्याचा प्रयत्न करत असे. बरोबरीची मुले घरी जाण्याची घाई करीत पण माझे मन येथेच रेंगाळे. काही आसरा डोहात वास करतात अशी एक गोष्ट मला आत्याबाईंनी सांगितली होती. त्या यक्षिणींना मला भेटायचे असे. अजूनसुद्धा एखादी यक्षिणी पाण्यातून बाहेर येईल असे मला वाटत होते. तेव्हा कळले नाही पण आता कळते. त्या यक्षिणी पाण्यात नव्हत्या, त्या माझ्या मनात होत्या. अशाच एका यक्षिणीचा हात धरून तर मी गावाची वाकडी वाट करून आलो आहे.

बरोबर आलेल्या माझ्या मित्रांना माझे कावरेबावरे स्वरूप थोडे निराळे वाटले. भूतकाळाचा काठ घट्ट पकडून मी भविष्याकडे पुढचे पाऊल टाकीत होतो. कदाचित म्हणून तसे झाले असेल. मला काल घडलेले विसरता येत नाही आणि घडलेले सावरताही येत नाही. माझे काही तथाकथित पुरोगामी मित्र माझी चेष्टा करत होते. सगळे काही कालचे पुसून टाकले तर मग बिनपिसाचा मी एक पक्षी बनेन अशी मला एक भीती वाटते. घडलेले सगळेच सुंदर असते असा

माझा दावा नाही. पण जे जे घडले ते ते सर्व माझेच असते-फक्त माझेच. कदाचित सुंदर, कदाचित कुरूपही. कदाचित कठोर, कदाचित मुलायम. माझ्या आयुष्याचा हा सारा रंग आज थोडा फिका झाला असला तरी त्याविना माझे काहीच भागणार नाही.

मग गाडी गावाच्या दिशेने लागली. हे एक चढउतारांचे गाव. गर्द झाडीत बुडालेले. पहिल्यांदा कचेरी लागली. तेथे माझा आतेभाऊ आपले अनेक निरर्थक उद्योग करत होता. खरे तर तो एक साधा आळसात आणि विड्यांच्या धुरात बुडालेला, तरीही आपल्या आवाजामुळे व माडाच्या झाडासारख्या असलेल्या उंचीमुळे लक्षात राहायचा. चालताना तो पळल्यासारखा चालायचा. त्याच्याबरोबर चालणे मला फार कठीण वाटायचे, तरीही लहानपणी मी त्याचाच हात धरून या गावच्या अनेक लाल वाटा तुडविल्या.

कचेरीच्या समोर लायब्ररी. माझे बालपण या लायब्ररीतील पुस्तकांनी अद्‌भुत झाले होते. नाथमाधवांच्या कादंबऱ्या मी येथेच वाचल्या. कंदिलाच्या किंवा समईच्या प्रकाशात आमच्या मोडक्या माडीवर त्या कादंबऱ्यांतील कितीतरी युद्धे मी साक्षात पाहिली होती. कठीण दुर्गांच्या वाटचाली तर चढून गेलो होतोच. तोफांचे गडगडाटही ऐकले. एक महिन्याच्या गावातील निवासात कसरीने खावी अशी इथली पुस्तके मी गट्ट केली. इथल्या पुस्तकांतील (अजून ती धड अवस्थेत असलीच तर) बायकांना मी काढलेल्या मिशा अजून शाबूत असतील. बायका पुरुषांसारखा वागू लागतील हे जणू काही मला लहानपणी कळले होते.

एरवी चांभारवाड्यावरून खाली उतरले की आंबोली घाटाची वाट लागे. ती वाट वेळूच्या बनातून वर चढत, हाफ-टनी गाड्यांतून वेंगुर्ला-मालवणच्या दिशेने दिसेनाशी होई. तेथे एखाद दुसरी गाडी दिसे. पण आता मात्र तेथील एस. टी. चा थांबा, हॉटेलात असलेला झगमगाट चांगल्या सुहासिनी गृहस्थिनीने बॉब करावा तसा वाटला. आमच्या गाडीकडे कुतूहलभरल्या डोळ्यांनी बाजारपेठेतील दुकानदार बघत होते. पण त्यात केवळ आश्चर्य होते, ओळख नव्हती. मग बाजाराचा चौक आला तेव्हाची गुदमरलेली दुकाने आता चकचकीत, झुळझुळीत झाली होती. उजव्या बाजूचे रवळनाथाचे देऊळ हाक मारीत होते. पंढरपूरला जाऊनही मी विठोबाचे किंवा कोल्हापूरला गेलो तरी अंबाबाईचे दर्शन घेतोच असेही नाही. देवळात कोंडलेल्या देवांची मला नेहमीच कीव येते. पण इतर देवांची आणि रवळनाथाची गोष्ट निराळी आहे. लहानपणी अंधारलेल्या आणि ओलावलेल्या रस्त्यावरून जाताना त्यानेच नाही का माझी सोबत केली? लोकांच्या

बागेतून आंबे, काजू चोरीत असताना त्यानेच नाही का मला सावध केले? नाव सांगत नाही पण आमच्या शेजारच्या घरात चाललेले शृंगार चोरून पाहताना त्यानेच नाही का मला क्षमा केली? गावात आल्या आल्या देवळात टेकावे आणि मनातल्या मनात साऱ्या पापपुण्याचा हिशेब त्याला द्यावा असे उगीचच वाटून गेले. खरे तर पापपुण्याचे हिशेब माणसेच ठेवतात पण समोरचा अगोचर, निर्विकार रवळनाथ जणू काही त्याची कीर्द ठेवतो अशी आपली लहानपणची समजूत होती. मोह आवरला आणि घराकडे निघालो.

पूर्वीच्या कशाबशा उभ्या असलेल्या शाळेत आता रंगीबेरंगी धुमारे फुटलेले होते. पूर्वी शाळा ही केविलवाणी वास्तू असे. मुलांना बांधून ठेवणारे ते कोंडवाडे वाटत. सकाळी जाता येता एकसुरात गायलेल्या श्लोकांचा घोष कानांवर पडे. उगाचच ज्ञानाची चार मुळाक्षरे आपल्यासाठी उधळली गेल्यासारखी वाटत. समोरची मुलींची शाळा म्हणजे तर आपोआपच उगवलेले आणि खुरटलेले एखादे आंब्याचे झाड वाटे. नुसतीच पाने, तीही मातीने माखलेली. मोहर कधी आलाच नाही, निदान तेव्हा तरी. पुन्हा दोन रस्ते फुटतात. एक पोस्टाकडे, दुसरा गणपतीच्या देवळाकडे. आमच्या घराचा जवळचा रस्ता मायदेव सावकारांच्या घरावरून जातो. झाडे उंच वाढल्यामुळे जवळचा रस्ता असूनही मी तो टाळत असे आणि कधी त्या रस्त्याने जावेच लागले तर रामनामाचा जप करत असे.

अंधारल्या रस्त्यावरून अखेरी मी माझ्या आतेभावाच्या घरी पोचलो. पूर्वी माझा आतेभाऊ सोहाळ्याला असे आणि त्याचे ते गाव दोन तीन मैल वाट तुडवल्यानंतर भेटत असले तरी तेव्हा ते हवेसे वाटे. कारण वाटेत चक्रावून टाकणारे चांगले दाट जंगल होते, करवंदांच्या जाळ्या होत्या आणि मुख्य म्हणजे हिरण्यकेशी पार करण्यासाठी दगडांचा घातलेला गडगा होता. दगडांच्या फटीत पाणी खळखळत वाहत जाई आणि त्यातल्या त्यात सपाट दगडांवरून उड्या मारीत नदी पार करून जावे लागे. कधी तोल जाई तेव्हा तो माझा लंबूटांग्या आतेभाऊ मला सावरी; आणि मावळातल्या अंधाराची भीती वाटे, तेव्हा मला त्याचा आधार वाटे.

सोहाळा गाव तसे उंचावर वसलेले आहे आणि हिरण्यकेशी एक घाटदार वळण घेऊन खालून वाहत असे. या खोल नदीतून पाणी आणणे हा एक भलामोठा उद्योग त्या गावात असे. भाताच्या पेजीशिवाय फारसे सत्त्वान्न न मिळालेल्या परंतु निसर्गाबरोबर वावरणाऱ्या ब्राह्मण कुळवाडी स्त्रियांच्या घाटदार बांध्याकडे आणि लवलव करणाऱ्या त्यांच्या तत्पर व टचालीकडे मी खुळ्यासारखा

मी एक जिप्सी बनून परत चाललो होतो. / ७७

पाहत राही. कुणास ठाऊक, आता गावात नळही आले असतील. चकाकणाऱ्या कळश्या आणि घागरी कमरेवर आणि माथ्यावर वाहून नेणारा तो जथ्था अजूनही माझ्या डोळ्यांसमोरून हलत नाही. नळातून ओघळणाऱ्या पाण्यात सुख जरूर असेल, पण अंगातून घामाच्या धारा काढणारे हे पाणी अधिक चवदार वाटे आणि तेवढ्या कष्टाच्या पाण्यातून फुललेली फुले तर अगदी सुगंधी वाटत.

माझ्या आतेभावाला दोन बायका होत्या. पहिलीला मूल झाले नाही म्हणून दुसरी केली आणि माझी आत्या ही खाष्ट सासू असल्याने त्या घरात एक आवडती आणि नावडती असे राज्य आळीपाळीने चालू असे. मला त्याची मोठी गंमत वाटत असे. आत्याबाईंनी केलेल्या छळांच्या अद्भुत कथा मी पुष्कळ ऐकल्या होत्या. त्या बालविधवा होत्या; पण कर्तबगारीचा एक तोरा त्या सदैव बरोबर वागवीत. नावडती असली तरी घरातली सर्व कामे तिला करावी लागत. कदाचित थोडी जास्तच. आता आत्याबाईंही नाहीत. माझा आतेभाऊही नाही. त्याचा तो दुहेरी संसार कसा चालत असेल याचे माझे कुतूहल अजूनही संपलेले नाही. अनेकदा तो विषय मला लेखनासाठी उद्युक्त करतो. पण आज स्त्रियांच्या आपल्या नव्या दृष्टिकोनामुळे एका छत्राखाली नांदणाऱ्या आणि तरीही सवतीच्या मुलांचे प्रेमाने करणाऱ्या हसतमुख स्त्रीचे मन समजून घेणे मला अशक्यप्राय वाटते.

सोहाळ्याचे घर आत्याबाई असतानाच सोडून माझा आतेभाऊ आजऱ्यात घर बांधून राहिला होता आणि त्याच घरात मी आता जाणार होतो.

घर तसेच होते. नळीच्या कौलांचे, फारशा खिडक्या नसलेले.... कोनाड्यांचे, लाकडी माळ्याचे आणि कोपऱ्या कोपऱ्यांत नुकत्याच सारवलेल्या कणग्यांचे. लाल तांदळांचा भात मनसोक्त खाल्ला आणि तृप्त मनाने झोपी गेलो. माझ्या भावानेच दुकानाबाहेर बांधलेल्या कट्ट्यावर ताररस्वरात तेव्हा गप्पा चालत. त्या गप्पा आता कायमच्या संपल्या होत्या. समोरच्या विहिरीवरची वर्दळ ओसरली होती. आपण अगदीच निराळ्या वातावरणात आलो आहोत हे सारखे जाणवत होते. डोक्यापलीकडून आणि पायांखालून आपल्याच मालकीचे हे घर आहे अशा थाटात उंदीर जा-ये करीत होते. बाहेर काळोख किती आहे हे लक्षात येण्यासाठी केव्हाही अंतर्धान पावणारा एक दिवा लुकलुकत होता. घरच्या फाटकाबाहेर असणारी माझी गाडी अगदी विशोभित दिसत होती.

पहाटे केव्हा जाग आली हे कळले नाही. परंतु माझ्या दोन्ही वहिनी केव्हाच उठून कामाला लागल्या होत्या. जात्याची घरघर ऐकू येत होती. गुरांचे

हंबरणे ऐकू येत होते. मी डोणीवर जाऊन तोंड धुतले आणि परसातल्या बागेत चक्कर टाकली. अनेक झाडे फळाफुलांनी लगडली होती. शिस्त नसली तरी कोणाचा तरी काळजीपूर्वक हात आणि स्वेदबिंदू तेथील मातीत मिसळले होते. मधली काही वर्षे काही गोठून राहिली आहेत, असे वाटत होते, कारण कोठे काही बदल नव्हताच. तेरडा, प्राजक्त, तगरी, अळू, गवती चहा, तुळस जागच्या जागी तितक्याच फुललेल्या स्थितीत होती. घरातच गाईचा गोठा होता. केव्हा तरी हुंगलेला तो चमत्कारिक वास आसमंत भरून टाकीत होता.

धुराचा वास असलेला चहा आधुनिक कपबशीतून पिऊन मी बाहेर पडलो. रस्त्यावर पुष्कळच वर्दळ होती. ओळखीचे कोणी हाक मारील म्हणून मी प्रत्येकाकडे आशेने पाहात होतो. परिचय, जिव्हाळा तर कोठे दिसलाच नाही; दिसली थोडी तुच्छताच. आपल्याहून थोड्या श्रीमंत असलेल्या माणसाला दाखवायची तुच्छता असते तशी. कोणतीही श्रीमंती उद्योगातून, कल्पकतेतून, काटकसरीतून निर्माण होते यावर कोकणी माणसाचा विश्वास नसतो. व्यापार म्हणजे लबाडी, श्रीमंती म्हणजे बनवाबनवी यावर त्याची अपार श्रद्धा.

मग मी असाच दक्षिणेच्या दिशेने गावाबाहेर पडलो. अजूनही एक मोडके चर्च तेथे उभे आहे. त्या चर्चला कोणी वाली नाही. आकाशातल्या बापाची कीव करीत मी काजूच्या बागेत पोचलो. आता ती बाग आमची नाही. आमच्या चुलत्यांकडे ती गेली, आणि चुलत्यांनी दत्तक घेतलेल्या मुलाच्या मालकीची ती झाली. पण आता ती बाग, बाग राहिलेलीच नाही. झाडाला औषधालाही फळ नव्हते. गावात आता तसे माझे म्हणण्यासारखे काहीही राहिले नव्हते. आमच्या वाट्याची शेती होती, ती माझ्या थोरल्या बंधूंना मी केव्हाच देऊन टाकली होती. पण गणपतीच्या देवळासमोर एक दहाबारा गुंठ्यांचे परडे होते. तेवढे मात्र त्याने विकू नये असे मी सुचविले होते. त्याचे काय झाले कोणास ठाऊक! आपले गाव म्हणायला काहीतरी असावं एवढाच त्यामागे हेतू होता. या परड्यात एखादे छोटेसे घर बांधावे असे मला पुष्कळदा वाटून गेले. पण एक तर हाताशी एकठाव पाच-दहा हजार रुपये नव्हते. आणि ज्याचा उपयोग नाही असले घर बांधून काय करायचे असा सर्वांचा अडसर होता. पण मला वाटते, चुकलेच. राहण्यासाठी थोडेच हे घर बांधायचे होते? या तांबड्या मातीशी आपले नाते राहावे एवढाच तर तो हिशेब होता. पण असले हिशेब कोणाच्या खिसगणतीत नव्हते. कारण असले दीडदोनशे मैलांवरचे गाव आपले मानायला कोणी तयारच नव्हते.

मी एक जिप्सी बनून परत चाललो होतो. / ७९

मी सगळ्या आठवणींच्या जागांना स्पर्श करायला गेलो, आता यापुढे नम्रतेने वागायला हवे. कारण या गावात सदैव कपाळमोक्ष होण्याची भीती आहे. पण प्रत्येकाने माझा हात झिडकारला. चुलत्यांच्या वाटणीला गेलेल्या आमच्या वडिलोपार्जित घरात मी बिचकत बिचकत गेलो. गोठे आता भरलेले नव्हते. झोपाळाही कुरकुरत नव्हता. घरही जागते वाटत नव्हते. मी तसाच कोणाला न विचारता सोपा ओलांडला आणि अंगणात आलो. हे घर त्या वेळेस माझ्या वडिलांच्या मावशीच्या ताब्यात होते. तीच आमच्या घरची कर्ती. तेव्हा इथे माझे पुष्कळसे बालपण गेले. तीही मोठी करारी आणि जहांबाज बाई होती. साऱ्या ब्राह्मण आळीला तिचा धाक असे. ती रुपया - दोन रुपयांची सावकारी करायची. पण तिचे पैसे बुडविण्याची कोणाची हिंमत नव्हती. तिनं माझ्या आईचा खूप छळ केला. पण माझी सगळी मोठी भावंडे सोबतीसाठी इथे आळीपाळीने येऊन राहायची आणि इथेच ती मोठी झाली. मावशी वारली तेव्हा त्या दारिद्र्याच्या काळात एक हजार राणीछाप रुपये आणि तीन-चार हजार रुपयांचे सोने-नाणे तिने माझ्या वडिलांसाठी ठेवले. तिचा कर्कश आवाज अजूनही घराच्या कोंदटलेल्या कोठल्या तरी खोलीतून येईल आणि "गण्या, वेंधळ्यासारखा बघत काय उभा राह्यलास! जरा फुले काढून आण!" असे काहीसे ती म्हणेल, यासाठी मी तिष्ठत उभा राहिलो. पण कसलाच आवाज आला नाही. रंग उडालेल्या चङ्ख्या, विटकी पातळे सोप्यावर पडली होती, त्याअर्थी येथे कोणी तरी राहत होते. मी तसाच परसदारी गेलो. पण आता तेथे सारे जंगल होते. पाणी तापवायचा हंडा आता चकचकत नव्हता. पाण्याची डोण भरलेली नव्हती. सारी झाडे सुतकात असल्यासारखी खिन्न होती. मी सत्तर ऐंशी फूट खोल असलेल्या विहिरीत डोकावून पाहिले आणि माझ्या लक्षात आले, या खोल खोल काळ्याकुट्ट आडातच माझे बालपण मरून पडले होते.

तसाच खिन्न मनाने मी बाहेर आलो. समोर फळणीकरांचे घर आहे. तेथे पूर्वी कमरेत वाकलेले आणि केव्हाही अदृश्य होतील असे जराजर्जर फळणीकरांचे जोडपे राहत असे. 'कोठे निघालात?' असा प्रश्न आता कोणी विचारणार नाही. पलीकडे आमचे उपाध्याय गुंडूभट पेंडसे राहत. उपाध्याय असूनही मोठा रंगेल असणारा हा माणूस या तांबड्या मातीला आता दुरावलेला आहे. त्यांच्या मुलाने माझ्याकडे एकदा डोळे वर करून पाहिले आणि परत तो आपल्या निरर्थक उद्योगाला लागला.

मग मी तसाच खूप वेळ भटकत राहिलो. ओळखीचे डोळे कोठे भेटेचनात.

ओळख दाखवायला गेलो तर सारेच जण झिडकारून टाकीत. रेंगाळत रेंगाळत असाच मी चित्रा नदीच्या पुलावर येऊन बसले. चित्रा नदीच्या पुलाखालून पुष्कळ पाणी वाहून गेले होते. खरे तर या पुलावर माझ्या आयुष्यातल्या कित्येक उन्हाळी संध्या गेल्या असतील. पण आता फक्त उन्हाळा राहिला आहे. हा पूलसुद्धा माझी ओळख विसरला आहे हे लक्षात आले.

ऊन चांगलेच डोक्यावर आले. पहाटे लगोलग येथून पुढे जायचे मी कबूल केले होते. माझे मित्र ओरडत असणार. या लाल रस्त्यावरून मागे जायला माझे मन तयार नव्हते. आता ओळखीचे फक्त रस्ते होते, घरे होती, छपरे होती. झाडाला तसेच फणस लगडले होते. करंवदीच्या जाळ्या तशाच भन्नाट वाढलेल्या होत्या. अजूनही हात न पोचलेल्या ठिकाणी आंब्यांच्या शेंड्यांवर शेंदरी आंबे दिसत होते.

हे माझेच गाव होते. आता हे मला माझे गाव वाटत नव्हते. कोणी कोणाचा असणे हे अखेरी सहवासानेच ठरते. अनेक वर्षांनी माझी पावले या रस्त्यावरून चालली. कदाचित त्यांना अजूनही माझी ओळख असेल. माती ओळख विसरत नाही. माणसे विसरतात. का कुणास ठाऊक, सारखे वाटत होते की कोणाला तरी अडवून सांगावे की गणपतीच्या देवळाजवळच्या वासुदेवराव बेहेऱ्यांचा मी मुलगा. पण असे कोणी भेटतच नव्हते. मी हताश होऊन घरी परतलो. ड्रायव्हरने गाडी लखलखीत करून ठेवली होती. मी माझ्या पुतण्यांना खाऊ दिला. रुपया, दोन रुपये त्यांच्या हातावर ठेवले. वहिनींना वाकून नमस्कार केला. माझ्या उशिरामुळे मित्रांच्या झालेल्या नाराजीकडे दुर्लक्ष केले. मला देऊ केलेली पोह्यांची पुरचुंडी दागिन्यांच्या गाठोड्याच्या थाटाने मी गाडीत ठेवली. सर्वांचा निरोप घेता घेता गाडीत बसलो. ड्रायव्हरने गाडी सुरू केली. या गावाशी नाते सांगणारे नातेवाईक मागे पडले. चिरपरिचित वास्तू एकामागोमाग एक मागे पडल्या. माझ्या मित्रांनी बहुश: फणस घेतले असावेत. कारण एक उग्र वास डिकीतून नाकात घुसत होता. गाडी वळण घेत घेत रवळनाथाच्या देवळापाशी आली. काल येथे येताना वाटले होते, माझे मित्र काही म्हणोत; देवळात जावे, क्षणभर देवाच्या दारी बसावे आणि रवळनाथाला साष्टांग नमस्कार घालावा. पण आज तसे काही वाटलेच नाही. गाडी पुढे आली. तिने कचेरीही मागे टाकली आणि मग ती रामतीर्थाच्या वाटेवर, तिठ्यावर आली. पुन्हा एकदा डोहाने हाक मारली पण तरीही जावेसे वाटेना. गाडीने पूल पार केला आणि ती कोल्हापूरच्या वाटेने निघाली. लाल धूळ मागे उडत होती. त्यातली काही गाडीवर साचत

मी एक जिप्सी बनून परत चाललो होतो. / ८१

होती. गावाची तेवढीच आठवण माझ्याबरोबर येणार होती.

गावाकडे येताना मला एक माझे गाव होते. गावाला एक रूप होते. गावाला दोन नद्या होत्या, नद्यांचा एक संगम होता. गावात लाल वाटा होत्या. गावात माझे घर होते. गावाचा प्रतिपाळ करणारा रवळनाथ होता. गावाबाहेर रामतीर्थांचा धबधबा होता आणि आसरांचा वास असणारा डोह होता.

पण परत जाताना काहीच उरलेले नव्हते. माझे एक गाव होते, असेसुद्धा मला सांगता येणार नव्हते. केव्हातरी माझी मुळे या मातीत रुजली होती हेही आता खरे नव्हते. आता मी निराधार होतो. जसे अनेक जिप्सी या गावातून त्या गावात हिंडतात तसा मीही यापुढे हिंडणार आहे.

मी काल आजऱ्याला आलोच नसतो-तर माझ्या लहानपणच्या एका स्वप्नभूमीचे वर्णन करू शकलो असतो. इथल्या लहानसहान गोष्टींना मी रंग दिले असते, माणसांना पंख दिले असते. झाडांना मोहर दिला असता, नदीला प्रवाह दिला असता, डोहाला खोली दिली असती आणि ज्या यक्षिणी माझ्या लहानपणात मी मनात सांभाळल्या होत्या त्यांना स्पर्शमिठीत घेतले असते.

पण आता मात्र मी कोठलेच ठिकाण नसलेला एक जिप्सी बनून परत निघालो होतो. एक जिप्सी....

- ० -

प्रवासाचे दिवस आले... पाहण्यासाठी डोळे हवेत.

मार्च महिना सुरू झाला की हळूहळू गारवा संपू लागतो. पण शाळा - कॉलेजच्या परीक्षा अजून व्हायच्या असतात. त्यामुळे प्रापंचिकांना आपली गावे सोडता येत नाहीत. उन्हाळा वाढलेला असे, जिवाची उलाघाल होत. आपापल्या खुराड्यात राहून आपापला रोजगार सांभाळीत, संसाराचा रेटा त्यांना सांभाळावाच लागतो. मुंबईसारख्या हवेतून तर दूर पळून जाण्याची इच्छा असते. दर शनिवार-रविवारी मुंबईच्या आसपास जेवढी म्हणून निवांत स्थळे आहेत ती माणसांनी फुलून गेलेली असतात. लोणावळा-खंडाळा, अलिबाग-उरण या ठिकाणी तर आता एवढी प्रचंड गर्दी जमते की केवळ गाव सोडून आपण दूर आलो या मानसिक समाधानाव्यतिरिक्त काहीही हातात पडत नाही. जे तरुण-तरुणींचे गट एकत्र येतात त्यांना काही सामूहिक उन्माद व्यक्त करायला थोडासा अवसर मिळतो, नाही असे नाही. पण माणसाची एकांताची भूक यामुळे भागेल असे वाटत नाही.

मागे महाबळेश्वर एक निवांत स्थान होते. तेथे गर्द झाडी होती. महाबळेश्वराचा परिसर प्रचंड असल्यामुळे जरी थोडीफार गर्दी झाली तरी ती जाणवत नसे. शिवाय तेथे निसर्गही थोडा उग्र असल्यामुळे माणसाचे आणि निसर्गाचे नाते समजून घ्यायला सोपे जाई. पण आता महाबळेश्वरसुद्धा पूर्वीचे राहिलेले नाही. झाडी तुटली, आलिशान हॉटेल्स झाली. कौलारू घरांच्याऐवजी सिमेंटची जंगले उभी राहिली. केवळ मे महिन्यात नव्हे, तर पावसाळा सोडून अन्य कोणत्याही महिन्यात महाबळेश्वरला आता एकांत लाभत नाही. नागर

संस्कृतीचे सारे आविष्कार तेथेही येऊ लागलेले आहेत. पण अजूनही महाबळेश्वरचा पावसाळा हे अभूतपूर्व सौंदर्य आहे. एकतर महाबळेश्वराच्या धुवांधार पावसात ते पर्वताचे पठार इतके चिडीचूप बसते की अंतर्मुख होण्यावाचून माणसाचा इलाज राहत नाही. माणसे नम्र होतात, पशु-पक्षी अदृश्य होतात. डोंगरसुद्धा खुजे वाटतात. झाडे थरथरत उभी असतात. आकाशच जणू काही जमिनीला भेटायला आले आहे असा भास उत्पन्न होतो. ढगांत सारी सृष्टी हरवून जाते. आपण पाच हजार फुटांवर उंच आहोत की अंधातरी आहोत हे कळण्यासाठी पायांखालची जमीन चाचपडून पाहावी लागते. वाहत्या पाण्याचे रूप किती अकराळ-विकराळ असू शकते हे जसे दिसत असते तसेच मध्येच पाऊस थांबला म्हणजे हेच पाणी झाडांना, मातीला, डोंगराला मिठी मारताना दिसते.

त्या मानाने पाचगणी हे अधिक सौम्य वाटते. कारण तेथे उग्र निसर्ग नाही. तेथील टेबललॅन्ड हा मात्र सृष्टीचा चमत्कार आहे. एकाच वेळेला पाच-पंचवीस क्रिकेट टीम्स तेथे क्रिकेट खेळू शकतील एवढा त्याचा विस्तार आहे. गोलंदाजाने टाकलेला चेंडू फलंदाजाकडे पोचेल अशी मात्र खात्री नाही, असा वाऱ्याचा तेथे वेग असतो. हे शाळांचे गाव आहे. त्यामुळे सर्व प्रकारच्या शाळा आणि सर्व जातिधर्मांची मुले झाडाला वांदरे लगटावीत तशी या पठाराला लगटलेली असतात. बऱ्याचशा हिल स्टेशन्सवर शाळा का बरे काढल्या जात असतील? उंचीमुळे, एकांतामुळे का निसर्गाचा बालमनावर परिणाम होतो म्हणून? अर्थात या सर्व शाळा महागड्या असतात. शिवाय ही सर्व बोर्डिंग स्कूल्स असतात. चोवीस तास ही श्रीमंतांची मुले शिक्षण संस्थेच्या ताब्यात असतात. आणि कुटुंबाच्या संस्कारांवाचून वाढतात.

महाराष्ट्रात काही हिल स्टेशन्स पूर्वीपासून होती, काही नव्याने निर्माण करण्यात आली. पंचमढी, महाबळेश्वर आणि पन्हाळगड या तर काही काळ राजधान्याच होत्या. परंतु अजूनही सह्याद्री पर्वताच्या जवळपास पाचशे मैलांच्या अनेक घाटमाथ्यांवर उत्तम हिल स्टेशन्स होऊ शकतील. सापुतारा हे असेच एक घाटमाथ्यावरचे उत्तम हिल स्टेशन आहे. आंबोली येथेही हॉलिडे होम्स बांधून एक हिल स्टेशन करण्यात आले आहे. डोंगरमाथ्यावर पर्यटकांसाठी विश्रामस्थाने निर्माण करण्याचा फायदा असा की उंचीमुळे मनुष्याचे मन आपोआप उन्नत होते. महाराष्ट्रात कित्येक किल्ले असे आहेत की ज्या किल्ल्यांना किल्ला म्हणून प्रतिष्ठा नव्हती, तेथेही विश्रामस्थाने बांधता येतील. मात्र जेथे काही इतिहास घडला तेथे पिकनिक स्पॉट्स करू नयेत,कारण त्यामुळे त्या स्थळांचे पावित्र्य

कमी होते, या भालजी पेंढराकरांच्या मताशी मी सहमत आहे.

देशात अनेक पर्वतराजींत अनेक सुंदर ठिकाणे आहेत. हिमालयाला तर उंचीमुळे आणि जलसान्निध्यामुळे एक वेगळेपण आलेले आहे.

महाराष्ट्राला खूप मोठा असा सुंदर समुद्रकिनारा आहे. खूप खोल अशा खाड्या आहेत. या खाड्यांत कुठल्यातरी पश्चिमवाहिनी नद्या मिळतात. समुद्राचे किंवा जलाशयाचे दर्शनसुद्धा माणसाला अंतर्मुख करते. प्रवासाची अनेक उद्दिष्टे आहेत. त्यांत करमणूक, वातावरणातील बदल याचबरोबर मनाला आलेली मरगळ घालविणे हाही एक उद्देश असला पाहिजे. मनाला आलेली मरगळ अतिश्रमाने येते, नैराश्याने येते. तोचतोचपणामुळे येते किंवा फसगतीमुळेही येते. फसगत झाली आहे असे वाटण्यातसुद्धा काही वेळा फसगत होते. मनुष्याला स्वत:च्या आयुष्याचा जमाखर्च मांडायलासुद्धा फुरसत मिळत नाही. शहरात तो स्वत:चा मुळी उरतच नाही.

पूर्वी देवपूजा-मंत्रपठण, ध्यानधारणा अशा कारणाने का होईना, माणूस जगाच्या व्यवहारापासून अलग होऊ शकत असे. आता ते सारे मार्ग अनेक कारणांमुळे उपयुक्तता घालवून बसले आहेत. हल्ली प्रचंड गर्दीशिवाय नाट्य, संगीत, खेळ, सभा-संमेलने यांचा आनंद मिळू शकत नाही. टी. व्ही., रेडिओ ही त्यातल्या त्यात एकट्याने आनंद मिळविण्याची साधने आहेत. साहित्याचे वाचन हा एक खराखुरा आनंदाचा भाग उरलेला आहे. पण तेही आपण रूक्ष आणि बेचव करण्याचा प्रयत्न चालविलेला आहे. म्हणून निसर्ग हाच एक खराखुरा माणसाचा मित्र होतो.

पर्यटन म्हटले की तेथे योजना सुरू होते. पण एक दोन माणसे पायी, सायकलीने, जेव्हा दिशाहीन प्रवास करीत असतात त्या आनंदाची बरोबरी योजनाबद्ध पर्यटनाने होत नाही. सगळ्यांनाच असा स्वतंत्ररीत्या प्रवास करणे शक्य नाही. शहरी सवयींचे सगळेच गुलाम झालेले आहेत. खडबडीत जमिनीवर झोप येत नाही. चुलीवर केलेल्या चहाचा वास सोसत नाही. रानात जाऊन प्रातर्विधी करता येत नाही, म्हणून आयोजित पर्यटनाचा विचार वेगाने सुरू झाला. झोपण्याची आणि जेवणाची व्यवस्था असणारे रेल्वेचे डबे अस्तित्वात आले. वातानुकूल लक्झरी कोच, (शिवाय शहरी संगीत सोबतीला) अशा जाहिराती येऊ लागल्या. प्रत्येक ठिकाणी हॉटेलमध्ये मुक्काम, असे आश्वासन दिले जाऊ लागले. तुम्हांला आवडेल असे जेवण पुरवू अशी ग्वाही दिली जाऊ लागली. एकवीस दिवसांत एक्केचाळीस स्थळे असा नियोजित कार्यक्रम जाहीर

प्रवासाचे दिवस आले... पाहण्यासाठी डोळे हवेत. / ८५

करण्यात प्रवासी कंपन्या धन्यता मानू लागल्या. एक दिवसात मसूरी, गुलमर्ग, कोडाई कॅनॉल, उटकमंड यांसारखी स्वर्गतुल्य गावे डोळ्यांत साठवायची कशी हा प्रश्न कोणाला पडलेला नाही.

भारतभर पसरलेल्या बद्रीनाथ, केदारनाथ, विश्वेश्वर, जगन्नाथ, सोमनाथ, अंबाजी, तिरुपती या व अशा अनेक देवतांना आपले भक्त पाहावयास मिळावेत म्हणून प्रवासी कंपन्या धडपड करतात. त्याबद्दल त्यांचे कौतुकच केले पाहिजे. एखाद्या देवाचे दर्शन घेणे म्हणजे एका दगडाचा क्षणमात्र केवळ आकार पाहणे अशी सर्वांची समजूत झालेली दिसते. आपले भाविकही इतके मूर्ख की सर्व तीर्थक्षेत्रे पाहून आलो व सर्व ठिकाणचा प्रसाद घेऊन आलो यातच धन्यता मानतात. मग आपल्या गावातले बाबुलनाथाचे, महालक्ष्मीचे, जोगेश्वरीचे मंदिर त्यांनी पाहिले नसले तरी चालते. देश पाहण्याची, निसर्ग अनुभवण्याची पॅकेज डील्स किंवा ट्रॅव्हल कॅप्स्युल्स आता तयार होऊ लागल्या आहेत. काहीच पाहायला न मिळण्यापेक्षा जे मिळते तेवढे पाहून घ्यावे असा अल्पसंतुष्टपणा यात असू शकेल. पण खरे तर त्यांनी काहीही पाहिलेले नसते. प्रत्येक ठिकाणी काढलेले किंवा आठ-बारा आण्यांत मिळणारा त्या ठिकाणचा फोटो म्हणजेच खरी त्यांची प्रवासयात्रा असते. डोळ्यांत काही ठसलेलेच नसते तेव्हा मनात काहीच उरण्याचा प्रश्न नसतो. फक्त पाकीट रिकामे झालेले असते आणि आपला देश आपण पाहिला असे एक समाधान अधूनमधून सांगायला उपयोगी पडते.

जगाची गती वाढलेली आहे, तेव्हा पायी किंवा बैलगाडीने प्रवास करावा असे मुळीच नाही. पूर्वी कष्ट जितके अधिक तितकी तीर्थयात्रा पुण्यकारक असे मानीत. आता असेही मानण्याचे कारण नाही. आधुनिक जगाशी जमवून घेऊनसुद्धा संवेदनक्षम मनाचे समाधान करणे शक्य असते. शेवटी मनुष्याची सारी यातायात समाधानासाठी आहे. पोट भरणे हा प्रवासी कंपन्यांचा उद्योग आहे, तो त्यांनी जरूर करावा. परंतु प्रवासातून आत्मिक समाधान मिळणे हा प्रवाशांचा नैसर्गिक हक्क आहे. आपल्याजवळ असणारा वेळ, पैसा आणि अनुकूलता या सर्वांचा समन्वय करून आपल्याला जग पाहायचे आहे.

मला खरे तर सारेच जग पाहायचे आहे. पण परमेश्वराने दिलेल्या आयुष्यात सारे जग पाहणे ही अशक्यप्राय गोष्ट आहे. जगाच्या प्रत्येक भागाला काही अलौकिक सौंदर्य प्राप्त झालेले आहे. उत्तर ध्रुवावर सहा महिने सूर्य मावळतच नाही हे पाहायला मला काय आवडणारच नाही? नायगाराचा धबधबा मला दाही दिशांनी बघायचा आहे, आणि तो बघण्याच्या आता सोईही उपलब्ध

झाल्या आहेत. अफ्रिकेच्या जंगलांत मुक्तपणे हिंडणारे सिंहांचे, हत्तींचे, सुसरींचे कळप हेसुद्धा जमले तर बघायचेच आहेत. हिऱ्याच्या खाणीतील हिरे कसे काढतात, अभ्रकांचे थर एकावर एक कसे निर्माण होतात, क्रूड ऑईलच्या विहिरी कशा खोदतात हेसुद्धा जमल्यास पाहायचेच आहे. सहारा वाळवंटाच्या वाळवंटी प्रदेशातही हजारो लोक राहतात. त्यातल्याच एका पाचूच्या बेटात राहून तृषार्त असताना मिळणारे तिथले घोटभर मौल्यवान पाणी मला प्यायचे आहे. सील माशांच्या प्रदेशात मला एकदा जायचे आहे. जमले तर तेनसिंगला बरोबर घेऊन गौरीशंकरसुद्धा मला चढायचा होता. ब्राझील, अर्जेन्टिना ही प्रचंड भौगोलिक राष्ट्रे आहेत हे मला फक्त जगाच्या नकाशावरूनच समजू शकते.

जीवघेणी थंडी मी अनुभवली नाही, जाळून टाकणारा उन्हाळाही मी अनुभवला नाही. महापूर मी पाहिलेले नाहीत, आणि भयाण अवर्षणेही मी पाहिलेली नाहीत. हिमकडे कसे कोसळतात आणि गावेच्या गावे कशी वाहून जातात हे फक्त मी कादंबऱ्यांत वाचलेले आहे. आपल्या देशात ज्वालामुखी नावाचे गाव आहे, पण धगधगता ज्वालामुखी नाही. लोक धगधगत्या ज्वालामुखीच्या प्रदेशात राहतात तो प्रदेश एकदा बघायला हवा. काबाचे मंदिर हे शिवमंदिर होते हे तेथे गेल्याशिवाय कसे कळणार? आणि गोलन टेकड्या इस्राइलला का ताब्यात हव्यात हे त्या टेकड्यांवर उभे राहिल्याशिवाय समजणार नाही. अरबस्तानात गाढवावरून प्रवास केला पाहिजे, तसाच जपानमधील सर्वांत वेगवान रेलगाड्यांतूनही प्रवास केला पाहिजे.

दक्षिण अमेरिका आणि ऑस्ट्रेलिया यांच्याबद्दल भूगोलातसुद्धा मला पुरेशी माहिती मिळाली नाही आणि प्रामाणिकपणे सांगायचे असेल तर माझ्याच या देशात पाहण्यासारख्या किती तरी गोष्टी राहून गेल्या आहेत. तशा त्या मी पाहिलेल्या आहेत, पण पाहून झालेल्या नाहीत. दिल्ली मी पाहिलेली आहे, अगदी जवळून पाहिलेली आहे, तरी आतून पाहिलेली नाही. तालिकोटची लढाई, राक्षसभुवनची लढाई किंवा प्लासीची लढाई यांच्यावर मी निबंधही लिहिलेले आहेत. पण ती स्थळे मी अजून पाहिलेली नाहीत. अजिंक्य राहिलेला चितोड मलाही अजिंक्यच राहिला आहे. जेथे चिनी लोकांनी येऊन भारताचा पराभव केला आणि जेथे बांगला देशाचा भारताने पराभव केला, त्या पतनाच्या आणि विजयाच्या जागाही पाहायच्या राहून गेल्या आहेत.

प्रवास करायचाच असेल तर प्रवासाची पूर्वतयारी करायला पाहिजे. त्याचा इतिहास, भूगोल, परंपरा यांची जमेल तेवढी माहिती घेऊन प्रवासाला

निघाले की दृष्टीला केवळ पाहण्याचे काम उरते. मग थोड्या वेळात अनेक गोष्टीही पाहता येतात. काही नवे अर्थ समजतात. मोडक्या भिंती बुलंद किल्ले होतात. भग्न अवशेष या राजधान्या होतात. अखेर जे काही असते ते नुसते असत नाही, ते घडलेले असते. ज्यांना खुणांवरून इतिहास सांगता येतो त्यांना दृष्टी असण्याचा उपयोग आहे आणि आपण प्रवास करतो म्हणजे केवळ खुणा पाहायला जातो. काशीविश्वेश्वरापुढे एक वेळ मान लवली नाही तरी चालेल, पण त्याच्या शेजारी खेटून उभी असलेली मशीद डोळ्यांना टोचलीच पाहिजे. आज वैभवात पुनरुज्जीवित झालेले सोमनाथाचे वैभवशाली मंदिर पाहून मनाला बरे वाटते. कारण एका उन्मत्त कालखंडाचा तो काळाने घेतलेला सूड आहे. पण असे अनेक सोमनाथ प्रतिष्ठापनेची अजून वाट पाहत आहेत. देवांना स्वत:च्या उद्धाराची काळजी नाही. ते असेच मातीत गाडलेले राहायला तयार आहेत, पण ज्यांनी या दगडांनाच देव मानले त्यांनी आपल्या इभ्रतीचा विचार हवा तर करावा, असे मातीतून त्यांचे आक्रंदन ऐकू येते. ते अजिबात ऐकता येत नसेल तर प्रवासाला अर्थ उरणार नाही.

आज शहरातल्या धकाधकीच्या मामल्यामुळे माणसे दाही दिशांना प्रवासाला निघाली आहेत. प्रत्येक राज्य आपापल्या विभागात गरिबांना प्रवासाचा आनंद मिळावा म्हणून स्वस्त दरात पर्यटन केंद्रे उभारीत आहे. पण हळूहळू ही सर्व पर्यटन केंद्रे श्रीमंतांच्याच मालकीची होत जातात. कारण त्यांचे दर वाढत जातात. प्रवासाचे दर तर वाढलेले आहेतच, तेही आणखी वाढत जातील. महागाईपुढे कुणाचाच काही इलाज नाही. कुरकुर करण्यापलीकडे आपण काहीच करू शकत नाही. पर्यटन हासुद्धा एक धंदा होऊ पाहत आहे. एका नवश्रीमंत समाजाजवळ थोडा पैसा शिल्लक राहू लागला आहे. त्यामुळे स्वदेशात आणि परदेशांत सहली आखणाऱ्या पर्यटन संस्था निर्माण झाल्या आहेत. त्या गरजूंची गरज भागवतात.

राजा पाटलांसारखा एखादाचा पर्यटन संस्थेचा संचालक भारतीय सैनिकांनी काश्मिरी आक्रमकांना पिटाळून लावले तेथील उभारलेले स्मारक पर्यटकांना दाखविण्याचा हट्ट धरतो. आपल्या देशाचा इतिहास, संस्कृती यांचेही ज्ञान पर्यटकांना दिले पाहिजे अशी जाण फार थोड्यांना आहे. पैशांचा मोबदला जास्तीतजास्त वसूल करण्याची इच्छा असणारा पर्यटक जास्तीतजास्त सुखसाधनांची अपेक्षा करतो. सांस्कृतिक डोळ्यांची त्याला गरजच नसते. आपण देश पाहायला निघालो म्हणजे काय पाहायला निघालो हे संपूर्णपणे समजावून सांगण्याची

जबाबदारी कुणावर आहे? त्यामुळे हिशेब फक्त सोईंचे आणि गैरसोईंचे होतात, तळमळीचे आणि धडाडीचे होतच नाहीत. जे प्रत्येक धंद्याचे होणार तेच याही धंद्याचे होणार हे उघडच आहे. एक तर भाविक किंवा मौजमजावाले अशा पर्यटकांच्या दोनच जाती दिसतात आणि त्यामुळेच पर्यटन हा केवळ एक व्यापारी उद्योग होत चालला आहे. कमीतकमी पैशांत जास्तीतजास्त सोई देणारा आणि अधिकाधिक स्थळे दाखविणारी उत्तम पर्यटन संस्था असे मानले गेल्याने त्या व्यवसायात अनेक घातक प्रथा शिरू लागल्या आहेत.

आपण एकात्मतेच्या गोष्टी नेहमी बोलत असतो. एकात्मता म्हणजे नेमके काय आहे हे भारतभर हिंडून जर कळत नसेल तर ही एकात्मता शोधायची कुठे? या देशात बहुसंख्य माणसांना काही गोष्टी पूजनीय वाटतात, काही गोष्टींचे दर्शन हा एक पवित्र योग वाटतो, आणि या देशातील काही गोष्टी टाळता आल्या असत्या तर बरे अशी भावना निर्माण होते. काही समान जीवनपद्धती जाणवत असतात. या सर्वांतील एक सूत्र कोणी स्वीकारो वा नाकारो, पण ते आहे हिंदुत्व.

या हिंदुत्वाचा हिंदू धर्माशी काडीचाही संबंध नाही; तर हिंदू विचारधारेशी संबंध आहे. धर्मकृत्याशी संबंध येतो तेव्हा या देशात कोणी मांसाहार का करीत नाही? मांसाहार तेवढ्यापुरता सर्वच पवित्र गोष्टीत निषिद्ध का मानला आहे? लग्नाचे म्हणून जे जेवण असते ते बहुतेक ठिकाणी शाकाहारी असते; ते का असावे? देवाला कुठले तरी फळ किंवा फूल अर्पण करण्याची प्रथा आहे, आणि ती सार्वत्रिक आहे. क्वचित प्रसंगी माणसाचा विकास झाल्यानंतर आणि कृषिविद्या प्रगत झाल्यानंतर मनुष्यनिर्मित फळ किंवा फूल ईश्वराला अर्पण करावे अशी सार्वत्रिक भावना झाली असावी. अशा अनेक गोष्टी भारतात भ्रमण केल्यानंतर आपल्याला समानदर्शी आढळतात. सर्वांनी मिळून एकत्र येऊन काही जीवनपद्धती स्वीकारली. कुणाचा पूजाविधी घेतला, कुणाची दैवते घेतली, अशी सर्व संस्कृतींची सरमिसळ होत होत प्रत्येकाचे वेगळेपण ठेवूनही भारतीय एकात्मता सिद्ध झाली.

भारताचे एक राष्ट्र अशी संकल्पना तेव्हा नव्हती, कारण 'राष्ट्र' ही संकल्पनाच आधुनिक आहे. परंतु 'राष्ट्र' धारणेसाठी आवश्यक असणारी पूर्वतयारी त्या काळात होत होती. भारतात लोकशाही हा शब्द प्रचारात रूढ होण्यापूर्वी एक आध्यात्मिक लोकशाही अस्तित्वात होती, याची उदाहरणे दाखविता येतील. माणसाने मतभेद व्यक्त करावा, वाद करावा, चर्चा करावी आणि आपली मते, शस्त्रबळ न वापरता दुसऱ्याला पटवून द्यावीत अशी परंपरा या देशात आहे. म्हणून वेदांना मान्य नसलेले पाखंडी विचार या देशात वारंवार मांडले गेले,

किती तरी धर्ममते उदयाला आली. अनेक धर्मसंस्थापक उदयाला आले. त्यांना नवीन धर्म स्थापन करता आले नाहीत तर शेवटी ते हिंदू धर्माचाच एक अविभाज्य भाग बनून गेले. ज्ञानेश्वरांपासून चोखा मेळ्यापर्यंत जी एक सर्व जातींतून संतमालिका महाराष्ट्रात निर्माण झाली, हेही आध्यात्मिक लोकशाहीचे रूप आहे, नचपेक्षा ज्ञानदेव नामदेवांपुढे लीन झालाच नसता किंवा जनी ही संतपदाला पोचलीच नसती.

हिंदुस्थान पाहायचाच असेल तर डोळस दृष्टीने पाहायला हवा, आणि डोळस दृष्टी जशी भारतीय एकात्मता शोधणारी हवी, तशीच भारतीय एकात्मतेला अडसर असणाऱ्या गोष्टी कोणत्या याचा विचार करणारीही हवी. म्हणजे एकाच वेळी भारतीय आध्यात्मिक लोकशाहीचे दर्शन होईल. आणि चातुर्वर्ण्याच्या दुष्परिणामांचेही दर्शन होईल. प्रवास करीत असताना राष्ट्राची संकल्पना चोवीस तास बरोबर बाळगलीच पाहिजे असे नाही. आनंद, विसावा, करमणूक ही प्रवासाची मुख्य कारणे होत. पण तो सर्व आनंद उपभोगत असताना डोळस दृष्टी आपले मन अधिक विशाल करील.

प्रवासाला निघण्याचे दिवस आता जवळ आलेले आहेत. भर उन्हाळ्यात आणि अंगाची काहिली होत असताना अफाट गर्दीत व रेल्वेच्या गैदी कारभारात हे प्रवास अटळ आहेत. त्याला काही पर्याय नाही. शाळा-कॉलेजांना या दिवसांत सुट्टी असते. लहान मुले असली तरी ही जबाबदारी घेण्यासाठी म्हातारे आई-वडील गावी राहत असतात; गावी त्यांना भेटायला गेल्याचे निमित्त करून मुले त्यांच्या गळ्यात मारता येतात, आणि हवा जरी सुखद नसली तरी एकांत मिळाल्यामुळे ती थोडी शीतल होऊ शकते. गर्दी असली तरी गर्दीची पर्वा न करण्याइतके आपण आता कोडगे झालो आहोत. फक्त गर्दीत ओळखीचे कोणी नसले म्हणजे झाले. आपण तरी काय करणार? कुणाकुणापासून काय काय चोरून ठेवणार? प्रत्येकाची अडचण तीच असल्यामुळे आपल्याकडे कुणाचे फारसे लक्ष नसते. पंखे नसले तरी गाडीतून भन्नाट वारे येत असते. माणूस माणसाच्या जवळ असतो. जे कधी बोलता आले नाही ते प्रवासात बोलता येते. प्रवासाचा हाही उद्देश असू शकतो.

ज्याने त्याने आपला संसार प्रामाणिकपणे, नेकीने आणि चांगल्या प्रकाराने केला तरीसुद्धा ती राष्ट्रभक्तीच केली असे म्हणण्याचे आता दिवस आले आहेत. नकाशावर फडफडणारे राष्ट्र प्रत्येक माणसाच्या लहानसहान कृत्यांतून जाणवणारे असावे. तो आपल्यापुरता चांगला वागला तरी देश चारित्र्यसंपन्न व्हायला वेळ

लागणार नाही. खिसा पाहून, वेळ वाचवून केव्हा निघणार देश पाहायला?
पाहायला जायचेच तेव्हा डोळे बरोबर न्यायला विसरू नका.

- ० -

एवढ्याचसाठी प्रवास करायचा, बरे का!

वेळेवर गाडी गाठणे ही गोष्ट मला नेहमीच संकटाची वाटते. रिझर्व्हेशन केलेले असले तरीसुद्धा. स्टेशनवर आधी पोचणं आणि चांगले तास तास ताटकळत राहणे हा माझा स्थायीभाव आहे. पण आज तो प्रश्न नव्हता. कारण माझे जाणंच अकस्मात ठरलं. खरे म्हणजे दहाची गाडी मिळेल अशा कल्पनेनं मी स्टेशनवर गेलो, पण मागची नऊची एक्सप्रेस उशिरा आली होती, तीच स्टेशनवर उभी होती. स्टेशनवर पोचायला आणि गाडी हलायला गाठ पडली. मग मागचापुढचा विचार न करता मी चक्क गाडीत चढलो आणि जागा शोधू लागलो.

प्रवास हा काही तसा मला नवीन नाही. त्यामुळे प्रवासाची धकाधकी आणि अद्‌भुतपणा माझ्या परिचयाचा आहे. कुणी नवनवीन माणसे प्रवासात भेटतात आणि प्रवास गंमतीत होऊन जातो. आपण मात्र बोलकं असायला हवे. हिंदी, मराठी, इंग्रजी या भाषांवर प्रभुत्व असल्यावर तर फारशी अडचण होत नाही. एखाद वेळेलाच यांपैकी कोणतीही भाषा न येणारे प्रवासी भेटले म्हणजे पंचाईत होई. कधी कधी नुकतेच लग्न झाल्यानं पारव्याप्रमाणंच एकमेकांशी घुमणारी जोडपी भेटली म्हणजे पंचाईत होई. निदान त्या वेळेस बोलण्यासारखे नसलं तरी पाहण्यासारखे असे.

इतकी वर्षे प्रवास करूनही प्रवासाचं कुतूहल भागलं नव्हते. खिडकीशेजारची जागा हवीशी वाटे. स्टेशनवरच्या आरोळ्या आवडतात. नाना जमातींचे, नाना वेशभूषांचे लोक पाहण्याची इच्छा शाबूत राहिली आहे.

प्रवासात नवनवीन माणसे भेटतात असे मी मघाशी

म्हणालो ते खरेच आहे. त्याचप्रमाणे वेगवेगळ्या मनोवृत्तींची माणसे भेटतात हे जास्त खरे आहे. प्रथम जागेसाठी थोडी हमरीतुमरी झाल्यानंतर हळूहळू माणसे स्थिरस्थावर होऊ लागतात. एरवीच्या मानाने प्रवासात लोक जास्त खातात. बरोबर आणलेलं खातातच, पण स्टेशनवर मिळेल तेही घेऊन खातात. अस्सल पुणेरी माणूस दुसऱ्याला सहसा काही देत नाही. मद्रासी मनुष्यसुद्धा सहसा अन्नोदकातून दुसऱ्याशी संबंध प्रस्थापित करीत नाही. पण उत्तर हिंदुस्थानी-विशेषत: पंजाबी, गुजराती, पारशी माणसे मात्र थोड्या ओळखीने आपल्याला खाण्याचा आग्रह करतात. एकदा अन्नोदकाचा व्यवहार झाला की दोस्तीला उधाण येते, मग सोय बघितली जाते. खालचा बर्थ हवा असेल तर मिळतो. हवे तर खुजातले थंड पाणी मिळते. वर्तमानपत्रे दिली जातात पण आपल्याजवळसुद्धा देण्यासारखे काहीतरी हवे. गोड शब्द हवेत, पेपरमिंट, चॉकलेट असेल तर फार उत्तम. सुका मेवा किंवा थोडे श्रीमंती अटकचटक खाणं सहप्रवाशाच्या मुलांना एकदम आपलेसं करतं, आई-बापांना न आवरणारी मुले आपल्या आज्ञेत राहतात. त्यांच्याशी खेळण्यात वेळ कसा जातो ते कळतही नाही.

कधी कधी पाच सात तरुण मुले डब्याचाच कब्जा घेतात. आपण आपले वय विसरून त्यांच्यात सामील झालो तर ते आपली सोय करतात. विचारपूससुद्धा करतात. त्यासाठी काही जुनी ठेक्याची गाणी, काही सरदारजींचे विनोद संग्रही असावे लागतात. त्यांच्या दंग्याला विरोध केला नाही तर तासा दोन तासांत तो दंगा मावळतो. कारण त्यांची सहनशक्ती आपल्यापेक्षाही कमी असते. कधी एखादे वृद्ध जोडपे एकमेकाला सावरीत जावयाकडे किंवा मुलाकडे निघालेले असते. आता द्यायचे घ्यायचे काही उरलेले नसते. द्यायचा असतो निखळ आधार, तावून सुलाखून निघालेली माया. तारुण्यसुलभ राग, असंतोष केव्हाच मागे गळून गेलेले असतात. वारं लागतेय म्हणून आपला मफलर एखादी वृद्ध स्त्री नवऱ्याच्या काना-गळ्याभोवती बांधण्याचा आग्रह करीत असते. त्याला किंवा तिला झोपायसाठी जागा करून देण्याचा दोघांचाही आग्रह चालू असतो.

नवविवाहित तरुण तरुणी जगाला विसरलेली असतात, तर या म्हाताऱ्या जोडप्याला जग विसरलेलं असते, परंतु त्यांचं ते अशरीरी प्रेम पुष्कळ काही सांगून जाते. अशी निष्कपट मायाममता तारुण्यात माणसाला का करता येऊ नये? का त्यासाठी गात्रांचं मागणं संपलंच पाहिजे? कधी एखादा पुढारी आपल्या चार दोन चमच्यांना घेऊन प्रवास करीत असतो. तो आपण आबासाहेबांना कसे खडसावलं, दादांना स्पष्टपणे कसे सांगितलं वगैरे मीपणाच्या गोष्टी सांगत

असतो, आणि ते भोवतालचे चमचे त्या कर्तृत्ववान (!) पुढाऱ्यापुढे नम्र होऊन सावधान चित्ताने सर्व ऐकत असतात. पण जर का त्या आबासाहेबांची आणि दादांची आपली ओळख आहे असे चुकून सांगितलं तर सारे चित्र पालटतं. खरे म्हणजे त्या भल्या पुढाऱ्याच्या तोंडाला त्याने पाने पुसलेली असतात. अपयशाचं यशात कसे रूपांतर करायचे हे या पुढाऱ्यांच्या अभिनिवेशाकडे पाहून सहज लक्षात येते.

कधी कधी एखादा बाप आपल्या मुलीला सासरी पोचवायला निघालेला असतो, तेव्हा स्टेशनवर पोचवायला येणाऱ्या आई, भाऊ, बहिणी, काके - मामे यांच्या सूचना मोठ्या मजेदार असतात. पण त्या मुलीचं सारे लक्ष आपल्या नवऱ्याकडे लागलेलं असते. आठ - दहा तासांनंतर होणाऱ्या गंमतीचं चित्र तिच्या डोळ्यांसमोर तरळत असते आणि त्या बिचारीला उगाचंच दुःखाचा देखावा करणं भाग पडतं. हिरवे बिलवर, पायातली वेढणी, नव्या कोऱ्या करकरीत लुगड्याचा बोंगा आणि कर्तव्यबुद्धीने, मख्ख चेहऱ्याने तिच्या बरोबर सोबत करणारा तिचा बाप किंवा भाऊ उगाचच अनेक कुतूहलं निर्माण करतात. खरे म्हणजे गाडी केव्हा सुटते असे तिला झालेलं असते आणि आम्हांलासुद्धा! सुस्कारे, हुंदके, सूचना केव्हा एकदा संपतील आणि खिडकीतून स्वच्छ मोकळं आकाश आणि वाऱ्याची झुळूक येईल असे सर्वांना झालेलं असते.

आयुष्य हा एक प्रवास आहे असे म्हटले जाते. पण ते तितकंसं खरे नाही. काही माणसे येतात, काही माणसे जातात. काही जंक्शन्सवर प्रवासाची दिशा बदलते हे जरी खरे असले तरी शेकडो लोकांचं आयुष्य त्याच त्याच गोष्टींनी भरलेलं असते. त्यात काही नवीन घडत नाही. वर्षानुवर्षे तेच ते काम, तोच तो परिसर. यामध्ये दुर्मुखलेली माणसे आयुष्याचं चाक गरागरा फिरवीत असतात. सणावारांच्या निमित्ताने गोडधोड करावे, लग्न, मुंजी वगैरेंच्या वेळेस नवे कपडे ल्यावेत, कोणी जीव जन्म पावला की तोंड गोड करावे अन मृत्यू आला की रडका चेहरा करावा. बदल असा नसतोच, कित्येक माणसांनी आपले गाव आयुष्यात सोडलेलं नसते. ठरलेल्या रस्त्याने ते प्रवास करतात. ठरलेल्या माणसांशीच तेच ते बोलत राहतात. अगदी एकांतातसुद्धा तेच ते गाणे गुणगुणतात. एकाच गुरूला शरण जातात. असल्या माणसांचं आयुष्य म्हणजे प्रवास कसला? त्यात वारीची धुंदी नाही, यात्रेची नवलाई नाही. जगात जसे दगडधोंडे विखुरलेले असतात तशीच नको तेव्हा हसणारी, नको तेव्हा रडणारी माणसे वावरत असतात. तोचतोपणा घालविण्यासाठी माणूस प्रवास करतो. वेगळं आकाश,

वेगळ्या नद्या, वेगळी झाडे, वेगळ्या भाषा पाहून त्याचे डोळे तृप्त होतात. लकलकू लागतात. पण त्यातले वैविध्य कमी करण्याचे उद्योग आपण चालू केले आहेत. सगळीच स्टेशने एकसारखी असतात. तेथे मिळणारे पदार्थ सारखेच कळकट आणि सारखेच बेचव असतात. शिकलेला मनुष्य पँट घालतो, अर्धशिक्षित मनुष्य कोट घालतो आणि तमाम जनता धोतर, पायजम्यात असते. गाड्यांचे रंग तेच, बैठका तशाच आणि शिव्यांपासून ते समाचारापर्यंत बऱ्यावाईट हिंदीचा वापर. नाही म्हणायला डोंगर अजून वेगवेगळे आहेत. नद्याही वेगवेगळ्या वाहतात, आणि अस्मान नाही तरी रोज नवीन असतेच. प्रवासात ते आणखी नवे असते.

मला वाटते, प्रवासात भेटणारी वृद्ध जोडपी किंवा एकमेकांत मश्गूल झालेली कबुतरं ही मात्र ठायीठायी वेगळी असतात. प्रेम तेच असते. तारुण्य आणि जरा तीच असते. पण माणसा-माणसागणिक त्यांचं रूप मात्र वेगळं असते. ममतेची रूपे वेगळी होतात. म्हातारा पंजाबी असेल तर अंगावर शाल घातली जाते. मराठी असेल तर उपरणे दिले जाते. पण त्या दोघांना चिकटलेली माया समानच असते. तरुण माणसे गुळूगुळू बोलतात, पण मराठी जोडपी जरा अवघडलेली असतात. ती अंगचटीला जात नाहीत, पण पंजाबी जोडपं असले तर त्यांचं उन्मत्त प्रेम बघण्यासारखे असते. मद्रासी जोडपं फारसं बोलतच नाही आणि बोललं तरी आपल्याला कळत नाही. पण खुणांनी त्यांचं बरे जमतं. गुजराती जोडप्यात स्त्रीचा आवाज मोठा असून तिनं आपल्या जोडीदारास मांसल गोडव्यात केव्हाच जेरबंद केलेले असते. प्रेमाच्या वेगवेगळ्या भाषा जरी आपल्याला समजल्या नाहीत तरी वासनेच्या मनोहर फुलांना जो रंग यायचा तो येतोच; कारण तारुण्याची भाषा एकच असते.

मला आपली नेहमी एक शंका येते की तारुण्याच्या आरंभीचा गोडवा आणि प्रौढत्वाच्या अखेरी लाभलेला गोडवा यांच्यामध्ये नेमकं असे काय घडतं की ज्याला लोक संसार म्हणतात? नुसता पेटलेला अग्नी आणि विझलेला अग्नी हे गोडवा निर्माण करतात आणि पेटणारा, विझणारा असा चंचल अग्नी मात्र कटुता निर्माण करतो. हे असे का व्हावे हे मला कळत नाही. कदाचित असेही असेल की माझे हे अज्ञान माझ्या प्रौढत्वाशी निगडीत असेल. पण एक बरे आहे की तरुण माणसे एकमेकांना जिंकतात, तो मोहर पाहून अजूनही मी मोहरण्याचा प्रयत्न करतो. वठलेल्या झाडाला मोहर येत नाही हे मला माहीत आहे. पण आपण वठलो आहेत हे विसरायला तरी मिळते की नाही! अजून

अशरीरी प्रेम म्हणजे काय हे समजण्याइतका मी वठलेलो नाही, त्यामुळे वृद्धत्वाचं ते अपूर्व प्रेम मला सापडलेलं नाही. पण अजून पारवे घुमताना पाहिले की लोक हसत असले तरी नको ते चीत्कार बाहेर पडतात. एवढ्याचसाठी प्रवास करायला पाहिजे.

- ० -

एक झपाटलेला प्रवास

मी एकदा प्रवासाला गेलो.

प्रत्येकाला करावा लागतो तसा हाही प्रवास एकाकी होता.

परंतु तसे पाहिले तर कोणताच प्रवास एकाकी नसतो. आपल्याबरोबर एक सोबती नेहमीच असतो. वास्तविक त्याचे नेमके स्वरूप आपल्याला माहीत नसते. पण त्याच्या अस्तित्वाची चाहूल मात्र असते.

रंग-रूप-रेषा यांनी त्याचे चित्र काढता येत नाही. कारण तसा तो तरल असतो. तुषारांप्रमाणे तो हलकाफुलका असतो. चांदण्यासारखा तो शीतलही असतो, आणि आगीच्या जळजळत्या तप्त ज्वालांसारखा तो दाहकही असतो.

कधी कधी त्याचे अस्तित्व आपल्याला नको असते. कारण मद्याने झिंगण्यासाठी जेव्हा आपण आसुसलेले असतो तेव्हा तो सावध असतो आणि व्यवहाराची रूक्ष चर्चा करताना लालसर डोळे मिचकावीत तो चक्क धुंद होतो.

एखाद्या साहसाला सामोरे जाताना जेव्हा आपण सर्व शक्ती गोळा करून, देहाला क:पदार्थ मानून बेभान होतो तेव्हा तो मात्र घट्ट मांडी ठोकून स्वस्थ चित्ताने आपल्याला सबुरीचा सल्ला देतो. अभिलाषेने पेटून जेव्हा आपण एखाद्या रूपयौवनेला खुणावत असतो, तेव्हा साधुत्वाचा बुरखा घेऊन हाच आपला सोबती आपल्या अभिलाषेला विरघळवून टाकतो.

असा हा आपला सोबती पुष्कळदा आपल्याला मुळीच आवडत नाही. आपल्यापेक्षा तो खूप चांगला असण्याचा प्रयत्न करतो आणि इतकी चांगली, सत्त्वशील सोबत कोणालाच नको असते. पण तसा हा सोबती लंपटही आहे, कृपणही

आहे आणि लाचारही आहे.

एखाद्या चांगल्या सभागृहात एखादा वक्ता मयूरपंखांवर रेलून, शब्दांची पिसे फिरवून, आपल्याला गाफील करीत असतो. त्याच वेळेला पलीकडे बसलेल्या एखाद्या पुष्ट सुस्तनीकडे आपले लक्ष वेधवून त्याचा लंपटपणा तो आपल्या माथी मारतो.

कधी कधी आपल्याकडे एखादा सत्त्वशील, समर्पित कार्यकर्ता काही मदतीच्या आशेने येतो. आपण आपल्या दैनंदिन रूक्ष व्यवहाराला इतके कंटाळलेले असतो की त्या माणसाने मदतीसाठी मारलेली हाक आपल्याला दिलासा देते आणि आपली ताकद नसतानाही आपल्या दातृत्वाला जागी करते. तेव्हा हा माझा दुष्ट सोबती मी देणार असलेल्या देणगीच्या आकड्यातील शून्ये पुसून टाकतो. आणि मला इच्छेविरूद्ध वागायला भाग पाडतो. खरे तर त्या माणसाला हवी तेवढी मदत मी देऊ शकत नाही याचे मला दु:ख वाटत असते. परंतु मी देणार होतो तेवढी रक्कमही माझ्या हातून त्या वेळेस सुटत नाही. त्या वेळेस मी कासावीस होतो. तेव्हा हा माझा कृपण मित्र माझ्याकडे पाहून छद्मीपणे हसत असतो.

कधी कधी असेही घडते की एखाद्या बलदंड माणसाविरुद्ध मी दंड थोपटलेले असतात. माझी सारी बुद्धी, माझ्या लेखणीचे सारे बळ, तुरुंगवास वा मारहाण यांतील धोका स्वीकारताना लागणारे मनोधैर्य हे सारे गोळा करून मी युद्धाच्या ऐन पावित्र्यात उभा असतो, तेव्हा हा माझा मित्र युद्धातील सारी हवाच काढून घेतो आणि पापाचे तत्त्वज्ञान मला शिकवू लागतो. क्षमेचे सामर्थ्यही सांगत असतो. लढाईचा निरर्थकपणा तो अशा तऱ्हेने व्यक्त करतो की माझी लेखणी बोथट होते. शब्द आठवेनासे होतात आणि आपले भाईबंद पाहून पळून जाणाऱ्या अर्जुनाप्रमाणे मीही रणांगण सोडण्याचा प्रयत्न करतो. खरे म्हणजे वास्तविक मला माझ्या सोबत्याच्या साहाय्याची तेव्हा फार गरज असते. एखाद्याच अर्जुनाला श्रीकृष्ण भेटतो, मी मात्र रणांगणातून पळून आलेला असतो.

तो असे का करतो हे मला कधी कळलेले नाही. त्याच्या वागण्याचे कारण शोधण्याचे माझे सारे प्रयत्न फुकट गेलेले आहेत. कधी कधी मी त्याला नामोहरम करतो. नाही असे नाही. मला वाटेल ते मी त्या वेळेस करतो. काही म्हणून त्या मित्राचा विचार मी करीत नाही. पण अशा वेळा फार थोड्या असतात. त्या वेळेस मी त्याचे तोंड बंद करतो, आणि त्याच्या बोलक्या डोळ्यांवरून पट्टी बांधतो. त्याला काहीसुद्धा बोलू देत नाही. तो खूप खूप सुटका करून घेण्याचा प्रयत्न करतो. परंतु मी कोंडून ठेवलेल्या खोलखोल अंधाऱ्या

तळघरातून त्याला बाहेर पडता येत नाही. तो नसला की मग मला एकदम बरे वाटते. मला पंख फुटतात, आकाश मूठभर वाटते. चंद्र-सूर्यांना मी माझ्या भिंतींवर लटकावून देतो, आणि पावसाचे कारंजे माझ्या खोलीत खेळू लागते. हे असे सुखाचे क्षण थोडे असले तरी त्यांची मग पुढे दीर्घकालपर्यंत मला आठवण येत राहते. मग चालायचे कारण पडत नाही. सहज तरंगता येते. आकाशात सूर मारता येतात. पाण्यावर चालता येते आणि डोंगराची शिखरे दोन्ही हातांनी बाजूला करता येतात व उतरत गेलेल्या उतरणीच्या पायऱ्यांवरून नदीच्या डोहापर्यंत चालता येते.

आजच्या माझ्या या प्रवासात मी माझ्या सोबत्याला टाळू शकलो आहे. एका खवळलेल्या समुद्रात मी माझी छोटीशी नाव घातली आहे. नावेच्या आकाराचेसुद्धा माझे मलाच हसू येते. माझ्याशिवाय या नावेत कोणी बसूसुद्धा शकणार नाही. सागर रागावलेला आहे. अस्मानाला भेटण्यासाठी तो बाहू उंचावत आहे, त्याच्या त्या कठोर मिठीत माझी ही चिमुकली नाव केव्हाही सापडेल, आणि तिच्या ठिकऱ्या ठिकऱ्या होतील हे भवितव्य मला समोर दिसते आहे. हातांतल्या वल्ह्यांना काही अर्थही नाही आणि सामर्थ्यही नाही. पुढे जाता येत नाही-मागे येता येत नाही, अशा या अवस्थेत मी या कराल लाटांच्या तावडीत सापडलो आहे. माझे अस्तित्व चिरडण्यासाठी त्या लाटा चहुबाजूंनी स्वार होताहेत. सारे काळोखले आहे. समुद्र काळा आहे, आकाश काळे आहे. त्यांच्या सीमा कोठे संपतात आणि कोठे सुरू होतात हेही कळत नाही. या साऱ्या कृष्णवर्णात माझ्या नावेचा पांढरा ठिपका गोते खाते आहे.

हेही मला ठाऊक आहे की ठिपक्याला काही अर्थ नसतो. थेंबांना काही अर्थ नसतो. मृदकणांना काही स्वतंत्र अर्थ नसतो. पण अखेरीस या ठिपक्यांचेच चित्र होत असते. थेंबांचेच सागर बनत असतात, आणि कणांनीच धरती होते. म्हणून माझा हा ठिपका मला टिकविलाच पाहिजे. या ठिपक्यांना दुसरे ठिपके येऊन मिळत गेले की त्यांची रेषा होते. रेषांची आकृती होते आणि ही आकृती अनामिक, अबोधिक, निराकार अशीच असणार. हे थेंब जो सागर बनवतील तो सागरही ठिपके गिळून टाकणारा काळाकभिन्न सागर नसेल, आणि हे मृदकण जी धरा निर्माण करील ती धरा अविचल असेल, ती जगन्माता असेल, ती भूदेवता असेल.

असेलही. असेही होईल. काही सांगता येत नाही. माझा तो निर्दय सोबती जोपर्यंत माझ्याबरोबर नाही तोपर्यंतच काहीतरी होईल. तोपर्यंतच माझ्या या वादळी साहसाला अर्थ असेल. परंतु मला ठाऊक आहे की खोलवर दडवून

ठेवला, दोरखंडांनी बांधून टाकला, कडीकुलपात बंदिस्त करून ठेवला तरी माझा हा सोबती ऐन वेळेस आल्याखेरीज राहणार नाही. माझी ही जीवघेणी लढाई पाहून खिजविल्याशिवाय तो राहणार नाही. मग तो मला आपली नेहमीसारखी मदत देईलही. पण मला तो मदतीचा हातच नकोय. मी तो मदतीचा हात झिडकारून टाकीन. खरे तर या अंधाऱ्या काळोखी थयथयाटात माझ्या मनात भीतीची पाल चुकचुकते आहे. कोणीतरी मला प्रकाशाकडे न्यावे, वर-खाली करणाऱ्या या क्रूर लाटांपासून वाचवावे, हा एकाकीपणा संपवावा असे वाटणारी भिन्नता जागी व्हायला लागली आहे. तो सोबती आला तर ही भीरुता एकदम माझ्या अंत:करणातील कानाकोपरा व्यापून टाकेल, सारा कलहच संपेल. या भीतीचा हा राक्षस मला निर्माण व्हायला नको आहे. परंतु ती येईल आणि सारे काही बिघडवून टाकील.

मी माझ्याकडून एकटा निघालो आणि मला एकटंच राहायचं आहे. मला गिळून टाकणाऱ्या सागराशी एकट्यानेच लढत द्यायची आहे. या माझ्या एकाकी प्रवासाकडे अनेकांचे कुतूहलजनक डोळे मला अस्वस्थ करताहेत. तो येऊ नये असे मला वाटतेय. त्याला कोणीतरी आहे तेथेच थोपविलं पाहिजे, त्याची सुटका होता कामा नये.

ती पाहा, एक उंच काळलाट आली. तिने खेचून मला वर अस्मानात फेकण्याचा प्रयत्न केलाय. माझ्या तोटक्या हाताला, मोडक्या बलाला आणि निराधार नौकेला वाली फक्त एकच आहे.

मीच, तोच मी, मलाच शोधत असलेला मी.

आता पाहायचंच ते एवढेच की माणसाचं जगण्याचं रहस्य तरी काय? मृत्यूची ताकद तरी किती आहे?

हा प्रवास म्हणून अपरिहार्य आहे -

ही लढाई अटळ आहे.

- ० -

दिशा-एका प्रवासाची

एका ठिकाणाहून दुसऱ्या ठिकाणी जाणे म्हणजे काही प्रवास नव्हे! कशासाठी स्थानांतर केले हे महत्त्वाचे असते. नाही तर असे एका ठिकाणाहून दुसऱ्या ठिकाणी जाणे म्हणजे नाइलाजाने केलेली फरफटही असू शकते. दुष्काळात माणसे आपले गाव सोडून दुसरीकडे जातात. तो काही प्रवास नाही. पंढरीच्या दिशेने नादघोषात रमलेला तो जमाव धावत असतो त्याचाही प्रवास होत नाही. यात्रा होते! हेतुपुरस्सर, केवळ आनंदासाठी, स्थान बदलणे हा प्रवासाचा हेतू असला पाहिजे.

आपल्या देशात आनंदासाठी प्रवास करणे ही गोष्ट तशी नवीनच आहे. पूर्वी प्रवास होत नसत असे नाही. परंतु ते बहुतांशी लग्नकार्यासाठी, देवदर्शनासाठी किंवा पोटासाठी भटकत भटकत जावे लागे म्हणून! कोकणातील माणसे देशावर आली ती काही प्रवासाच्या ओढीने नव्हे! किंवा आज कोकणातील माणसे मुंबईत गर्दी करतात ती काही मुंबई पाहावी म्हणून नव्हे! त्रिवेंद्रममधून किंवा मद्रासमधून जो एक लोंढा भारताच्या सर्व कानाकोपऱ्यांत चाललेला असतो तो केवळ उदरनिर्वाहाच्या अपेक्षेने! पंजाबचे ट्रक ड्रायव्हर्स भारतातील सर्व प्रांतांतील धूळ उडवतात, पण क्वचितच त्यांना अवतीभोवती पाहायला वेळ मिळत असेल! विक्री प्रतिनिधीला तर गावोगावी जाणे भागच असते. पण त्या गावातील प्रेक्षणीय स्थळांपेक्षा कुणाला डॉक्टर्स, कुणाला व्यापारी, कुणाला शेतकरी यांच्याशीच दोस्ती ठेवावीशी वाटते. त्यांना या गावाहून त्या गावात जावे लागते खरे; पण त्या गावालाही महत्त्व नसते, रस्त्यालाही महत्त्व नसते, तर जेथे पोहोचायचे आहे त्या ठिकाणच्या धनस्थानाची ओढ असते. गायक गावोगाव मैफिलीसाठी जातात

ते केवळ एकाच गावात त्यांच्या सुरांचे मोल होण्यासारखे नसते म्हणून. पुढारीसुद्धा गावोगाव दौरे काढतात, निसटत्या भेटी आयोजित करतात, पण त्यांनासुद्धा कोणत्या गावात आपण गेलो याची आठवण ठेवण्याचे कारण नसते. त्यांना फक्त गावांतल्या वेगवेगळ्या फुलांची नावे माहीत होतात, तेही त्यांना घातलेल्या हारामुळे.

केल्याने देशाटन काय होते हे सांगणारा एक धडा लहानपणी माझ्या क्रमिक पुस्तकात होता, परंतु त्यातही प्रवासाचा उन्मत्त आनंद काय असतो याची जाणीव नव्हतीच! तर देशाटन केल्यामुळे फक्त शहाणपण येते असा उपदेश होता. या शहाणपणाचाही नेमका उपयोग आपले ऐहिक जीवन सुखाचे व्हावे हा नव्हताच!

आपला देश नेमका किती मोठा आहे हे फक्त भूगोल वाचून आपल्याला समजतं. नचपेक्षा श्लोकांतून साऱ्या पर्वतांची आणि नद्यांची नावे वाचून त्यांचे थोडेसे ज्ञान होते. बोलनघाट आणि खैबरघाट या ईशान्य बाजूच्या हिमालयाच्या रांगांतून या देशात नव्या भूमीचा शोध घेण्यासाठी लक्षावधी लोक आले. त्यांनी हजार मैल लांब आणि पंधराशे मैल रुंद असा हा भूप्रदेश बघता बघता व्यापून टाकला. नद्या ओलांडल्या! डोंगर पालांडले! घनदाट अरण्यांतून रस्ते काटले! हे सारे त्यांनी कोणत्या प्रेरणेने केले असेल? ते सारे चांगल्या भूमीच्या शोधात आले, का मूळ स्थानापासून त्यांना हाकलले म्हणून ते पळून आले? का या देशातील हरित वर्णानं, बर्फाच्या शिखरांनी, सिंधूच्या विशाल पाण्यानं खेचून आणलं?

एक काळ असा होता की माणसाच्या गरजा फार थोड्या होत्या. तरीसुद्धा माणसाची धडपड अनिवार होती. जिंकण्याचा अपार आनंद! नवीन जमीन पाहिजे! नव्या पर्वतावर मी चढून गेलो! नवीन पशूंना मी मारून त्यांच्या मांसाची चव चाखली! माझ्या तीक्ष्ण बाणांनी मी प्रचंड जनसमूहाचा पराभव केला! असे विलक्षण आनंद माणसाला मोह पाडायचे. म्हणून तर या देशाला एक आक्रमक संस्कृतीचे रूप लाभले. कितीतरी वर्षे या देशात लोक येत होते आणि देशाचे लोक चहुबाजूंनी अन्य भूमीत जातही होते. काही आनंदासाठी, काही द्रव्यार्जनासाठी, काही व्यापारासाठी, तर काही केवळ नवा बदल हवा म्हणून!

हिमालयाच्या सर्वोच्च शिखरावर जाण्यासाठी सात हजार मैलांवरून एडमंड हिलरीला येथे यावे लागले आणि त्याचे सामान वाहण्यासाठी शेरपा तेनसिंगला त्याच्या बरोबर वाटचाल करावी लागली. पण अकस्मात हे सारे

प्रवास थांबले. शक्यतोपर्यंत गावाची वेस ओलांडायची नाही असे लोक मानायला लागले. पण आभाळाचे बदलते रंग, वेगवेगळ्या वळणांच्या वाटा, समुद्राचे उसळते आवेश, निरनिराळे वृक्ष, नव्या वेषांतील माणसे, न समजणाऱ्या शब्दांच्या भाषा, विचित्र अलंकारांनी नटलेल्या स्त्रिया, या साऱ्या लोभासाठी, सुस्थिर गावातून परक्या गावात जाण्याची कुणाला इच्छा राहिली नाही.

आणि काही काळानंतर तर समुद्र प्रवास निषिद्ध झाला. खरे तर प्रवासच निषिद्ध झाला. प्रवासात अधर्मकारक गोष्टी घडतात म्हणून प्रायश्चित्ताशिवाय परत गावात येण्याचे रस्तेसुद्धा बंद झाले. भारताची संस्कृती हा शब्दप्रयोग बोलता-बोलताना फक्त एक अज्ञानयुक्त दर्पातच हा समाज मश्गूल झाला. वैभवाचा वा भरभराटीचा काळ असतानासुद्धा या पृथ्वीची अज्ञात ठिकाणे शोधण्याचे कुतूहल नव्हते. हा भरतखंड नवखंडात्मक पृथ्वीरूप आहे आणि त्याबाहेर पृथ्वी अशी नाहीच! आणि असलीच तर ती अपवित्र भूमी आहे असे मानण्याचा काळ आला. तरी बरे, चीनमधून ह्यूएनत्संग भारतातील नव्या धर्माच्या शोधासाठी हिमालयाला पालांडून हिंदुस्थानात आला. एकामागोमाग एक टोळ्या हिंदुस्थानच्या ईशान्य भागावर धडका देत होत्या. पण आपण उठून तिकडे जाण्याची टाळाटाळ केली. इथे होते तेच पुरे होते. हिमालयाने आणि समुद्राने साऱ्या जगाचे प्रकाश आमच्यापुरते बंद केले. तिकडे युरोपात प्रचंड उत्पात झाले. परंतु या देशात त्यांचे नुसते आवाज आले. त्यामागोमाग विज्ञाननिष्ठ युद्धसाधने आली आणि मग गुलामगिरी आली. जबरदस्तीने गुलाम म्हणून नेले म्हणून मॉरिशसमध्ये काही लोक गेले. वेस्ट इंडिजमध्ये काही भारतीय मजूर म्हणून गेले. मालक म्हणून, जेते म्हणून जाण्याचे कोणाला सुचलेच नाही. मध्य आणि पूर्व आशियात भारतातील धर्म गेला, शिल्प गेले, काही सुसंस्कृत गोष्टींचीही निर्यात झाली. परंतु भारतीयांचे राज्य काही कुठे झाले नाही आणि जे झाले ते मागे उरले नाही. भारतात आलेल्या मोगलांना आणि इंग्रजांना त्यांच्या मायभूमीतून सतत ताज्या रक्ताचा पुरवठा होत राहिला. आम्ही मात्र सारे रस्ते बंद करून ठेवले होते. वास्तविक कोलंबसाला काही स्वत:साठी जमिनीची गरज नव्हती. तरी पण शिडाचे जहाज घेऊन एका साहसाला तो सामोरा गेला. आफ्रिकेचं अज्ञात खंड 'कुक' आणि 'लिव्हिंग्स्टन' यांनी युरोपाला उघडं करून दिले. उत्तर ध्रुव आणि दक्षिण ध्रुव येथील बर्फात अनेकांची अज्ञात थडगी रोवली गेली. शोधायला काही राहिलं नाही, प्रवासाच्या सर्व दिशा संपल्या म्हणून हताश होणारे प्रवासी युरोपात आसवे गाळत होते. या साऱ्या साहसी प्रवासात चुकूनसुद्धा एकही भारतीय नव्हता.

खूप वर्षांची संस्कृती आणि इतिहास हेसुद्धा एक ओझे असते. एका उद्दाम अहंकाराचा जन्म होतो! अधिक काही मिळवायचे आहे अशी लालसा जन्मच पावत नाही. तृप्तीचा एक दाट चिकट थर मनातील सर्व बंडे शमवून टाकतो. स्वच्छंद मनोवृत्ती कोमट होते! उसळत्या समुद्रावरील सफरी आततायी वाटतात! भूमीचा निरर्थक हव्यास तिरस्करणीय वाटतो! जगात नवे काहीच नाही, साऱ्या गोष्टींचा वारसा आमच्याकडे आहे. जेव्हा इतर देशांत लोक अर्धनग्न होते तेव्हा आम्ही मखमली वस्त्रे नेसून राजप्रासादात राहिलो असाही अहंकार निर्माण होतो. याबरोबर सृष्टीचे गूढ आकर्षण संपते. अखेरीस ही सारी सृष्टी, ही जरी कुणाच्या अज्ञात खेळाचा भाग असली तरी या खेळाच्या माध्यमामार्फतच अज्ञाताचा रस्ता सापडणार असतो हेही आम्ही विसरून गेलो. ही सारी प्रचंड वर्तुळाकार पृथ्वी, तिच्या मागची प्रेरणा, तिच्या मर्यादा, तिच्यातील प्राणितत्त्व, जलतत्त्व हे सारे अखेरीस कुणाच्या तरी हसण्याचे, रुसण्याचे पर्यवसानही असेल. कदाचित हे आपोआप निर्माण झालेले जडत्वही असेल! पण या साऱ्या पसाऱ्याचे सामान्य असे कौतुकही या देशात उरले नाही.

खरे म्हणजे माणूस पुष्कळदा त्याच त्याच स्थितीला कंटाळतो. तसे दिनक्रमात नावीन्य नसते. काहीही नवीन करण्याचा आवेश निर्माण झाला तरीसुद्धा पुनरुक्तीशिवाय आयुष्य जगता येत नाही. तीच माणसे, तोच परिसर, त्याच भाषा. खरे तर सारे काही समजलेले असते. परिचयामुळं त्याचा अन्वयार्थ लावण्याची शक्ती बोथट झालेली असते. ताजेपणा आणि टवटवीतपणा हरवलेला असतो. माणसाला काहीतरी निराळं हवे असते. चांगले किंवा वाईट याचा प्रश्न नाही! पण काहीही अपरिचित त्याला नवीन उत्साह देणारं असते! मळलेल्या वाटा सुरक्षित असतात; परंतु सुरक्षितपणा हाच एक अडसर असतो. तरीपण आपण काही नवीन मिळविण्याची इच्छा करीत नाही. अलीकडे पाचपन्नास वर्षांत परदेशी किंवा स्वदेशीसुद्धा फिरण्याची हौस वाढते आहे. नाना सोई उपलब्ध होत आहेत. नानाविध तऱ्हेने प्रवासाचे आकर्षण निर्माण केले जात आहे. भारतीय माणूस नवे जग न्याहाळू लागला आहे. कोणत्या साधनाने प्रवास केलाय याला महत्त्व नाही. किती लांबचा प्रवास केलाय यालाही महत्त्व नाही. कारण या गोष्टी आर्थिक आणि शारीरिक क्षमतेच्या आहेत. परंतु नव्या रस्त्यांवरून चालले पाहिजे ही आकांक्षा निर्माण करण्याचा प्रयत्न चालू आहे.

आता भारतातल्या विविध प्रेक्षणीय स्थळांच्या दिशेने अनेक प्रवासी कंपन्या रोज लोकांना वाहून नेत आहेत. काश्मीर, कुलू व्हॅली, केरळची बॅकवॉटर्स,

हिमालयाच्या रांगा, आसाममधील घनदाट अरण्ये यांजबरोबर सोमनाथ, बद्रीनाथ, रामेश्वर, जगन्नाथपुरी यांसारखी धर्मक्षेत्रे किंवा फत्तेपूर शिक्री, जयपूर यांसारखी इतिहासप्रसिद्ध ठिकाणे वेरूळ, अजंठा, मदुराई, खजुराहो या ठिकाणची शिल्पे, वेगवेगळ्या ठिकाणचे समुद्रकाठ, सरोवरे, हिल स्टेशन्स हे सारे आता पाहिले पाहिजे अशी भावना वाढू लागली आहे, तरीसुद्धा कुणी कुठे तरी जाणे हा एक उपचाराचा किंवा नव्या पुरोगामित्वाचा देखावा तर नसेल? यात प्रवासाची ऊर्मी किती, भक्तीचा उमाळा किती, निसर्गाकडे जाण्याची ओढ किती हे सारे काळजीपूर्वक पाहिले पाहिजे. अमेरिकेत साठ-सत्तर वर्षांच्या स्त्रिया वर्षभर काम करून पैसे साठवतात आणि त्या अल्पस्वल्प पुंजीवर वेगवेगळी ठिकाणे पाहून येतात आणि परत ताज्या टवटवीत होऊन रोजच्या धावपळीच्या जीवनात व्यग्र होतात. त्याचाही असा शिष्टाचार होऊ पाहत आहे. हल्ली वीस दिवसांत अमेरिका, पंधरा दिवसांत जपान अशा जाहिराती येतात. तेथेही टाकणे टाकल्यासारखे, बसच्या किंवा विमानाच्या सीटवर कुल्ले टेकवूनच, दहा बारा ठरलेल्या गोष्टी घाईघाईने पाहायच्या असतात. घाईगर्दीने शक्य असल्यास तिथले फोटो टिपायचे किंवा तेथली चित्रे विकत घ्यायची आणि निवांतपणे घरी येऊन प्रवासात हरवलेले दुवे शोधीत बसायचं! जग इतके मोठे आहे की ते सर्व पाहायला एका माणसाचे आयुष्य पुरणार नाही ! किंवा तसे ते भव्य उदात्त-असून आवाक्यात सापडण्यासारखे नाही. म्हणून तर त्याची महती! या जगातील अनंत प्रकारच्या लोकांच्या रंगरूपाची माहिती, त्यांच्या चालीरीती, त्यांचे समाजजीवन, वास्तुकला, त्यांचे संगीत हेसुद्धा एवढे प्रचंड आहे की, त्यांचा वेध घेणे वेगवान आणि बुद्धिवान माणसालासुद्धा शक्य नाही. जगाचे राहू द्या!

पण आपला देशसुद्धा एवढा प्रचंड आहे की त्याचेही किमान ज्ञान मिळविणे सहजासहजी शक्य नाही! काही ज्ञान परप्रत्ययानेच घ्यायचे असते! 'जिऑग्राफी' सारख्या मासिकातून काही प्रदेशांचे बारकावे टिपावे लागतात. सांस्कृतिक देवाणघेवाणीतून काही गोष्टी आपल्या परड्यात येऊन खड्या होतात. दूरवाणी, दूरदर्शन यांनीही जगाचा संकोच करायला आरंभ केला आहे. गतिमान विमाने पृथ्वी प्रदक्षिणा करून चोवीस तासांत येऊ शकतात. म्हणजे सूर्याबरोबर त्यांचाही प्रवास होऊ लागलाय! एकीकडे पृथ्वीवरील ज्ञात-अज्ञात प्रदेश शोधीत असतानाच अंतराळातील अज्ञात प्रदेश माणसाला मोह घालीत आहेत! माणसाच्या प्रवासाची क्षितिजे चहुबाजूंनी वाढत आहेत.

रोजच्या कंटाळवाण्या जगातून थोडे बाहेर पडले, की गात्रांनासुद्धा नवीन

आव्हाने मिळू लागतात. आपल्या डोळ्यांना, कानांना नवे पाहण्याची आणि ऐकण्याची भूक असते. मनाला बंद करण्याची इच्छा असते. प्रवास कसलाही असो! माणसाला इंद्रियाच्या भुका तृप्त करण्यास साधन लागते! इंद्रियांच्या सर्व अद्भुत शक्ती टवटवीत ठेवण्यासाठी बदलते ऋतुमान, नवे चेहरे, नवे सूर लागत असतात. प्रवासाचे कितीही अर्थ बदलले तरी एवढा अर्थ कायम राहणारच! कदाचित या आनंदातून आपल्या संस्कृतीवर आलेलं संकुचित सावट नष्ट होण्याची शक्यता आहे. म्हणून प्रवास हा प्रवासच राहावा! नेहमीच त्याची यात्रा होऊ नये!

- ० -

यात्रा

एकूण प्रवासवर्णन वाचणे हा माझ्या अतिशय आनंदाचा भाग आहे.

रा. भि. जोशी, काणेकर, ना. सी. फडके आणि काही इंग्रजीतली प्रवासवर्णनांची पुस्तके वाचायला मला नेहमीच आवडतात. पु. ल. देशपांडे, रमेश मंत्री, बाळ गाडगीळ यांनी लिहिलेली प्रवासातील आत्मकथने निसर्गापेक्षा माणसांविषयी जास्त बोलतात. पण तीही मला आवडतात. पण त्याची कारणे वेगळी आहेत. वेगवेगळ्या मातींतील निसर्ग हा मला नेहमी लोभावत असतो. याचे कारण त्या त्या भिन्न भूमींत मला पुरेशी वाटचाल करता आलेली नाही.

प्रवासाला फार मोठे उद्देश नसावेत असे मला वाटते. वेळापत्रक आखून ठिकठिकाणची आरक्षणे करून योजनाबद्ध प्रवास करणाऱ्यांना कमी कष्ट सोसावे लागतात ही गोष्ट खरी. पण या साऱ्या प्रवासाला एक यांत्रिकपणा प्राप्त होतो. आपल्या देशाच्या अनागोंदी कारभारामुळे आरक्षण करूनसुद्धा आपण निराश्रित होतो. त्यामुळे आपोआपच यांत्रिकपणा कमी होतो हा भाग वेगळा. एक काळ असा होता की योजना ठरविल्याशिवाय प्रवासाला निघूनसुद्धा प्रवास व्यवस्थित पार पडत असे. तेव्हा रेल्वे आणि बसेस जनतेची मालमत्ता झालेल्या नव्हत्या. रेल्वे नोकरही इतके उन्मत्त झालेले नव्हते. स्पेन्सर किंवा ब्रँडन यांच्याकडे रुचीप्रमाणे स्वच्छ भोजन तर मिळत असेच, पण तिथला नोकरवर्गही मोठा अदबीचा असे. गर्दी कमी असायची आणि आजच्या इतका कलह तेव्हा जाणवत नसे.

मला प्रवास आवडायचा, तो निरुद्देश आणि दिशाहीन. शक्यतो मी दिवसाचा प्रवास करायचो, म्हणजेच सहजगत्या

या देशातले नदी-नाले, डोंगर-पहाड, झाडे-झुडपे आणि त्या त्या प्रांतातले नागरिक त्यांच्या नैसर्गिक रूपात पाहायला मिळायचे. आज आपापल्या वेशभूषा सोडून देऊन सर्वांनी एकसुरी वेशभूषा स्वीकारली आहे. स्टेशनवर खायला मिळणारे पदार्थ बेचव तर असतातच, पण सर्वांची चव आता एकसारखी झाली आहे. त्यामुळे प्रांत बदलला हे कळायला पुष्कळ वेळ लागतो.

पूर्वी सगळ्याच गाड्यांना शिळा घालणारी वाफेची इंजिने असायची. ती झुकझुक गाडी आजच्याइतकी वेगवान नसे, पण प्रवासाचा ती आत्मा असायची. फर्स्टक्लास किंवा सेकंड क्लास हे आमच्या नशिबात तेव्हा नव्हतेच. पण थोडे जास्त पैसे भरून इंटर नावाचा एक सुखासीन रेल्वेचा वर्ग त्या वेळेस प्रवासातले सौख्य वाढवायचा. अटेन्डन्ट किंवा कंडक्टर नावाचे उपद्रवी प्राणी तेव्हा नसायचे, पण छानदार शुभ्र कपडे घातलेला, हिरवा-तांबडा कंदील बाळगणारा आणि शिट्टी वाजवून इंजीन चालकाला आज्ञा देणारा गार्ड नावाचा एक सुदैवी यक्ष आमच्या ह्या प्रवासात आमची सेवा करायचा. सत्तर-ऐंशी रुपयांत झोन तिकीट काढून त्या वेळेस स्वस्तात देश पाहायची सोय उपलब्ध होती. आज मजेसाठी आणि आनंदासाठी प्रवास करणे मुश्किलीचे झाले आहे. तरीसुद्धा जीवनाची मजा लुटणाऱ्याला प्रवासाचं सौख्य घेता येतेच, नाही असे नाही.

सोइ-गैरसोईच्या कल्पना आपण जर बदलायला तयार असू तर प्रवास सुखाचा करता येतो. भात-भाजी, आमटी-वरण, चटणी-चपाती असले अस्सल महाराष्ट्रीय जेवण खुद्द महाराष्ट्रातच कुठे मिळत नाही; मग ते इतर प्रांतांत कुठे मिळेल अशी अपेक्षा करणं वेडेपणाचंच नव्हे काय? चव अन्नाला नसते, तर जिभेला असते आणि इच्छाबळावर वेगवेगळ्या चवी माणसाला आवडू लागतात. आज दक्षिणेतही चपाती किंवा ब्रेड मिळू शकतो. पण पूर्वी त्या गोष्टी दुर्लभ होत्या. कावेरी-तुगंभद्रा या नद्यांचे पाणी प्यायल्यानंतर आणि निलगिरी पर्वताची हवा चाखल्यानंतर इडली-दोसा किंवा रसम-सारम या गोष्टी आवडू शकतात. किंवा आवडायला पाहिजेत. उत्तरेत परस्पर्श झालेल्या उष्ट्या भांड्यातून अन्न खायचे नाही म्हणून गाडग्या-मडक्यांतून दूध, दही मिळतं. त्याला एक मातकट वास येतो. सवयीने तो वाससुद्धा मग आवडायला लागतो. ज्या त्या भूमीतला रसानंद चाखणं हासुद्धा प्रवासाचा हेतू असायला पाहिजे. मग आलू-मटर, करेली किंवा पालक-पनीर यांच्यासमवेत 'तंदूर की रोटी' खायची मनाची तयारी पाहिजे. स्थान माहात्म्याला वश असण्याने आणि तिथल्या हवा, पाणी आणि वनस्पती यांच्याशी एकरूप होण्याने प्रवासाची लज्जत वाढते. मी जेव्हा अगदी तरुण काळात

प्रवास केला तेव्हा एकंदरच बाजारात मिळणारे शिजलेले किंवा तळलेले पदार्थ खाण्याची प्रथा नव्हती. त्यामुळे टिकाऊ असे अनेक पदार्थ बरोबर बाळगले जात. आपल्या सवयी बरोबर बाळगायच्या असतील तर प्रवासाला खरे म्हणजे अर्थच नाही. इंग्लंडमध्ये गेल्यावर धावत पळत वनारसे काकूंच्याकडे जाऊन पिठले भात खायचा असेल तर मग इंग्लंडची खरी ओळखच होणार नाही. इंग्लंड पाहायचे म्हणजे इंग्लंडमधल्या धुरकटलेल्या इमारती थोड्याच पाहायच्या असतात? इंग्लडमधली कुटुंबे कशी राहतात, ती रोज काय काय खातात, तिथल्या मंडईत कोणत्या भाज्या मिळतात, हे सारे पाहायला हवे. गूळ पापडीच्या लाडवांऐवजी तिथल्या आया मुलांना मधल्या वेळचं काय खाणे देतात हे समजलं तर चटकन तिथल्या मुलांशी समरस होता येईल. परदेशात एखाद्या घरी भोजनाच्या टेबलावर बसलो आणि तिथं कुणी मद्याचा पेला पुढे केला तर 'हे असले काही मी घेत नाही.' असे पुणेरी बाण्याने, तुच्छतेने सांगण्यात काही स्वारस्य नाही. कारण समोरच्या पेल्यात असलेलं पेय हे इंग्लंडमध्ये 'तसलं काही' नसते. तर तो एक साधा शिष्टाचार असतो. तुम्ही नुसता ग्लास उंच करून यजमानाला शुभेच्छा दिल्यात आणि ओठ ओले केलेत तरी भागण्यासारखे असते. आपण मांसाहारी नसलो तर समोरचा मांसाहारी मनुष्य हा असंस्कृत आणि अपवित्र आहे असा चेहरा करण्याचं कारण नाही. कुणाचंही अन्न ही एक पवित्र गोष्ट असते.

खरे तर नवेनवे देश पाहायचे म्हणजे तिथली नवनवी माणसे पाहायची. शेकडो वर्षांतल्या आपल्या परंपरा त्या त्या ठिकाणची माणसे कशी तोल राखून सांभाळतात हे पाहणं मोठे विलोभनीय असते. परपुरुषाचा स्पर्श आपल्या स्त्रीला होऊ न देणं हे आपल्याकडे पुरुषार्थाचं किंवा स्त्रीच्या दृष्टीनं ते पावित्र्याचं लक्षण आहे. पण पाश्चिमात्य संस्कृतीत एखाद्या स्त्रीला नृत्यासाठी निमंत्रण देणं ही सन्मानाची बाब असते. पंजाबी लोकांच्या भांगडा नृत्यातील उन्माद हा जरी अलिप्तपणे पाहायचा ठरवला तरी त्या वेळी आपले स्नायू फुरफुरायला लागतातच की नाही? नीती-अनीती किंवा असंस्कृत-सुसंस्कृत हे शब्दच मुळी कालसापेक्ष आणि स्थलसापेक्ष आहेत. अस्सल मुसलमान मोहल्ल्यात कव्वाली चाललेली असावी, उभ्या उभ्या ती ऐकताना तिची लय आणि आक्रमकता अंत:करण व्यापून मस्तकात जाते, तर गझल ऐकताना शब्दाशब्दागणिक दाद द्यावीशी वाटते. आपल्याला अनेक आनंद अपरिचित आहेत आणि म्हणून ते आपल्याला स्वीकारता येत नाहीत. ते स्वीकारताना आपल्याला संकोच वाटतो, म्हणून त्यांचा दर्जा आपण कमी ठरवतो. म्हणून जग बघायचे असते ते आनंदाची

देवघेव करण्यासाठी, हेच विसरले जाते.

मला प्रवास आवडायचा, भेटणारे प्रवासीसुद्धा आवडायचे. पुन्हा ते प्रवासी आयुष्यात कधी भेटणार नाहीत हे माहीत असल्यामुळे त्या प्रवाशांच्या बरोबर एरवी कुणाशीही उघड करणार नाही अशा मनोव्यथा आपण बोलण्याच्या ओघात बोलून जातो. प्रवासात हातचे राखून बोलण्याची काही गरज नसते. सारे तेवढ्यापुरतेच असते. त्या क्षणाची किंमत आपण अदा करायची असते आणि मग ते सारे क्षण आपल्या आयुष्यातले चिराग बनतात. आपण दिलखुलास वागलो की संकोची माणसेसुद्धा फुलायला लागतात. मग खाण्याच्या पदार्थांची देवघेव होते. वाऱ्यामुळं आपल्याला त्रास होतोय असे लक्षात आलं की सहप्रवासी खिडकी बंद करू लागतो. आपले उतरण्याचं ठिकाण आलं की सामान उतरवण्यासाठी मदत मिळते. निरोपाचं संभाषण घडतं, पत्त्यांची देवघेव होते, हस्तांदोलन घडते. मग हे स्पर्श बरोबर घेऊन नवीन स्पर्शांच्या शोधात प्रवासाचा पुढचा टप्पा सुरू होतो.

माझ्या पायाच्या अधूपणामुळे मला मनसोक्त प्रवास करता आलेला नाही. माझे डोळे नवा भूप्रदेश, डोंगर, पहाड न्याहाळून थोडे तृप्त झाले. पण माझ्या पायांना मी तृप्त करू शकलो नाही. मी हिमालय पाहिला तो मसुरी-सिमला यांसारख्या गजबजलेल्या शहरांतून. हा मुळी हिमालयच नव्हे, खरा हिमालय मी पाहूच शकलो नाही. हिमालयातल्या ज्ञात-अज्ञात पायवाटा मला तुडवताच आल्या नाहीत. खळखळ करणाऱ्या पाण्याचं संगीत मला ऐकताच आलं नाही. आकाशाला भिडणाऱ्या देवदारांच्या पानांची सळसळ मला ऐकता आली नाही. सारेच भोग पंचेंद्रियांनी घ्यावे लागतात. मातीचा स्पर्श, रानवाऱ्याचा गंध, ताज्या पाण्याची चव, शांततेत जाणवणारा नादब्रह्माचा साक्षात्कार आणि डोळ्यांत मावणार नाही असे निसर्गाचं बदलतं रूप आपल्या अंत:करणाच्या फिल्मवर टिपून घ्यायला हवे. हे सारेच आनंद एकमेकांत मिसळतात. निसर्गाचं गूढ रहस्य हळूहळू ध्यानी येऊ लागते. एकांत हवा, सन्नाटा हवा, गर्दी हवी, गोंगाट हवा-कारण माणूस सर्व ठिकाणी सर्व भाषांतून अनामिक परमेश्वराची प्रार्थना करीत असतो.

म्हणून रेल्वे काय किंवा विमान काय या अशा गतिमान वाहनांनी यात्रेची सारी गंमत नष्ट होत चालली आहे. तसा देव तर सर्वत्र असतो. तेवढ्याचसाठी पठारे, दऱ्या, पहाड ओलांडून अमरनाथ, बद्रीनाथ, केदारनाथ इथे कशाला जायचे? पूर्वी यात्रा कष्टाच्या असत. हळूहळू, रमतगमत प्रवाशांचे तांडे एका ठिकाणाहून दुसऱ्या ठिकाणी पोहोचत असत. स्वत:च्या हाताने उदरभरणासाठी अन्नाची आराधना करावी लागे. आपल्या गावाच्या सीमेत असणारा अंगुष्ठमात्र

देव खरा आहे तरी केवढा, हे पाहण्यासाठी माणसे यात्रेला निघत. कधी जेवण मिळे, कधी न मिळे, कधी चांगला निवारा मिळे, तर कधी उघड्यावर झोपावे लागे. वडीलधाऱ्यांना सांभाळून माणसे दुर्गम पहाड चढत. कधी तारेवरची कसरत करीत, एखाद्या धोकादायक पुलावरून हा जथ्था जीव मुठीत धरून पुढचा मार्ग क्रमी आणि मग केव्हातरी इच्छित मंदिराचे शिखर दृष्टिपथात येई. ईश्वराचे सान्निध्य नजदीक आले यामुळे कृतार्थतेने सगळ्यांचे डोळे भरून येत. 'जय बद्रीनाथ', 'जय केदारनाथ' अशा आकांताने सारा परिसर दुमदुमून जाई. आकाश खाली झुके. सारा शीणभार हलका होई. समोरच्या निराकार दगडात प्रत्यक्ष परमेश्वर साकार झाल्यासारखा वाटे. काही काळ अशा गूढ अनामिक आनंदात घालवल्यानंतर यात्रिकाला वाटू लागे. 'येथे परमेश्वर आहेही आणि नाहीही.' मग तितक्याच उत्साहाने तो आणखी शोधासाठी पुढील तीर्थक्षेत्रांच्या यात्रेला निघे. तिथेही त्याला तोच अनुभव येई. अनेक तीर्थयात्रा केल्यावर अखेरी तो यात्रेकरू थोडासा कृतार्थ पण पुष्कळसा अतृप्त असा परत आपल्या स्वग्रामात येई. प्रत्यक्ष देवाची गाठभेट घेऊन आलेल्या या आपल्या ग्रामस्थांच्या पायांवर भाविक नागरिक डोई ठेवत. त्याच्याशी यात्रेबद्दल गप्पागोष्टी करीत, आणि तो अवघडलेला यात्रेकरू मग आपल्या ग्रामदैवताच्या भेटीला येई. नेहमी पाहिल्यामुळे, पूर्वपरिचित अशी ती छोटी दगडाची मूर्ती आपल्याकडे पाहून हसते आहे असे त्याला वाटे. आणि मग त्याच्या लक्षात येई, ज्याला शोधण्यासाठी एवढा जिवाचा आटापीटा आपण केला तो परमेश्वर तर आपल्या या कुग्रामातच आहे. त्याची यात्रा तिथेच संपूर्ण होई.

अशा यात्रा करणारे आता उरले नाहीत. कारण यात्रा म्हणजे आता मजेची सफर झाली आहे. घाईगर्दीने देवळांमागोमाग देवळे, मूर्तिमागोमाग मूर्ती पाहणारे भिकारी आता निर्माण झाले आहेत. ज्याची भेट घ्यायची ते अनादी, निराकार परमात्म्याचे रूप झपाट्याने हरवले आहे. आता लाच घेऊन आपली कामे करणाऱ्या एखाद्या नोकराची कळा त्याला आली आहे. देवाने काहीच द्यायचे नसते. त्याने फक्त साक्षी राहायचे असते. दुर्गम आणि निर्जन जागी जाऊन बसलेला देव आता माणसांत आलाय. त्यालाही गर्दीचा सोस सुटला आहे. मग असल्या देवाचा शोध करून करायचे तरी काय?

- ० -

एकाच वेळी सूर्योदय आणि सूर्यास्त

अनेक राज्ये आली आणि गेली.

राजे आणि त्यांची राज्ये निदान आपल्या देशात तरी मोडीत निघाली. आता सर्व राजे-महाराजे नम्रतेने वाकून एअर इंडियाच्या महाराजाच्या बोधचिन्हात राहिलेले आहेत.

पण हे असले राजे संपत्तीच्या, सत्तेच्या आणि परंपरेच्या बळावर उभे होते म्हणून ते अस्तंगत झाले. परंतु काही राजे-काही राण्या अजूनसुद्धा सुखाने आपापली राज्ये करीत आहेत.

प्रेमिकांच्या जगातील 'राजा' आणि 'राणी' अजून सुखरूप आहेत. इंद्रायणीच्या वाळवंटातील ज्ञानराजाही अजून गरजतो आहे. तसेच प्रत्येकाच्या घरातील चिमणे राजे आणि चिमुकल्या राण्यासुद्धा आपापली राज्ये सांभाळून आहेत.

परीकथेतील राजकुमार किंवा राजकन्या अजूनतरी आपल्या घरातील चिमण्या राणीला अंगाई येण्यासाठी तिच्या पापण्यांतून मिटल्या डोळ्यांत शिरतात. राजाराणीच्या गोष्टी सांगायला सुरुवात झाली, की निळ्या-सावळ्या रात्रीच्या वेळी पांढऱ्या-कबऱ्या ढगांवरून अलगदपणे हे सर्व राजे आणि राण्या तुमच्या झोपडीत येत असतात.

अशीच एक राणी आमच्याही घरात आली आहे.

जशी प्रत्येकाच्या घरात असते तशीच. तिच्या निमित्ताने तर आमच्या घरात रात्रीच्या पहिल्या प्रहरी कित्येक राजकुमार आणि राजकन्या येऊ लागतात. पशुपक्षी बोलू लागतात. झरे-नद्या वाहण्याचे विसरतात. लतावृक्ष पानांचे कान करून या राजे-राण्यांच्या गोष्टी ऐकत बसतात. खरे तर माझी मांडी किंवा माझी कूस तेवढ्यापुरते एक सिंहासन बनते. अशा सिंहासनावर एक छोटी राणी कोणत्याही सम्राज्ञीला हेवा

वाटावा अशा थाटात बसलेली असते. जशी ती आता झोपाळ्यावर बसली आहे.

कितीतरी नवीन प्रकारचे अनुभव राणीच्या निमित्ताने आमच्या घरात येत आहेत. एरवी आमच्या घरात मला गाऊ कोण देईल? नाचू तरी कोण देईल? परंतु राणीच्या चिमण्या पावलांबरोबर खरे तर सर्वांचे पाय नर्तकाचे झाले आहेत. आणि आवाज गंधर्वांचे. मग मला गायला-नाचायला मुभा मिळून जाते.

आपल्याला मुले होतात तेव्हाही आपण आनंदीच होतो. तो आनंदसुद्धा अनेक तऱ्हांनी, अनेक पदरी असतो. एकतर ती अस्तित्वाची निशाणी असते. चिरंतन मानवी प्रवासातील तो एक टप्पा असतो. लहान गोष्टींतील समाधान, नवनव्या गोष्टींचे कुतूहल, वेगवेगळ्या तृप्तींचे हुंकार घराघरांत जन्म पावू लागतात. प्रत्येकाला आपले मूल सुंदरच वाटते. कोणतेही मूल मुळातच सुंदर असते. मग ते झोपडपट्टीतले असो, चाळीतले असो, महालातील असो. आपल्या अपत्याच्या संरक्षणाची एक उपजत ओढ सर्व प्राण्यांत आहे. परंतु अपत्य ही एक जबाबदारी आहे, आणि त्याच्यासाठी अनेक लहानसहान सुखांना सोडावे लागते. मूल जन्माला आले, की ते काहीतरी मागणी मागतच येते.

पण मुलांची मुले ही काही आपली जबाबदारी नसते आणि म्हणूनच कदाचित आजोबाला नातवंडांशी मुक्तपणाने मिसळून घेता येते. तो फक्त आनंदाचा धनी असतो. या नातवंडांच्या दुनियेतला तो एक यक्ष बनतो.

आरशात प्रतिबिंब पाहावे तसे आपले प्रतिबिंब समोरच्या हालत्या बोलत्या चिमण्या आरशात हवे तेव्हा पाहता येते. मानसन्मान, प्रतिष्ठा यांची मौज करून झालेली असते. शिल्लक राहिलेले असतात ते आपल्या लहानपणचे अपुरे खेळ. एरवी आज आपण तसे खेळलो तर भोवतालचे लोक हसतील अशी उगाचच मनात भीती असते. लहानपणी खूप काही करावयाचे राहून गेलेले असते. आपल्याला ते कोणाकरवी तरी करून घ्यायचे असते. आपल्याला हट्ट करायचे असतात. अगदी साध्यासाध्या गोष्टींचे. आपले आताचे हट्ट फार मोठे असतात की जे कोणालाच पुरवता येत नाहीत आणि लहानसहान हट्ट करण्याचे आपले वय उरलेले नसते. डोळ्यांनी अनेक रंग पाहिल्यामुळे रंगांची महत्तता आता संपलेली असते. पण बालपणचे काही रंग अजून ओले असतात. एके काळी जी पाखरं असतात त्यांना आपण आज पक्षी केलेले असते, अन् त्यांच्या पिसांनी दिवाणखाना आज खराब होतो. पण आपल्या मनाला ती चिमणी पाखरंच हवी असतात. अन् त्यांची रंगीबेरंगी पिसंही हवी असतात. अशीच रंग उडालेली तेव्हांची खेळणीही हवी असतात. चिमण्या दातांनी एखाद्या फळाची भागीदारीही

करायची असते. आपल्याला कुणीतरी गरम दूध फुंकून द्यावंसं वाटते. कुणीतरी आपल्याला थोपटून निजवावं असेसुद्धा वाटते. गाणे सुरू झाले की आपले पाय नाचू लागतात. पण आज त्या पायांना नाचता येत नाही.

पण अलीकडे माझे अंगण पुन्हा सरळ झाले आहे. आता माझ्या घरात वेळी अवेळी पाखरंही येतात. रंगीत पुस्तकं, मोडलेली खेळणी ही तर आता घराच्या कानाकोपऱ्यांत खुणा करून बोलावतात. मी राणी उठण्याची वाट पाहत असतो. कारण ती उठल्याशिवाय मला कोणत्याच गोष्टींना हात लावता येत नाही. राणीचे पाय वाजले की मी आणलेले बिस्किटांचे पुडे फोडू लागतो आणि गोळ्यांभोवती गुंडाळलेले रंगीत कागद कुरवाळत राहतो.

आता राणी आली आहे. तिनं पाठीमागून गळ्याभोवती हात टाकलेले आहेत. तिने तोंड धुतल्यामुळे तिचे हात आणि गाल अजून ओले आहेत. खरे म्हणजे ती केव्हाच उठलेली आहे ते मला कळलेलं आहे. पण ती मला डोळे झाकून विचारते आहे. 'ओळखा पाहू कोण आहे,आजोबा?' तेव्हा तिला लगेच ओळखायचं नसते. घरातल्या सर्वांचीच नावे मी घेत राहतो. आता माझे डोळे झाकणारं घरात कोणी नाही. माझी मुलगी आपल्या मुलीचा, राणीचा हेवा करीत माझे डोळे एखादवेळेस झाकते, नाही असे नाही; पण राणीच्या बोटात जसा तिचा स्पर्श असतो, तसाच तिच्या आईचाही-माझ्या मुलीचाही-स्पर्श असतो. राणीच्या ओठांचा ओला स्पर्श मला लागतो. पण तो पुसून टाकावा असे वाटत नाही. त्या वेळेस मी लेखनिकाला काहीतरी डिक्टेक्शन सांगत असतो. आपल्या आजोबांनी आपल्याला खेळणी आणून द्यायला हवीत तर मग कामही करायला हवे हे राणीला आता पटलेलं आहे; म्हणून ती प्रौढत्वाचा बुरखा घेऊन, गालाला हात टेकून, शांतपणे मी सागंत असतो ते ऐकत बसते.

ती आता आजोबा झाली आहे आणि तिचे आजोबा राणी झाले आहेत. त्यांना राणीशी खेळायचं आहे. टाळ्या वाजवणारा म्हातारा खेळण्यांतून त्यांना खुणावतो आहे. परीकथांच्या पुस्तकातील पऱ्या डोळे मिचकावतात. पेरूच्या झाडावरचे दोन पोपट मला लाच देऊ करताहेत. पेशवे पार्कमधील मोर पिसारा फुलवून आमची वाट पाहात आहेत. टेकडीवरचं भन्नाट वारं राणीच्या झुलपांशी खेळायला खोळंबून थांबलेलं आहे.

कसले लेखन अन् कसले साहित्य! आपण लिहिणार आहोत त्याचे आयुष्य तरी काय आहे? आणि आपले तरी आता कितीसं आयुष्य उरलेलं आहे! आपल्या आयुष्याची अखेरची वाटचाल आता होत आहे. मग काळ जे

नाकारणार आहे त्यासाठी एवढा आटापिटा का? राणी कंटाळेल म्हणून मी वाट पाहत आहे. दिवसेंदिवस ती सोशीक होत चालली आहे. मला तर ती तशी मुळीच व्हायला नको आहे. सोशीकता पुढच्या आयुष्यभर शिकायचीच आहे. साहित्य संमेलनातील कंटाळवाणी भाषणं पुढे ऐकायचीच असतात. आता मात्र राणीने तक्रार करायलाच पाहिजे असे वाटतेय मनापासून.

अखेरी मीच कंटाळतो. कंटाळायची आता माझी वेळही झालेली आहे.

राणी आता कोचावर उड्या मारायला लागली आहे. कोच खराब होतात अशी घरातल्या सर्वांची तक्रार आहे. मऊमऊ सोफासेट्स मी मुद्दाम केले आहेत, ते काही गलेलठ्ठ लोकांनी बसण्यासाठी नाहीत. मग राणी उड्या कोठे मारील? नाचता नाचता एकदम माझ्या अंगाला येऊन बिलगेल कोठे? माझ्या आकाराला आणि वयाला न शोभणारी गाणी अन् नाच घरातली सारी मंडळी कोठे बसून ऐकणार अन् पाहणार? माझे गाणे आणि नाचणं लोकांच्या दृष्टीने केविलवाणं असेल. नव्हे आहेच, पण मग राणीबरोबर खेळायचं कोणी? माझ्या सुरांना तिच्या साथीमुळे अर्थ येतो. माझ्यामुळे ती गायला लागलीय. कधी नव्हे ती मला हवी तशी निरागस साथ आज लाभली आहे. मैफिलीला आता कोठे रंग येत असताना खंत एवढीच असते, की भोवतालच्या लोकांना त्यातलं काहीच कसे कळत नाही! का त्यांना ते डोळेच नसतात? राणी नाचत असते तेव्हा खरे तर मीच नाचत असतो. शिवाय माझा मी नाचत असतो तो निराळाच. आपल्याला पाहण्यासाठी कुरूप म्हाताऱ्या आरशाची आता गरज नाही, कारण समोरच्या हलत्या आरशात आपले बालपण मला निरखून पाहत येते.

सारे आयुष्य निसर्गक्रमानुसार बेढब आणि कुरूप होत जाते पण त्याच वेळेस नवीन तेजोमय हास्यनिर्भर अंकुर तयार होतात म्हणून आयुष्य निरर्थक व्हायचं खोळंबून राहते. आपण एके काळी असे होतो ही भावनासुद्धा किती सुखद असते नाही? या सुखद भावनेनं कुरूप होत जाणाऱ्या गोष्टी सुरूप होतात. रंग उडालेल्या वस्तू रंगीत बनतात. सुरकुत्यांनाही विभ्रम येतात. आपले म्हणून काही ना काही मागं राहतेय ही भावना प्रतिगामी असेल कदाचित. पण सुंदर तर नक्कीच आहे आणि अजून तरी या जगावर तिचं प्रभुत्व आहे.

काल परवाची राणी आज नाही. आजची राणी उद्या असणार नाही. रोज नव्याने फुलणारं हे झाड, प्रत्येक ऋतूत बदलणारी ही वेल. तिच्या खोड्या बदलतात. शब्द बदलतात. स्पर्शसुद्धा बदलतो. पण राणीच्या विस्तृत होत जाणाऱ्या जगात माझ्यापुरती ती संकोचत जाणार हे सत्य असले तरी माझ्या

जगाला मात्र राणी अधिकाधिक कापत राहणार. आणि हेच सत्य असायला हवे. माझे मधुघट रिकामे होत जाणार. तिचे भरत जाणार. नव्या जगाचे प्रकाश तिच्या डोळ्यांतून उतरणार आणि माझे जग अंधारत जाणार, ही कल्पनासुद्धा मला मजेदार वाटते आहे. कन्याकुमारीला सूर्योदय आणि सूर्यास्त एकाच वेळेस पाहता येतो असे म्हणतात. आपल्या जीवनातही एकाच वेळेस सूर्योदय आणि सूर्यास्त घडत असतात. ते पाहायला मिळतात - फक्त ते पाहणारे डोळे हवेत.

वृक्ष बहराला येतात, कुठल्याशा रोपापासून ते तरारून वाढतात. फळे, फुले यांनी समृद्ध होत जातात आणि जेव्हा ग्रीष्म ऋतूत ते वाळून कोळ होतात, तेव्हाच कोठेतरी त्यांनी आपले अस्तित्व मातीत पुरलेले असते. त्या बीजाचे रोप होत असतानाच वृक्ष मात्र स्वयंमेव विरघळून अदृश्य होतो.

असू दे-असू दे. तिच्या आयुष्यातील माझे स्थान आता ढासळत असू दे- ती बाब दुःखाची नव्हे पण माझ्या आयुष्यातील तिचे बदलणारे व्यक्तित्व मात्र रोज नवे वारे आणीत आहे.

- ० -

चंद्र व सूर्य एकाच क्षणी भेटले, म्हणून...

पहाटे मी जागा झालो. पाहतो तो माझे घड्याळ बंद, दिवाणखान्यातलं घड्याळही बंद, त्यामुळे किती वाजले हे नेमके कळायलाही मार्ग नाही. आसपासचे दिवे कोठे लागलेले नाहीत. हे परीक्षांचे दिवस. खरे तर या प्रभातकाली मुले अभ्यास करीत असायला हवीत. पण त्यांची चाहूल अशी ती कोठे नव्हतीच. मला अवेळी तर जाग आली नसेल?

असे अलीकडे पुष्कळदा होते. साडेतीन, चार वाजलेले असतात. डोळ्यांतली झोप उडून गेलेली असते. अंगातला आळस पळालेला असतो. अंथरूण पांघरुणे नकोशी झालेली असतात. नवीन आणून ठेवलेली पुस्तके खुणा करीत असतात. काल रात्रीच्या सभेत मिळालेल्या पुष्पगुच्छाने माझी पहाट सुगंधमय झालेली असते. घरट्यात विसावलेलं माझ्या मनाचं पाखरू बाहेर पडायला उत्सुक झालेलं असते. रस्ते अजून जवळपास निर्मनुष्य असतात. मी खिडकीतून बाहेर डोकावून पाहतो तो झाडे चंद्रप्रकाशात न्हाऊन निघालेली असतात. छाया-प्रकाशाचा खेळ रंगात आलेला असतो. झाडांचे बागुलबुवा झालेले असतात. मध्येच एखादा कुणी सायकलस्वार गाणे गुणगुणत मार्गक्रमणा करीत असतो. मला बाहेर उघड्या हवेत फिरण्याची आता सुरसुरी आली आहे. इतके दिवस कोणाला तरी उठविल्याशिवाय मला बाहेर पडता येत नसे. कारण बाहेरून कुलूप लावून मी गेलो तर माझ्या परत येण्यावर बंधन पडत असे. आता लॅच की बसविल्यामुळे ती सोय झाली आहे.

पहाटेच्या वेळीसुद्धा नीटनेटकं बाहेर पडल्याशिवाय मनाला बरे वाटत नाही. दाढी करणे भाग असते. चुरगळलेले

कपडे बदलायला हवे असतात. केस विंचरायला हवे असतात. उगवत्या नव्या दिवसाला अमंगलपणे सामोरं जायला बरे वाटत नाही. ताजी हवा, ताजा प्रकाश भोगायचा असेल तर कपडेसुद्धा धुतलेले हवे. मनसुद्धा आंबलेलं असता कामा नये.

पाखरं पहाटेचे कसे स्वागत करतात-भिरभिरतात, गुणगुणतात, सूर मारतात, सूर काढतात, वाऱ्यावर स्वार होतात, तर कधी आकाशाचा वेध घेतात. पंखांना ताण देऊन ते पसरतात. माणूस मात्र सकाळचे स्वागत असे करीत नाही. प्रकाशाचे त्याला ओझे वाटते. जबाबदाऱ्यांच्या जाणिवांमुळे तो आणखी प्रौढ होतो. अन्नाचा शोध तर सारी चैतन्यमय सृष्टी करीत असते. पण अन्नाच्या ओझ्याने वाकलेली प्राणिसृष्टी फक्त माणसाचीच असते. प्रकाशाने, नव्या दिवसाच्या चाहुलीने, नव्या वाऱ्याच्या स्पर्शाने पाहावे तर माणूस अधिकच वाकलेला असतो. हे असे का व्हावे? माणसाला कालचं आठवतं, उद्याचं कळतं म्हणून तर त्याचा वर्तमान दु:खाचा होत नाही? खरे म्हणजे प्राणिसृष्टीत माणूस नशीबवान आहे. इंद्रियांच्या पखाली त्याच्यासाठी सुखांचे बूंदच्या बूंद वाहून आणतात. पण मला वाटते, स्वत:चं सामर्थ्य न कळणं हाच माणसाचा दोष असावा. उत्कट आनंदाने भरलेलं जग त्याच्या मिठीत सापडत नाही. उलट तोच कोठल्या तरी दोन दु:खांच्या सापटीत सापडल्यासारखा दिसतो.

आता मी रस्त्यावर आलो आहे. गाडी चालू केली आहे. गाडीची काच पुसायची राहून गेली होती. रात्रीच्या दवाचे अश्रू तसेच तावदानांवर राहून गेले आहेत. ते पुसायला हवे आहेत. रात्र संपत आली आहे. सूर्यप्रकाशाने ते सलिल पुसण्याआधी मीच ते पुसायला हवेय. ते पुसल्याशिवाय गाडी चालवणं शक्य नव्हते. काच पुसल्यावर एकदम बरे वाटलं. अदृश्य झालेलं जग दिसायला लागलं. दूध आणण्यासाठी निघालेल्या, केस पिंजारलेल्या आणि पदर घसरलेल्या स्त्रिया अधूनमधून दिसू लागल्या. कचेरीत राक्षसासारखे वाटणारे अधिकारी संसारकृत्ये आटोपताना गरीब गाईसारखे खाली मान घालून चालले होते. शांत पाण्यावर एक तरंग उठावा तसाच एक तरंग लोकसागरावर उठू पाहत होता. या सर्वांना पार करून मी गावाबाहेर गाडी आणली. मध्येच बैलगाड्या भेटताहेत, दिशा आखून दिलेले बैल ओझे पेलत, रखडत रखडत बाजाराला निघाले आहेत. गाडीवानदादा मात्र अंगाची मुटकुळी करून भाजीपाल्यात पाल्यासारखे झोपून राहिले आहेत.

गाडीचा वेग मी वाढवला, कारण रस्त्यावर तशी वर्दळ नव्हती. गिरणीचे पट्टे जसे गरागरा फिरतात तसे रस्ते गरागरा फिरत मागे जातात असे वाटत होते.

इंजिनाचा लयबद्ध आवाज घोंघावत येत होता. येणारा वारा, गाडीला आलेला वेग हे सारे एकरूप होऊन माझ्याबरोबर लढाई करू पाहत होते.

वेग! खरेच, वेगाची एक निराळी धुंदी आहे. धमन्यांतील रक्तसुद्धा अशा वेळेस वेगाने वाहते! कोणतंही दृश्य दृष्टीत पक्कं ठरत नाही. सिनेमासारखीच एक धावती चित्रमालिका भरकटत जाते. मागे उरतो, तो एक निळासावळा भास. तो निळासावळा भास आणि वेग आपली सारीच परिमाणं बदलून टाकतात. साऱ्याच गोष्टींचे अर्थ कसे निराळे होतात.

आता मी गावाच्या बराच बाहेर आलो होतो. सुतासारखे सरळ आयुष्य जसे मला आवडत नाही, तसा सरळसोट रस्तासुद्धा मला आवडत नाही. म्हणून तर या डोंगरी रस्त्यांकडे मी आलो होतो. चढउत रांची मजा काही और असते. वारा कापत जेव्हा गाडी चढणीला लागते, तेव्हा जणू काही द्वंद्व युद्धाचे आव्हान देत असते. पण जेव्हा तीच गाडी उताराला लागते तेव्हा नाही म्हटले तरी श्वास घशात अडकतो. यंत्रावर आपला ताबा असला तरीही मुळातच गतिमान असलेली आपली गाडी या उतारावरून आपल्याला कोठे नेऊन सोडणार याचा क्षणभर अंदाज लागत नाही. अकारण स्टीअरिंगवर आपले हात घट्ट होतात. ब्रेकवर पाय दाबला जातो. तेवढ्यात पुन्हा चढ लागतो आणि रोधलेला श्वास पुन्हा चालू होतो.

आता माझे नेहमीचं ठिकाण आलं आहे. एका उंच डोंगराच्या पायथ्याशी गाडी आली होती. या डोंगराची चढण सोपी आहे म्हणून हा डोंगर मला पसंत आहे. शिवाय या डोंगराच्या दोन्ही अंगांना पुणे आहे. एका अंगाला विद्यापीठ, केमिकल लेबॉरेटरी आणि पाषाणचे तळे आहे तर दुसऱ्या अंगाला विठ्ठलवाडीपासून पर्वतीला डावे घालून जाणारे रेडचर्चपर्यंतचे पुणे आहे. जलहीन झालेली नदी पुण्याचे नवे-जुने दोन भाग करते. या नव्या भागात मी वावरलो. लहानाचा मोठा झालो. इथे वस्ती नव्हती आणि पाय धड होते तेव्हा या डोंगरापर्यंत माझा संचार असे.

आता पायांखालची वाट दिसायला लागली होती. दगड धोंडे चुकवीत जणू काही सृष्टिसौंदर्य बघतो आहोत असा आव आणीत, खरे म्हणजे चढण्यामुळे लागलेला दम विसावेपर्यंत, मधून मधून थांबत मी वरच्या कातळापर्यंत आलो. हे सर्व डोंगर आता उघडे-बोडके झाले आहेत. औषधालासुद्धा येथे झाड उरलेले नाही. फार पूर्वी धाडसी प्रेमवीर भरदुपारीसुद्धा येथील झाडांच्या सावलीत कदंब वृक्षाखाली राधाकृष्णांचा शृंगार करायचे. आता या उजाड माळावर नाही आडोसा, नाही सावली आणि इतक्या दूरवर येऊन प्रेमकूजन करायला वेळ आहे तरी कुणाला? शिवाय प्रेमकूजनाची किंमतही आता ओसरली आहे. ती ओळख,

परिचय, संकेत, आणाभाका, गैरसमज, विरह, पुनर्मीलन अशी लहानमोठी रेल्वे स्टेशन्स घेतही नाहीत. हाही गतीचाच परिणाम म्हणायचा काय? सगळ्या कशा फास्ट गाड्या झाल्या आहेत. ओळख, चुंबने, मिठी आणि... बस्स! संपले! मग जमल्यास लग्न, नसल्यास पुन्हा प्रवास, पुन्हा ओळख... त्यामुळे एकांताची फारशी आवश्यकता राहिलेलीच नाही. आडोशाची तर नाहीच नाही. प्रेमाची गंमत यामुळे तर कमी झाली नसेल?

शिवाय चित्रपटात घाऊक आणि ठोक दोन-तीन तास चालणारी प्रेमजीवने पाहावयास मिळत असतात. शिवाय प्रेम करायला कोणाच्या काकाने ठेवली आहेत हिरवीगार उद्याने, लताकुंज, पायवाटा आणि खळखळ वाहत असणारे निर्झर आणि प्रपात! प्यायच्या पाण्याची जेथे बोंब आहे तेथे प्रेमासाठी पाणस्थळी जाण्यापेक्षा हंडे घेऊन म्युनिसिपालिटीच्या नळावर गेलेलं काय वाईट? असा विचार स्वाभाविक नाही काय? अर्ध्या तासात-किंवा तसे कशाला, ॲट ए ग्लान्स वर्षाचा अभ्यासक्रम शिकविणाऱ्या पुस्तिका जशा बाजारात मिळतात त्याचीच आवृत्ती अर्ध्या घटकेत संपूर्ण प्रेम अशी निघाली तर फारसे चूक नाही. लग्न म्हणजे कायदेशीर व्यभिचार असले तत्त्वज्ञान आपण रुजविल्यानंतर प्रेमासाठी वर्षानुवर्षं वाट पाहणे किंवा कोणीतरी कोणासाठी जीव ओवाळून टाकणे या कल्पना नाटकी वाटतात यात आश्चर्य ते काय? रंगी नाही म्हणाली तर गंगी - इतका प्रेमाचा मार्ग सुलभ झालेला आहे.

आणि प्रेमाचा जो स्वामी चंद्र तो तरी बिचारा काय रडणार? तो बिचारा वेळच्यावेळी मावळतो. त्याच्यावरचे डाग म्हणजे चंद्रावरच्या ज्वालामुखीची तोंडे असे कोणी सांगितलं तेव्हापासून खरे तर तो धास्तावला आहे. ते लांच्छन् बाळगता बाळगता तो काळवंडला तर नाही? पण तोही चांगला कोडगा आहे- निवडणुकीत पडलेल्या काँग्रेस मंत्र्यासारखा! त्याला काही म्हणून ढिम्म नाही, तो पाहा तसाच हसतो आहे. हळूहळू शीतलता झिरपतो आहे.

होय, चंद्र अजूनही आकाशाच्या कडेवर रेंगाळतो आहे. चंद्राचा तो क्षीण प्रकाश येणाऱ्या सूर्यप्रकाशात केव्हा मिसळतो आहे हे कळतसुद्धा नाही. आज पौर्णिमा आहे, हे मला माहीतच नव्हते. त्यातून हनुमान जयंती आहे हे तर मला उंच आवाजात पवनसुताचे गाणे ऐकायला येईस्तोपर्यंत लक्षात आले नाही. अधूनमधून खाली कोठे ना कोठे तरी गडबड दिसत होती ती हनुमंताच्या जन्माचीच होती. सूर्य उगवण्याची वाट पाहत हा हनुमंत जागोजागी वाट पाहत असावा.

भन्नाट वारे वाहत होते. इकडे चंद्र अस्ताला चालला होता आणि सूर्य

उदयाला येत होता. त्याची चाहूल गाणारी पाखरं देत होती, तेजाळत जाणारे आकाश देत होते. अधूनमधून लालपिवळ्या रंगाच्या पताका सूर्याचे आगमन सुचवीत होत्या. नेमके काय घडत आहे, कोण अस्ताला चालले आहे आणि कोण उदयाला येत आहे हे समजू नये असा एक उत्कट क्षण येऊन गेला. दिशांमुळेच प्रभातकाळाचे भान होते. सूर्य आपल्या गतीने वर येत होता, चंद्र त्याच गतीने खाली सरकत होता.

- ० -

हवा पावसाळी

'हवा पावसाळी' असे तोंड असणारं एक गाणे ऐकलेलं मला आठवतंय! सारे गाणे काही आठवत नाही! परंतु एका वेगळ्याच सुरांनी बांधलेले हे गाणे मात्र सकाळपासून माझ्या कानांत पिंगा घालतंय. कारण अजून सूर्य उगवलेला नाही. खरे तर केव्हाच सूर्य उगवायला हवा होता. म्हणजे सूर्याच्या घड्याळाबरोबर चालू होणारी सर्वांची कामं एव्हाना चालू झाली असती. पण आता सूर्यासाठी थांबून चालणार नव्हते. जीवनक्रम नाहीतरी कुणासाठी थांबत नाही, सूर्यासाठीसुद्धा.

गेले काही दिवस उन्हाने सारी धरित्री भाजून निघाली होती. एक-दोनदा गडगडाट होऊन धुवांधार पाऊसही कोसळून गेला होता. घाईघाईने शॉवरबाथ घ्यावा आणि कशीबशी वस्त्रं पेहरून बाहेर यावं असे धरतीचं रूप त्या वेळेला दिसत होते. पाऊस येऊन गेला पण पावसाळा आला नाही. जलकुंभ रिते झाले, पण त्यांनी शिंपडलेले पाणी तृषार्त भूमीतील दगड-कातळांनी आणि वृक्षवल्लींनी शोषून घेतले. क्षणभर तलखी कमी झाली, पण जलधारा थांबताच उलट गुदमरण्याइतकी अस्वस्थता मात्र निर्माण झाली.

ऋतू बदलल्याची फक्त जाणीव होती. जिथे कुठे मोर असतील ते या ऋतूच्या बदलानं नाचू लागले असतील. कोकिळा अजूनही वसंतगाणेच गात होती. पण तिलाही आषाढाची चाहूल लागून गेली. काही ठिकाणी काळवंडलेल्या भूमीवर हिरवी लव दिसू लागली. उगाचच आकाशाकडे पाहण्याचा चाळा वाढू लागला. पाण्याची हाकाटी, विजेची हाकाटी वर्तमानपत्रांतून सुरू झाली. पण तरीही अजून 'हवा पावसाळी' नव्हती. येणार येणार असे आश्वासन देणाऱ्या पुढाऱ्यासाठी

ताटकळत असलेल्या जमावासारखा या देशातील शेतकरी पश्चिमेकडे पाहत निवांत बसलेला होता. तापलेल्या मातीची ढेकळे पाण्यासाठी आतुर झालेली होती. विहिरींचे तळ दिसू लागले होते.

पण अजूनही हवा पावसाळी नव्हती!सगळं कसे चकचकीत! नको तितक्या प्रकाशानं भरलेलं! माणसाच्या मनाने कंगोरे घासून पुसून लख्ख केलेले! वस्तुमात्राचे आकार नीट ठसलेले. अजूनही झाडांची सावली डोळ्यांना दिलासा देणारी!

पण आज सकाळपासून सारे काही पालटलं! फाजील स्वयंसेवकांनी मुख्य पाहुण्यालाच दरवाज्याबाहेर थांबवून धरावे तसे या चटोर मेघांनी सूर्याला बाहेरच थांबवून धरले होते. खूप सांगून पाहिले तरी कुणी ऐकायला तयार नाही. पक्षी बोलावू लागले. माणसे घराबाहेर पडू लागली तरी सूर्याला मेघांची फळी फोडून आकाशाच्या व्यासपीठाकडे येता येईना! मेघांनी सारे आकाश व्यापून टाकलं होते. 'काळेकुट्ट मेघ!' राक्षसी आकाराचे मेघ! हवाही आता बदलली. अजून पाऊस पडू लागला नव्हता. पण ओलावा जाणवू लागला. कदाचित कुठंतरी दूरवर पाऊस पडलाही असेल आणि वाऱ्यानं ओलावा टिपून आणलेला असेल.

पुष्कळांना आज सुट्टीचा दिवस वाटू लागला. हवा बदलली त्याला ते तरी काय करणारं? कितीतरी दिवसांनी अंगावर वस्त्रं ल्यावं असे वाटू लागलं! एरवी गेले कित्येक दिवस वस्त्रांचा राग यायचा!

मला वाटलं, आपणही पहिल्या पावसाला भेटायला जायला हवे. केव्हाही आता पाऊस कोसळेल. अश्रू पापण्यांवर थबकून ठेवून आईची वाट पाहणाऱ्या रुसलेल्या मुलासारखी माझी अवस्था होती. मी हळूच कपडे केले अन् रस्त्यावर आलो. नेहमीच्या मानानं वर्दळ खूप कमी होती. शहाण्या आणि व्यवहारी माणसांच्या हातात अजून दुरुस्त न केलेल्या छत्र्या दिसू लागल्या. सावधगिरी म्हणून लोकांनी परीटघडीच्या कडक इस्त्रींच्या कपड्यांऐवजी मळखाऊ साधे कपडे घातले होते. माझ्या कडक इस्त्रीतल्या पायजम्याकडे लोक कुचेष्टेने पाहत होते. पाऊस पडणार असताना सामान्य व्यवहारज्ञान ज्याला नाही अशा मूर्ख माणसाकडे पाहून लोक तरी दुसरं काय करणार? कॉलेजमध्ये जाण्यासाठी निघालेल्या काही चिमण्या मात्र मध्येच पावसात सापडू नये म्हणून घाईगर्दीने रस्ता काढत होत्या. एकीने तर जणू काही पाऊस पडू लागलाय या भीतीने साडीसुद्धा जरा वर उचलून धरली होती. तिला भिजायचं नव्हते. कॉलेजमध्ये गेल्यावर परिचित नजरांनी आपल्याकडे पाहावे म्हणून तिने काळजीपूर्वक प्रसाधन केलेले होते. अनाडी पावसाने आपले प्रसाधन विस्कटून टाकू नये अशी तिची

इच्छा होती. उन्हाळ्यातला वळवाचा पाऊस हा तारुण्यानं वेडावलेला रंगेल तरुण असतो, तर पावसाची भुरभूर ही चावट म्हाताऱ्यासारखी असते.

आणि बघता बघता पावसाची भुरभुर सुरू झाली. पडलेला पाऊस जाणवत नव्हताच! पण कपड्यांत मुरत होता. दव पडावं तसा पाऊस पडत होता. अंगोपांगांत एक निराळीच चैतन्याची लकेर उमटत होती. अत्तराचा सुगंध जसा दिसत नाही पण जाणवतो तसे या पावसाचं होते. असेच चालत राहावं, नकळत भिजत राहावं असे वाटू लागलं. पण प्रत्येकाला अखेर ही असतेच! मीच थकलो आणि एका छोट्या पुलाच्या कठ्यावर बसलो. हळूहळू न कळणारा पाऊस जाणवू लागला. झाडांच्या पानांवरून थेंब गळू लागले. भिजलेली वस्त्रे अंगाला चिकटू लागली. पंखांवर जमलेले पाण्याचे थेंब पक्षी झटकू लागले. फिरायला बाहेर पडलेले वृद्ध आडोसा शोधू लागले. क्षणमात्र सगळं जग गारठल्यासारखे झाले. मी भिजलो होतो आणि भिजून गेल्यानंतर घरच्या लोकांची बोलणी खाणार होतो. पण तरीही जागचं उठावं असे वाटेना. कारण मनात अनेक आठवणींची पाने फिरू लागली होती.

पावसाबद्दल, मेघाबद्दल वाचलेल्या अनेक कविता, संस्कृत श्लोक उगाचच थैमान घालू लागले. अनेक वर्षे मागे जाऊन पुन्हा एकदा तारुण्याला भेटावं अशी वांच्छा उत्पन्न झाली. पण मागे जाता येते ते मनाने, शरीरानं नव्हे हे भान मला प्रौढत्वानं दिले. तसे नसते तर माझे वय, प्रतिष्ठा विसरून मी नसतो का धावत तिच्या घरी गेलो असतो.

होय तिच्याच! आता तिला नाव नाही. सर्वनामानेच तिचा उल्लेख केला पाहिजे. नातवंडं झालेली ती आता एक प्रौढ प्रतिष्ठित स्त्री आहे. तीही आता सुरक्षित जागी बाल्कनीत बसून कदाचित या पावसाच्या हुरहुरीकडे भारावून जाऊन पाहत असेल. कदाचित बाल्कनीत वाळत घातलेली, नातवंडांची दुपटी आत नेऊन वाळत घालत असेल. वर्तमानपत्र वाचीत बसलेला तिचा नवरा कदाचित तिच्या खिजगणतीतही नसेल. पावसाशी तिचं काही एक जुनं नातं आहे हेही ती विसरली असेल. रोजच्या सांसारिक कल्लोळात एखाद्या उत्तर रात्री किंवा अशा निवांत सकाळी उठून ती मागे वळून पाहत असेल काय? याच रस्त्यावरून भर पावसात सायकलवर तिला पुढे बसवून आम्ही प्रवास केल्याचं तिला आठवत असेल? वास्तविक पाण्यानं सारी आग विझते असे म्हणतात. पण त्या वेळच्या पावसाने आग पेटवली होती. पावसाने चिंब झालेली ती आणि मी आतून बाहेरून पेटून गेलो होतो. तिचे भुरभुरते केस उगाचच माझ्या हनुवटीला

चेतवीत होते. तिची लगट लाभावी म्हणून मी मध्येच ब्रेक दाबून गती रोखत होतो, धडपडत होतो. स्पर्श टाळण्याचा प्रयत्न करण्याचा देखावा तीही करीत होती अन् स्पर्शाला निमंत्रण करीत होती. तिच्या मानेवरून ओघळणारा एक चकाकणारा टपोरा थेंब मी माझ्या ओठांनी टिपलाही होता. भलत्या वेळी पावसात सापडल्यामुळे कदाचित थोडी घाबरली असेल. कदाचित अनपेक्षितपणे संगत घडली म्हणून ही ती बावरली असेल. जे अंतर सूर्यप्रकाशात आम्हांला कधीही तोडता आले नसते, ते या पावसाळी हवेत आपोआप तोडलं गेले होते. तेवढीच आर्त आठवण आयुष्यात कशी खोलवर रुतून राहिली होती. कारण पुढे काहीच घडलं नाही.

दुसऱ्या दिवशी पाऊस थांबला अन् दिशा लखलखू लागल्या. कालचा ओलावा आज सुकून गेला. ते निमंत्रण देणारे डोळे अबोल झाले. कवितेचा निबंध झाला. पुढे काहीच घडले नाही. अधूनमधून अवचित नजरभेट झालीच तर अगदी सहज एखादा मागे राहिलेला पावसाचा थेंब अस्पष्टपणे जाणवे! पावसाळा गेला तो गेलाच. कायमचाच!

तसे दोघांच्या आयुष्यात काही बिघडलं अशातला भाग नव्हता! अनेक उन्हाळे-पावसाळे मागे गेले. रानोमाळी अंकुर उगवले. झोपड्यांची घरे झाली. घरांचे इमले झाले. आयुष्यात तक्रार करायला तसे काही कारण उरले नाही. फक्त एक पावसाळा तेवढा मनात घर करून राहिला. एक भिजलेली पाठ डोळ्यांत थबकून राहिली. वाऱ्यांच्या झुळका आल्या की त्या वेळचा केसांचा अनामिक सुगंध उगाचच अस्वस्थ करू लागतो.

आता पावसाची भुरभुर थांबली होती. ढगांच्या फटीतून सूर्य डोकावू लागला. त्याबरोबर ओल्या आठवणी संपल्या! झाडांच्या फांद्यांवर विसावलेली पाखरं पुन्हा घिरट्या घालू लागली. मीही घराकडे परतलो. दार उघडून मी घरात पाऊल टाकताच सहधर्मचारिणी कडाडली. तो राग नव्हता, होता अनुराग. पण तेव्हा तरी मला तो असह्य झाला. "उठल्या उठल्या पावसात जाऊन भिजून आलात! आजारी पडलात तर कोण निस्तरणार?" तिने घाईघाईने टॉवेल आणला, खसाखसा केस पुसले. नवे कपडे आणले. सोफा सेटवर बसवले. सिगारेटची पेटी आणून दिली. मी सिगारेट पेटवून धुराच्या वलयांत मघाचाच ओला क्षण आठवण्याचा प्रयत्न करीत होतो. एवढ्यात तिने चहाचा कप आणून दिला. "सुंठ घातलीय! घ्या म्हणजे बरे वाटेल!" तिला कसे सांगू की मी भिजलोच नव्हतो आणि जरी समजा भिजलो असतो तरी असल्या पावसाने

माणूस आजारी का पडतो? उलट आजारी असला तर बरा होतो. आयुष्यातली चार वर्षे मागे जातो. पण तिला हे सांगणं शक्य नव्हते! कदाचित तिला हे समजलंही नसते. पण तिचंही म्हणणं खरे होते. कारण खरोखरच चार दोन शिंका मला लगोलग आल्या. सर्दी होणार याची खात्री पटली. कारण ज्या पावसात मी आज भिजलो तो पाऊस मी मागे भिजलेल्या पावसासारखा नव्हता. हा पाऊस भिजवणारा होता आणि तो पाऊस....! जाऊ दे! एका पावसासारखा दुसरा पाऊस नसतो हेच खरे! आणि तसा पाऊस आता पुन्हा पडणारही नाही!

- ० -

पाणीच पाणी चहुकडे...

परमेश्वराच्या सृष्टीत पाणी हा एक चमत्कार आहे, आकाशात पाणी असते, हवेत पाणी असते, आणि जमिनीवर नद्या, ओढे, नाले किंवा जगड्व्याळ सागर या सर्वात पाणी भरून राहिलेले आहे. पाण्याशिवाय चैतन्य निर्माण होत नाही, वाढत नाही. एवढेच नव्हे तर मरतानासुद्धा माणसाला एक घोटभर पाणी हवे असते. ढगांच्या रूपाने, दवांच्या रूपाने पाणी आकाशात असते. धारांनी आणि थेंबांनी आकाशातले पाणी जमिनीवर येते. कुठे त्याचा बर्फ होतो, कुठे त्याचे ओहोळ होतात, आणि समुद्राच्या ओढीने हे सारे पाणी गतिमान होऊन उताराला वाहू लागते. काही जमिनीत झिरपते पण अखेरीस वरून आलेले पाणी परत वर जाते आणि पुन्हा धरेवर खाली येते. हे आकाश-पाण्याचे रहाटगाडगे अविरत चालू आहे. वरून पाणी यायला वेळ लागला तर सर्वांच्या तोंडचे पाणी पळते. पशुपक्षी, झाडेझुडपे, मुले-माणसे सारे म्लान होतात. पुष्कळ माणसांच्या अंगात पाणी नाही असे म्हणतात; पण असे कसे असेल? माणसाच्या धमन्याधमन्यांतून आणि रंध्रारंध्रांतून पाणी वाहत असते, म्हणून पाण्याला जीवन म्हणतात. पाणी साठवण्यासाठी आणि पाण्याचा आणि मातीचा संयोग घडवून आणण्यासाठी माणूस किती सायास करतो! जगात सर्व रंग निर्माण होतात. मग ते इंद्रधनुष्याचे असोत, फळाफुलांचे असोत किंवा तृणांचे असोत, हे सारे पाण्यातून जन्मलेले असतात.

जगात तीन चतुर्थांश पाणी आहे असे म्हणतात. पण ते झाले केवळ गणिती आकारमान. खरे तर जगात पाणी नाही अशी जागाच नाही. पाणी नाही तर या विश्वाची उत्पत्तीच

होणार नाही. सारी मनुष्यजात पाण्यातून जन्म पावलेली आहे. जन्म होतो तोसुद्धा सलील अशा शुक्रबिंदूंतून आणि वाढतो तो स्त्रीच्या उदरातील स्रावातून. रक्ताचे गुणधर्म आपल्यात येतात तेही या पाण्यातून. पाणी हा निसर्गाचा मोठा चमत्कार आहे. आपल्या घरात नळाची चावी फिरवली की पाणी येते म्हणून आपल्याला पाण्याची महती कळत नाही. घोटभर पाण्यासाठी खेड्यापाड्यांतली माणसे दाहीदिशा फिरतात म्हणून त्यांना पाण्याची महती समजते. दुकानातून जाऊन भाजी, फळे, फुले किंवा धान्य आणणाऱ्यांना पाण्याची महती कशी समजणार? त्यासाठी तापलेल्या धरित्रीवर उभं राहून आकाशाकडे पाहणारा शेतकरीच हवा.

आपल्या ऋषिमुनींनी पाण्याची स्तोत्रे गायिलेली आहेत. पळी-पळीभर पाण्याचं उदक सोडून परमेश्वराचं एक एक नाव मुखातून काढायचे असते. यज्ञासाठी पाणी हवे, विवाह संस्कारासाठी पाणी हवे, एवढेच नव्हे तर तर्पणासाठीसुद्धा पाणी हवे. पाण्यावाचून कोणताही मंत्र सिद्ध होत नाही किंवा कोणताही संस्कार घडत नाही. जन्मघटिकेपासून ते मृत्युघटिकेपर्यंत माणसाला पाण्याची आठवण येते.

पाण्याचा चमत्कार शहरातल्या माणसांना फारसा जाणवत नाही. पण निसर्गाच्या जवळ असणाऱ्या माणसांना पाण्याचा चमत्कार सतत जाणवत असतो. उन्हाळ्यानंतर भूमीवर पहिले पाणी पडते ते आवाज करीत-गडगडाट करीत. मग येतात संततधारा. मग येते झिमझिम. पाण्याच्या स्पर्शाबरोबर सृष्टी प्रसन्न होते. हिरवे शालू पांघरू लागते. निसर्गाचे आणि माणसाचे दारिद्र्य संपू लागते. वृक्षवल्लरी डोलू लागतात. पहिले पाणी पडल्याबरोबर नववधू जशी सुखावते तशीच सृष्टीसुद्धा सुखावते. पावसाळ्यातच पाण्याचे चमत्कार पाहायला मिळतात. पाणलोट पाण्याची भीती दाखवतात. खळखळणारे पाणी माणसाचे औदासीन्य हरवून टाकते. नद्या-नाले, विहिरी, तळी तुडुंब भरली की झोपडीचीसुद्धा घरे होतात आणि घरांचेसुद्धा प्रासाद होतात. पावसाळा सरला तरी सृष्टी नवीन अलंकार धारण करून वावरत असते. सावकार जसे खळ्यातून जबरदस्तीनं शेतकऱ्याचे धान्य घेतो तसा सूर्यसुद्धा हळूहळू वसुधेला उजाड करीत जातो. रखडत रखडत उजाड वसुधा आपला संसार कसाबसा चालवीत राहते. डोळ्यांत पाणी आणून पाण्याचा शोध घेते. त्यात पश्चिमेकडून थंड वारा आला म्हणजे तिच्या अंगावर शहारा येतो. दिशा काळवंडू लागल्या की तिचे डोळे उजळू लागतात.

पाण्याचे सारे वैभव हे पावसाळ्यात असते हे खरेच. पण एरवीसुद्धा सागरकिनारा असला की पाण्याचे रुद्रवत्सल किंवा मृदुल रूप पाहायला मिळते.

हिमालयासारख्या महापर्वतातून उन्हाळ्यात घाबरलेला हिम विरघळत राहतो आणि तोही घरंगळत मैदानी प्रदेशात येतो. जिथे बर्फाचे साम्राज्य असते तिथे गोठलेले का होईना पाणी असते. स्त्री चालताना जशी अधिक सुंदर दिसते तसे पाणीसुद्धा वाहताना अधिक सुंदर दिसते. कधी पाणी खट्याळ मुलासारखे भोवऱ्यात रेंगाळते, तर कधी माहेरवाशिणीच्या वेगाने धावत सुटते. कधी तेच पाणी सासुरवासाला कंटाळलेल्या आणि म्हणून पायातलं बळ हरवलेल्या स्त्रीसारखे हळूहळू सरकत जाते.

पाण्याचे जर खरे वैभव पाहायचे असेल तर कोकणात जायला हवे आणि तेसुद्धा भर पावसात. देशावरून निघावे आणि हळूहळू कोकणाच्या दिशेने जात राहावे. हवा कुंद झालेली असते. सह्याद्रीचा उग्र पर्वत फोडून काढलेल्या वळणावळणांच्या रस्त्यांवरून दगडगोट्यांना धक्के मारीत पाणी कोसळत असते. काळाकभिन्न डोंगर अधूनमधून हिरवी लव्हाळी वागवीत ताठ मान काढीत अकारण भिववीत असतो. विंध्याद्री पर्वताने मान लववून अगस्ती ऋषीला एकदा वाट दिली होती म्हणतात, पण हा सह्याद्री पर्वत भलताच ताठ. माणसाने घाम गाळून वळणावळणांचे रस्ते केले आहेत म्हणून कसेबसे आम्ही पलीकडे जाऊ शकतो. एकामागोमाग एक ही चक्राकार वळणे पार करीत जाताना भोवळ येते. एका लोखंडी पट्टीवर विश्वास टाकून दमत, कुंथत स्वयंप्रेरिका रस्ता कापत असते. आपल्यापेक्षा दुप्पट आकाराचे धोंडे त्या जलप्रवाहांनी फेकून दिलेले पाहिले म्हणजे वाटते, आपली गत तशीच तर होणार नाही?

अधूनमधून भेदरलेले ससे कान टवकारून पाहतात आणि कशाला आलात असा प्रश्न विचारतात. खारी सुर्रकन इकडच्या तिकडे जातात तेव्हा वाटते, की लहान जीव असलेला बरा म्हणजे सांदीकोपऱ्यांचा आश्रय तरी घेता येतो. एकामागोमाग एक वळणे पार पडत असतात आणि अखेरी अखेरी त्या वळणांचा कंटाळा यायला लागतो. वळणांपलीकडे काय वाढून ठेवलेले आहे यामुळे उगाचच अस्वस्थता निर्माण व्हायला लागते. मैलांचे दगड मित्र वाटायला लागतात. त्यांच्या सोबतीने धीर येतो. अंतराची वजाबाकी होते. अंतर थोडेच राहिलेय असे मन सांगू लागते. मग अचानक एकदम ढगांनी सारे आसमंत व्यापून जाते. दहा फुटांवर काय आहे हेसुद्धा समजत नाही. सावधगिरीने वळणांचा अंदाज घेत हळूहळू आपली मोटार वरवर जात राहते. ढग तिला गिळून टाकत असतात. इंजिनाचा संथ आवाज दिलासा देत असतो, तो नसेल तर! रस्त्याचा आधार सुटला तर आपली मोटार विमानासारखी हवेत तरंगेल काय? घरच्या

माणसांची उगीच याद येते. निर्भयतेचा देखावा करण्यासाठी आपण आवेशाने काही बोलू लागतो. उगाच भसाड्या आवाजात गाऊ लागतो. पण सारे लक्ष प्रत्येक वळणाकडे असते.

गाई-म्हशी अचानक एखाद्या वळचणीतून बाहेर येताना दिसल्या म्हणजे हायसे वाटते. इरले घातलेला एखादा शेतकरी पाहिला तरी सुटल्यासारखे वाटते. ढग पाठशिवणी करतच असतात आणि अंगाला शिरशिरी आणतात. मध्येच एकदम ढग अदृश्य होतात आणि एक महाकाय रौद्र दरी आ वासून समोर येते. रस्ता केविलवाणा वाटायला लागतो. मध्येच एखादी जोराची सर येते. मोटारचा चालक डोळे फोडून रस्त्यांची वळणे पाहत राहतो. मग अचानक सारी चढाई संपून आपण एकदम घाटाच्या माथ्यावर उभे राहतो.

समोर प्रचंड क्षितिजापर्यंत पोहोचणारे हिरवेगार दृश्य दिसू लागते. हा प्रचंड उतार उतरून खाली जायचे या कल्पनेने मन थरकते. भन्नाट वारे सुरू झालेले असते. निसर्गाचे हे रौद्र-सुंदर रूप पाहावे अशी इच्छा असते. पण लवकरात लवकर या डोंगरमिठीतून सुटका व्हावी अशीही इच्छा असते. आता चालक अधिक सावध बनतो. जागोजाग रस्त्याला असणारे कठडे तारक वाटतात. सरड्यासारखी गाडी हळूहळू सरकत असते. खडा डोंगर पाठीशी असतो. पाण्याचा खळखळाट वाढत असतो. 'सावधान', 'भयंकर वळण', 'अरुंद पूल' अशा पाट्या दिसल्या की अचानक पाय ब्रेकवर जातात. मघाशी गाडी वर चढत होती तेव्हाही घुंई-घुंई असा आवाज इंजीन करत होते. गाडीचे ओझे वर नेण्यासाठी सारी ताकद पणाला लावून व गुरुत्वाकर्षणाचा नियम मोडून गाडी वर चालली होती. आता गुरुत्वाकर्षणाचा नियमच वैरी झाला होता. ओझे सांभाळायचे होते. वेग रोखायचा होता. घाट चढताना पौरुषाची गरज होती. उतरताना संयमाची गरज होती.

एक एक वळण पार करीत करीत ढगांच्या गर्द जंगलातून, वळणांच्या भेंडोळ्यातून हळूहळू गाडी उतरत डोळ्यांना झेपेल एवढ्या उंचीवर आली. मग सुस्थिर मनाने आम्ही खाली पसरलेला हिरवा समुद्र पाहू लागलो. पाण्याचा पांढरा शुभ्र रंग आता गढुळला होता. उड्या टाकीत समर्पणोत्सुक असणारे पाणी आता हळूहळू डोंगराला ढुशा देत ओहोळात रूपांतरीत झाले होते. एक ओहोळाला दुसरा ओहोळ, दुसऱ्याला तिसरा, असे होताहोता त्यांचे नाले झाले. नाल्यांचे ओढे झाले आणि ओढ्यांची धीरगंभीर नदी झाली. मागे वळून पाहिले तर एक अजस्त्र राक्षस आम्हांला वेडावून दाखवीत आहे असे वाटले. आता या राक्षसाचे

भय उरले नव्हते. असुरांच्या राज्यातून आम्ही सुरांच्या राज्यात आलो.

आता पाण्याचे वेगवेगळे वेगवेगळे नाद कानांवर येत होते. रंगीबेरंगी पाखरांची गाणी त्यात मिसळत होती. अधूनमधून जनावरांच्या गळयात बांधलेल्या घुंगरांचे नाद कानांवर येत होते. आता दुनियेचे रूप पालटले. मघाशी आडवेतिडवे वाढलेले वृक्ष लपून बसलेल्या मारेकऱ्यासारखे वाटत होते. पण आता तेच वृक्ष शुचिर्भूत झालेल्या ऋषीमुनींसारखे वाटत होते. खाचरांत, पाण्यात डोलणारी भातांची रोपे लडिवाळपणे एकमेकांच्या खांद्याला ढुशा देत, गप्पागोष्टी करीत होती. या हिरव्या रंगापासून ते तेजःपुंज पोपटी रंगांपर्यंत या रंगछटा डोळ्यांना वेगवेगळ्या करता येत नव्हत्या. गढूळ पाणी चारी बाजूंनी हिंदकळत-लवंडत उताराच्या दिशेने वाहत होते. मध्ये छोटेछोटे धबधबे होते. चिखलात पाय रोवून कुठे भाताची लावणी होत होती, तर कुठे खाली मान घालून चिखल केला जात होता. अधून मधून दहा-वीस छपरांच्या वस्त्या होत्या. या वस्त्यांत कसली म्हणता कसलीच चाहूल नव्हती. पाऊस आला की दारे लावून आपण शहरांतली माणसे पावसापासून निवारा घेतो. पण इथे पाऊस आला की दारे दडपून माणसे शेतात, उघड्यावर येतात. एखादे कुत्रे उगाचच गाडीच्या मागे धावण्याचा प्रयत्न करत होते.

जराशा उंचवट्यावर आम्ही गाडी थांबवली आणि थर्मासमधून गरमागरम कॉफी घेऊ लागलो. डोंगराची उंची मागे पडली म्हणून कॉफी आता अधिक सुखावह झाली. नचपेक्षा कॉफीची वेळ केव्हाच होऊन गेली होती. तेव्हा कॉफी प्यायची शुद्ध राहिली नव्हती. मघाशी ताशा वाजावा तसे पाणी काचांवर कोसळत होते. पण तेच पाणी आता संथ लयीत त्रिताल वाजवीत होते... आता सारे काव्य जागे होऊ लागले. बालकवींची आठवण झाली. 'हिरवेहिरवे गार गालिचे, हरिततृणांच्या मखमालीचे' बस्स! हरवलेल्या साऱ्या कविता आता आठवू लागल्या. वाटले, गाडीच्या बंदिस्त पिंजऱ्यातून बाहेर पडावे, पावसाखाली भिजावे, अंगाला चिखल लागू द्यावा आणि 'पैसा झाला खोटा, पाऊस आला मोठा' हे गाणे सर्वांनी मिळून उंच स्वरात गावे. पण 'वय निघून गेले' हेच खरे. पावसाने थंडीताप येतो, सर्दी होते ह्या नको त्या शहाणपणाची आठवण आली. मग नुसतेच हात खिडकीबाहेर काढून ओले करून घेतले. ते दैवी पाणी डोळ्यांना लावले. त्या पाण्याचा काय गुणधर्म होता कुणास ठाऊक? गाडीचे दार उघडून मी एकदम बाहेरच आलो. उद्या काय होणार असेल ते होऊ दे. पण आजचा हा पाण्याचा स्पर्श देहाला व्हायलाच पाहिजे असे वाटले. केसांतून पाणी निथळून चेहऱ्यावर आले, चष्म्यावर आले आणि काही दिसेनासे झाले.

मग एकदम चारी बाजूंनी पाणी येतेय असे वाटले. 'पाणीच पाणी चहुकडे' असा कालवा झाला. क्षणमात्र जमिनीवरचे पाय सुटल्यासारखे वाटले. अथांग आणि गूढ पाण्यात मी वाहतोय असे वाटले. उनाड पाणी चहुबाजूंनी थपडा मारू लागले. मग चष्मा काढून ठेवला, डोळे पुसून घेतले.पुन्हा एकदा समोर पाहिले तेव्हा मग सुरक्षित अशा रस्त्यावर मी उभा होतो हे लक्षात आले. पाणी वाहत होते, पण मी वाहत नव्हतो.

थोड्या नाखुशीने मी भिजलेल्या स्थितीत गाडीत बसलो. माझ्या अंगाचे पाणी आपल्या अंगाला लागू नये म्हणून सहप्रवासी अंग चोरत होते. गाडी सुसाट सुरू झाली. डोंगराचे भय उरले नव्हते. पाण्याचे भयही राहिले नव्हते. आता खुज्या डोंगरांना आम्ही खुशाल लाथाडून पलीकडे जात होतो. शेजारून वाहत असणारी नदी गर्भवती स्त्रीप्रमाणे तुडुंब भरली होती. तिच्यावरून सुखरूप जायला आता जागोजागी पूल होते. कितीतरी लहानमोठ्या नद्या आम्ही पार केल्या. प्रत्येक नदीचं रंगरूप निराळं, नेसणं वेगळं आणि विभ्रमही वेगळे. कुणाचा आवेग जास्त तर कुणाचा पसारा जास्त, नद्यांची नावेसुद्धा किती मजेदार! कुणी अंबा, कुणी काळ, कुणी पाताळगंगा, कुणी सावित्री!

नद्यांच्या अंगांवरून खुशाल धावत पुन्हा एक चढ चढलो. मग एक विशाल महाकाय जलधारिणी दिसली. लक्षात आले ती काही नदी नव्हे, समुद्राने आपल्या कन्यांच्या स्वागतासाठी पाठविलेली ही कुणीतरी दासी असली पाहिजे. त्या जलवाहिनीत तारवे होती. नावा होत्या, होड्या होत्या. खाडीतून पाणी समुद्रात जात होते, की समुद्रातून खाडीत काही कळेना. मैलन्मैल पाणीच पाणी होते. मध्येच बेटासारखी गावे होती. या गावांना जोडणारे रस्ते होते. या रस्त्यांवरून रें रें करीत जाणारे ट्रॅक्स दिसत होते. कित्येक भातखाचरे पाण्यात बुडाली होती.

पाण्याचे हे वैभव पाहता पाहता डोळे तृप्त झाले. हा प्रवास कधी संपूच नये असे वाटले. या मंगलोरी कौलांच्या आणि झावळ्यांच्या छपरांखाली राहणाऱ्या माणसांचा मला हेवा वाटला. ही माणसे जलचर आहेत की काय असे वाटले. पाण्याच्या काठावर ही राहत होती की पाणी या माणसांच्या शोधार्थ त्यांच्या घरापाशी आले होते कोण जाणे! या पाण्याच्या मधून काळाभोर डांबरी रस्ता स्त्रीमस्तकावरील भांगासारखा कुठेतरी अदृश्य झाला होता. या सौभाग्यवती वसुधेला मी मनातल्या मनात प्रणाम केला आणि आकाशातून झरणाऱ्या पाण्याला मी ओंजळीत एकत्र केले आणि उदक सोडले. वाटले ह्या पाण्याचे माझे अखंड नाते राहावे. परशुरामाने समुद्रावर बाण रोखून ही भूमी निर्माण केली अशी

आख्यायिका आहे आणि ती खरी असली पाहिजे, पण समुद्र मागे हटला नाही. त्या पाण्यातला क्षार तेवढा मागे हटला आणि उरलेल्या गोड्या उदकाचा समुद्र मागेच राहिला. त्या पाण्यानेच इथल्या हरिताला जन्म दिला!

- ० -

नदी : कुमारी ते प्रौढा

पावसाचे दिवस आता कुठे नुकतेच सुरू झाले आहेत. अंगाची तलखी हळूहळू कोसळणाऱ्या जलधारांनी थोडी कमी झाली आहे. अधूनमधून थंडगार वाऱ्यांचे उमाळे अंगाला येऊन चिकटतात आणि अंगावर रोमांच येतात. काळ्या मातीने अमृतस्नान केल्याबरोबर जो एक मृत्तिकागंध येतो तो आता शहरात तरी जाणवत नाही, कारण तेथे काळी मातीच भरलेली नाही. हवा पावसाळी झाली की माणसाप्रमाणे पक्षीसुद्धा पुरे स्वच्छंदी होतात. पावसाचा शिडकावा अंगावर घ्यावा असे त्यांनाही वाटते आणि तेही मग जोडीजोडीने किंवा कळपाकळपाने या झाडावरून त्या झाडावर फेरफटक्यासाठी बाहेर पडतात.

उन्हाळ्याने माणूस कातावलेला असतो. त्याला हे माहीत असते, की या ऋतुचक्रात उन्हाळ्यालाही काही स्थान आहे. कडक उन्हाळा नाही तर धुवांधार पाऊस नाही. तरीसुद्धा तो उन्हाळा कधी संपतो याची माणूस वाट पाहत असतो. वृक्ष पाण्यासाठी आसुसलेले असतात. नद्या-ओहोळांची पात्रे उजाड झालेल्या संसाराप्रमाणे अस्ताव्यस्त पसरलेली असतात. मानवी प्रयत्नाने किंवा निसर्गाच्या कृपेने निर्माण झालेले जलाशय माणसाच्या डोळ्यांना ओलावा देतात. पण नदीच्या किंवा ओढ्याच्या पात्रात मधेच साचून राहिलेले पाणी मात्र अगदी केविलवाणे असते. जेथे जेथे कुठे ओलावा असेल तो सारा ओलावा सूर्याने टिपून घेतलेला असतो. जलाशय कोरडे होऊ लागतात. विहिरी पाताळापर्यंत जाऊ लागतात. माणसाच्या अंतःकरणात जसा जिव्हाळा खोलवर लपलेला असतो, तसेच पृथ्वीच्या अंतरंगातही सलिल लपलेले असते. पाण्याच्या

शोधासाठी माणूस अधिकाधिक खोल जाण्याचा प्रयत्न करतो. नदीच्या पात्रात तो झरे खोदू लागतो आणि जसे डोळ्यांतून पाणी यावे तसे त्या झऱ्यांतून पाणी ठिबकू लागते.

माणसाला पाण्यावाचून जगता येत नाही तसे निसर्गालाही पाण्यावाचून जगता येत नाही. चैतन्याला जीवन असे नाव आहे. म्हणून पाण्याला आपण जीवन म्हणतो. माणसाच्या रंध्रारंध्रांत पाणी असते तसे सृष्टीच्याही रंध्रारंध्रांत पाणी असते. काही वेळा सृष्टीतले पाणी उपसून बाहेर काढावे लागते, तर माणसांच्या शरीरातून ते पाणी बाहेर येत असते.

वैशाखात अनेक ठिकाणी प्रवासाला जावे लागते. पाण्याच्या शोधासाठी ग्रामीण जनता सैराटपणे हिंडत असते. अशा वेळेला घोटभर पाणी मागतानासुद्धा अपराधी असल्यासारखे वाटते. शहरात नळ सोडला की पाण्याची धार सुरू होते आणि डोळ्यांदेखत पाणी वाहत राहते, आणि खेड्यांत डोळ्यांत पाणी आले तरी पाणी भेटत नाही. मागच्या पावसाळ्याची आठवणसुद्धा बुजलेली नसते, तोवरच पावसाने सृष्टी झोपडून बदबदा टाकलेले पाणी गेले तरी कुठे असा प्रश्न पडतो. काही झिरपून गेले, काही वाहून गेले, काही हवेत उडून गेले, काही झाडांच्या हिरवेपणात दडून राहिले. तरीसुद्धा एवढे पाणी बघता बघता दिसेनासे झाले हे काही मनाला पटत नाही.

महाराष्ट्रातल्या नद्या पावसाळ्यात तुडुंब वाहतात. नद्यांचे दोन्ही काठ पुरते बुडून जातात. एका तृप्त, सुखी, प्रमत्त स्त्रीप्रमाणे त्या वेळी नदीचे रूप असते. नदी आपल्या ऐटीत त्या वेळेस डुलत चालत असते. कधी कधी तिच्या हसण्याचा खळखळाटही ऐकू येतो. तिच्या आवेगाने लोक खुळे होतात. केसांचा गुंता व्हावा तसा नदीच्या लाटांचा गुंता होतो. पाठमोऱ्या स्त्रीकडे पाहताना तिचा डौल, चाल आणि वेग पाहून भल्याभल्यांचे पाय थबकतात. डोळे चक्रावतात. पुढे जाऊन तिला अडवायची हिंमत होत नाही. तिच्याशी आमोदप्रमोद तर दूरच पण तिच्या आगेमागे जाणेसुद्धा धोक्याचे वाटते. वळणावर तिचा पदर फडफडताना दिसतो आणि तो पदर अनेक जुन्या आठवणी जाग्य करतो. ती तर निघून जाते. तिच्याबद्दलची आसक्ती मागे राहते. पण त्याहीपेक्षा मागे उरतो तो तिचा धाक.

श्रावणधारा संपून गेल्या, गौरीगणपती आले, की मग नद्यांचे रूप पालटते. तारुण्याचा अवखळपणा आता संपलेला असतो. मुले-बाळे घेऊन देवदर्शनाला जाणाऱ्या गृहस्त्रीचे रूप तिला आता लाभते. आता तिचे भय वाटत नाही. आदर वाटतो. ती आता मस्तवाल कुमारिका नसते. तिच्या अंगावर हिरवागार शालू

नदी : कुमारी ते प्रौढा / १३५

असतो. तिच्या गळ्यात नांगरलेल्या काळ्या मातीचे मंगळसूत्र असते. घरी पूर्वी तिच्या मोहाने सुसाटपणे धावत येणारे ओढे, नाले आता गावी परतणाऱ्या भाऊरायाच्या ओढीनेच तिच्याकडे येत असतात.

हळूहळू संसारातील तापत्रयांनी तिचे भरलेले अंग ओसरू लागते. तिच्या पुष्टतेला ओहोटी लागते. संसारी जबाबदाऱ्यांनी व मुलाबाळांसाठी काढलेल्या खस्तांनी ती सुकल्यासारखी दिसते. एके काळच्या तिच्या तारुण्याच्या खुणा अधूनमधून दिसतात. पडके बुरूज आणि चौथरे पाहून एके काळच्या वैभवशाली गढीचे रूप समोर यावे तसे आता कोरडी पडलेली वाळवंटे पाहून वाटू लागते. आता गावातल्या तरुणतरुणींना सरितेचे रूप आदिमातेसारखे वाटते. ते खुशाल तिच्या अंगाखांद्यांवर फिरू शकतात. आपला पराक्रम आणि आपले वैभव आपल्या आईने पाहावे असा धसमुसळेपणा ते दाखवत असतात. चहुबाजूंनी सृष्टी नुसती रसरसून आलेली असते. हिरव्या रंगाला पिवळेपणाचे रुपडे लाभू लागते. फळांचे आणि फुलांचे गंध दिशादिशांत पसरू लागतात.

असेच काही दिवस जातात. पाण्याने पोसलेली सृष्टीवरची हिरवी शाल आणि जरतारी शेला माणूस काढून घेतो. जमीन उघडीबोडकी झाली तरी तिचा कृष्णवर्ण अजून झाकलेलाच असतो. सरितेला बाळपणाची याद येते आणि तिचे डोळे पाणावतात. तिला गाणी सुचू लागतात. या गाण्यांत कधी तृप्तता तर कधी हळव्या आठवणी दाटलेल्या असतात. कधी वात्सल्य दाटून येते, तर कधी प्रमत्त यौवनाच्या खुणांची याद येते. अजून नदी वाहत असते. तिला थांबून चालत नाही. लेकराबाळांनी, नातवंडांनी तिचा संसार भरत असतो. जबाबदाऱ्या अधिक वाढत असतात. अंगावरचा गोमटेपणा हरवत असतो. बघता बघता नावापुरतेच वाहणे चालू राहते. वाहत राहिल्याशिवाय भागत नाही म्हणूनच जड पायांनी ही वाटचाल चालू राहते. वाटेवर अनेक मंदिरांचे कळस भेटतात. सरितेच्या आधाराने दोन्ही अंगांना पसरलेली शहरे भेटतात. आता पुढच्या उन्हाळ्यासाठी तरतूद करण्याचे दिवस येतात. अधूनमधून घातलेल्या बांधांचे दरवाजे बंद होतात. डोहही साठवता येईल तेवढे पाणी साठवून घेतात.

आणि मग अचानक सरितेचा प्रवाह खंडित होतो. अंगाला थंड वारे टोचत असतात. पहाटेच्या वेळी दव नदीवर एक पांढरमायेचे आच्छादन टाकते. वरचे आणि खालचे सलिल एकरूप होते. पाण्याला आकाशाचे निमंत्रण येऊ लागते. हळूहळू गारवा संपतो. ओलावलेली माती कोरडी होऊ लागते. नदीचे काठ उघडे पडू लागतात. गरीब स्त्रीच्या वस्त्रासारखी नदीच्या पात्राला ठिगळे

पडतात. हळूहळू माणसे पाणी जपून वापरू लागतात. कारण त्यांना वैशाखवणव्याची चाहूल लागलेली असते.

आणि मग बघता बघता एक दिवस नदी, नदी राहतच नाही. पाण्यासाठी कालवा सुरू होतो. सारी सृष्टीच नव्हे तर सरितासुद्धा सूर्याला शरण जाते. एखाद्या बलदंड पुरुषाला एखाद्या सुश्राप स्त्रीने शरण जावे असे त्या वेळेला सरितेचे वागणे असते. जगणे आणि मरणे यांची सीमारेषा दिसू लागते. पण चैतन्य हे चिवट असते. ते काही सहजासहजी मरणाला सामोरे जात नाही. कोणत्याही परिस्थितीत कोडगेपणाने जगत राहणे चैतन्याला अपरिहार्य वाटते. सरिता सरिता राहतच नाही, तर ती आता 'रिता' होते, सर्वस्व गमावलेल्या स्त्रीची तिला अवकळा येते. ती व्याकूळ होते. पण तिच्या डोळयांत पाणीसुद्धा येत नाही. चिमण्या पाखरांच्या चोचीसुद्धा पाण्यात बुडणार नाहीत असे कुठेतरी उरलेले पाणी व्याकूळ होऊन सूर्यापासून आपला बचाव करून घेत असते. काल-परवापर्यंत हात बुडवून ओंजळभर पाण्याने तहान भागवणारा माणूस तेच हात जमिनीत खुपसून पाण्याचा शोध घेऊ लागतो.

नदीचा अस्मानात राहणारा प्रियकर तिच्यासाठी इतका आसुसलेला असतो, की तो आरडाओरडा करून तिच्याकडे झेपावण्याचा प्रयत्न करतो आणि एक दिवस तो अचानक तिला भेटण्यासाठी सृष्टीकडे धाव घेतो. त्याला भेटण्यासाठी बाहू उंचावण्याचे सामर्थ्यही सरितेला राहिलेले नसते. त्याच्या आवाजाने ती क्षणमात्र भयभीत होते, कंपित होते. त्याचा अवेग तिला सहन होत नाही. त्याच्या त्या धसमुसळ्या झोडपण्याने साऱ्या विरहवेदना संपलेल्या असतात आणि त्याच्या सलिलस्पर्शाने सृष्टीवर हिरवे रोमांच फुटू लागतात. अवचित येतो तसाच तो अवचित जातो, विरहाच्या ज्वाळा अधिकच तीव्र करीत. त्याच्या क्षणभरच झालेल्या आक्रस्ताळ्या मिठीची आठवण अजून ओली असते. तो आता लवकरच पुन्हा येईल या जाणिवेने सरितेची गात्रे न गात्रे स्वागतास सिद्ध असतात. एक दिवस एका अंधारलेल्या संध्याकाळी त्याचे आगमन होते. पहिल्यांदा थंडगार झुळुकांच्या सनईचे स्वर येतात आणि मग प्रथम मृदुधारांनी आणि त्या मागोमाग आवेगाने बरसात सुरू होते.

ऋतुचक्रांचा हा फेरा वर्षानुवर्षं चालू असतो. धरेवरच्या आणि आकाशातल्या जलतत्त्वाचे मीलन वर्षानुवर्षं होतेय. त्यात खंड म्हणून पडत नाही. कौमार्यापासून ते वार्धक्यापर्यंत सरिता पुन्हा पुन्हा नवे जन्म घेते. तीच तीच वाटचाल करूनसुद्धा सरिता थकलेली नाही, कंटाळलेली नाही. उलट प्रत्येक वेळेला नवीन अवसान

घेऊन ती वावरते, वाहते. सरितेला अखंड स्त्रीत्व प्राप्त झालेले आहे आणि अशी ही चिरयौवना, सृष्टीतील सर्जनाचे काम अखंडपणे करीत आहे.

सखी, मैत्रीण, शेजारीण यांपेक्षाही तिचे आदिमातेचे रूप सृष्टीच्या मनाला जास्त लोभावते. म्हणून तर नदीचा उल्लेख आपण लोकमाता असा करतो. प्रत्येक माता ही केव्हातरी अवखळ कुमारिका असते, केव्हातरी नवविवाहिता असते आणि दीर्घकाळ गृहस्थिनी असते. आई होणे काही सोपे नसते. एकतर सर्जनाचे ओझे वाहावे लागते, कळा सोसाव्या लागतात आणि पुढे प्रत्येक सर्जन वाढवताना त्याला रक्ताचे शिंपण घालावे लागते. नदी, मग ती कोणत्याही गावची असो, ती गंगाच असते. ती जीवनधारिणी असते, म्हणून पवित्र असते. जीवनधारणा करणे हा तिचा धर्म आहे आणि हे ती आत्मानंदासाठी करत असते. आपल्यामुळे आसमंतातील मानव सुखी झाला तर ती कृतार्थ होते. 'हर गंगे भागीरथी' अशा घोषाने तिला आमंत्रण दिले की वात्सल्यभरित होऊन ती आपल्या बालकांना कटिखांद्यांवर घेते, म्हणून ती वरदायिनी ठरली आहे.

हे वरदायिनी लोकमाते, तुला माझे शतश: प्रणाम असोत. तू कोणत्याही अवस्थेत असलीस तरी आमच्या डोळ्यांसमोर पोराबाळांच्या समवेत देवदर्शनासाठी जाणाऱ्या गृहस्थिनीचेच रूप येते. नदीचा किनारा म्हणून आम्ही पवित्र मानला आहे. आम्ही सुंदर सुंदर घाट बांधून तुझ्याजवळ येण्यासाठी रस्ते केले आहेत. दोन नद्यांच्या संगमाला आम्ही तीर्थक्षेत्र म्हणतो. जिथून तू निघतेस तेही आमचे तीर्थक्षेत्र असते आणि ज्या अनंत सागराच्या पोटात तू गडप होतेस तेही आमचे तीर्थक्षेत्र असते!

- ० -

आमच्याही घरात एखादा मोर येईल का?

पुणे येथे डेक्कन जिमखान्यावरील गजबजलेल्या वस्तीत श्री. एकबोटे यांच्या बंगल्यात एके दिवशी एक मोर हळूच येऊन उतरला आणि चालत, ठुमकत तो चक्क त्यांच्या दिवाणखान्यात शिरला. एकबोटे यांचं घर नेमकं कुठं आहे ते माहीत नाही. पण मी राहतो त्याच्या जवळपासच ते असावं. वाटेल त्या पक्ष्यानं मुक्तपणे विहार करावा अशी काही ही माणसांची वस्ती नाही. दार बंद करून जगापासून आपल्याला वेगळं करून घेणाऱ्या उच्चभ्रू समाजाचा इथं निवास आहे. श्रीमंती आणि सुखवस्तूपणा यांच्या थोडे अलीकडे-पलीकडे आयुष्य जगणारी ही मंडळी, आयुष्याचा उतारकाळ शांततेनं आणि सुखानं घालविण्यासाठीं नदोपलीकडच्या या विभागात राहू लागली. स्थापत्यशास्त्राला झुगारून देऊन बंगला हे नाव चेष्टेतसुद्धा वापरता येणार नाही अशा काही आकृती इथं निर्माण झाल्या. पुण्यात सगळीकडेच गर्दी वाढू लागल्यामळे या विभागातही आपोआपच गर्दी वाढू लागली. दगडी किंवा क्राँक्रिटची खुराडीही आता इथं जमिनीतून वर येऊ लागली आहेत. डोक्यावर मफलर गुंडाळून किंवा कानटोपी घालून च्यवनप्राश किंवा पाचक-गुटिका यांची चिकित्सा करणाऱ्यांची संख्या नगण्य होत जाऊन स्कूटरवर हिंडणारी, टाईट पँट घालणारी, भडक चौकड्यांचे कपडे पेहेरणारी अशी निवृत्त मंडळीही या विभागात फिरताना दिसू लागलेली आहेत. एकूण डेक्कन जिमखान्याचा परिसर आता बदलतो आहे यात शंका नाही.

याच परिसरात पूर्वी बागा होत्या. घरे बांधण्यासाठी झाडांची निर्दयपणे तोड करण्यात आली. नाले, खळगे

बुजविण्यात आले. निराकार डांबरी रस्ते अधूनमधून हवे तसे होत जाऊन जुन्या आठवणींना उजाळा देणारे नवे खड्डे निर्माण केले गेले. नवी कॉलेजे, इमारती, त्या काळी कल्पक वाटलेला ऐंशी फुटी रस्ता (जो आज गल्लीसारखा वाटतो), एरंडवणा पार्कसारख्या बागा, नदीकाठची बांधणी अशा दुर्मीळ गोष्टी आता या विभागाला प्राप्त झाल्या. माणसे वाढताहेत, गर्दी वाढतेय, वाहने वाढताहेत. तरी पण सूर्यप्रकाशानंतर हा विभाग चिडीचूप व्हायला लागतो आणि नऊनंतर अंधाराच्या पांघरुणात स्वत:ला गुरफटून घेतो. जग कितीही बदललं तरी या विभागातील माणसे वृत्तीनं तशीच आहेत, तशीच राहणार आहेत. इथं अजूनही घराच्या मालकाचं लक्ष चुकवून झाडांच्या फांद्या वाकवून फळं किंवा फुले काढून नेण्याची वृत्ती शिष्टमान्य आहे. इंग्रजी 'टाइम्स' आणि लोकमान्यांचा 'केसरी' अजूनही या विभागात स्वामित्व गाजवतो आहे. मंडईत भाजी स्वस्त मिळते म्हणून रिक्षा करून दीड दोन रुपयांची भाजी आणण्याची व्यावहारिक काटकसर (?) येथे पुष्कळदा पाहायला मिळते. इथल्या गिऱ्हाइकांना माल उधार द्यायला दुकानदार सहसा खळखळ करीत नाहीत. मुलाला मेडिकलला प्रवेश मिळाला नाही म्हणजे होणारे दुःख इथं सर्वांत मोठे मानले जाते. या विभागातील बहुतेक सर्व व्यवहार चेकनंच होतात. पुण्यात कोठेही दंगल झाली तर इथले दरवाजे सर्वांत अगोदर बंद होतात आणि शाळेत जाऊन मुलांना ताबडतोब घरी आणलं जाते.

इथं वसाहत केली त्या बंगलेवाल्यांनी वेळ घालविण्यासाठी म्हणून जी झाडे लावली ती आता खूप मोठी झालेली आहेत. फारशी दगदग न करता हाताला येतील तेवढीच फळं आणि फुले काढण्याची इथं प्रथा आहे. त्यामुळे इथली झाडे फळांनीं आणि फुलांनी तशीच लगडलेली राहतात. त्यामुळे या वस्तीवर पाखरांचे मोठे प्रेम आहे. मी राहतो त्या घरात खूप झाडे आहेतच. शेजारच्या घरात असलेली बरीचशी झाडंही मी राहतो त्या बंगल्यात घुसलेली आहेत. त्यांवर वेगवेगळी पाखरं बिनदिक्कतपणे वावरत असतात; कारण पाखरांना माणसांची भीती वाटायच्याऐवजी इथल्या माणसांनाच पाखरांची भीती वाटते, हे त्यांच्या लक्षात आलेलं आहे. चिमण्या, कावळे, कोकिळा, पारवे, भारद्वाज हे पक्षी तर एखाद्या टोळधाडीसारखे या झाडांवर कोसळत असतात. त्यांचे वेगवेगळे आवाज ऐकतच माझी तरी सकाळ उगवते. घरातील त्यांची घरटी मोडून काढणं हा एक माझ्या मागे नित्याचा व्याप आहे. कारण त्यामुळे घरभर घाण होते. या पाखरांत कधी कधी लहान लहान रंगीबेरंगी, तर कधी कधी काळी कबरी पाखरं-

असेही नवेनवे पक्षी येतात आणि अगदी हाताच्या अंतरावर सुखेनैव पेरू, जांभूळ यांसारखी फळं टोचीत राहतात. कधी कधी नावं माहीत नसतील असे काही भरल्या अंगाचे पांढरे शुभ्र पक्षी सकाळच्या सोबतीला येतात आणि सूर्यप्रकाशात सोनेरी होऊन परत जातात. पेरूंच्या झाडांना हल्ली बहर येऊ लागल्यापासून आणि झाडावर चढून पेरू काढण्याची विद्या हल्ली मुले विसरल्यामुळे पुष्कळसे पोपटही माझ्यासमोरच्या पेरूच्या झाडावर येतात. कारण पेरू तिथे तसेच पिकण्याची वाट पाहत उभे असतात. दुसऱ्यांच्या झाडांचे पेरू कितीही खुणा करून बोलवीत असले तरी आपण काही ते खाऊ शकत नाही. शिष्टाचारासही ते धरून नाही. पण झाडावरून पेरू काढून खाण्यात जी मजा आहे ती काही बाजारातून विकत आणून खाण्यात नाही. बरे, या झाडांवरचे पेरू या दोन्ही बंगल्यांच्या मालकांना हवे आहेत असे दिसत नाही. पण नाही तरी कसे म्हणावे? ही पेरूची झाडे त्यांनी माणसांसाठीच लावली आहेत असे तरी कशावरून? आपल्या परड्यात रंगीबेरंगी पाखरांचे संगीत घुमू लागावे असेही एखाद्याला वाटणे शक्य आहे की नाही? पण या झाडांवर येऊ बसणारे जे हिरवेगार राघू आहेत ते मात्र मालकांच्या मनातील इच्छांचा विचार न करता खुशाल चांगल्या चांगल्या पेरूंवर ताव मारीत मला वेडावीत असतात. मला त्यांचा राग येतो असे नाही, पण एवढ्या पेरूंपैकी एखादा पेरू तरी त्याने पायांत पकडून मला आणून द्यायला काय हरकत आहे? मी उलट त्यांना भिजवलेली डाळ देईन, मिरची देईन. मी त्यांच्यासारखाच दाताने टवके काढीत तो पेरू खाल्ला नसता की काय?

पण अलीकडच्या राघूंना ही नवीन समानतेची भाषा अजून समजलेली नाही. त्यांनी आपले पेरू खात राहावे आणि आम्ही आपले त्यांच्या लालसर चोचींकडे नुसते पाहत राहावे! हा काय न्याय झाला!

असे अनेक राघू, मैना, चिमण्या, कावळे येतात-जातात. कधीतरी एखादा रंगीत पक्ष्यांचा थवा माझ्या खिडकीबाहेर विसावलेला असतो. पण मोर अजून आमच्या झाडांवर, बागेत, सज्जात कधीही आला नाही. तसा मोरांचा खुलता थवा मी एकदा मराठवाड्यात मोटारने जाताना पाहिला होता. एकदा निपाणीच्या पलीकडे एका शेताच्या आवारात निर्भयपणे वावरणाऱ्या डौलदार मयूरपक्ष्यांच्या जोडीने मला खिळवून ठेवले होते. ते देवदुर्लभ दर्शन होते. कारण ती मुक्त पाखरं पाहणे हे माणसाला आता कठीण होत चालले आहे. काय ती मोरांची ऐट! काय ती त्यांची बाकदार मान! एखाद्या लावण्यवतीला लाजवणाऱ्या त्या

मानेच्या हालचाली. किती मुलायम, किती सहज, किती जलद अन् ते रंगांचे, मनाला मोहिविणारे झुपके कसे मजेदार हालत होते, पिसाऱ्यात चोच खुपसत होते. अन् मग एकदम ते मोर थोडे उडाले अन अंग फुलारून पुन्हा हिरवळीवर उतरले. काय ती पिसाऱ्याची ऐट! असंख्य डोळ्यांनी आतुर होऊन जणू मोर लांडोरीला शोधत होता. त्या नाचण्याने पिसारा हलत होता. त्याच्या ठुमकण्याने पिसाराही फुलत होता. कुठून आली ही एवढी बाकदार पिसांची कमान! किती नाजूक! तरीही कणा असलेली. अन हा पिसारा एकदम लुप्त होऊन जातो तरी कुठे? कोणता रंग डोळ्यांत साठवू अन कोणता नको असे क्षणभर झाले.

अन् वरून पडणाऱ्या पावसासरशी मोरांनी एकदम पिसारा आवरला अन् बघता बघता ते हवेत उडून दिसेनासे झाले.

हे आले कुठून-गेले कुठे?
हे फुलले का?-कुणासाठी?
अधूनमधून माणसाला बेभान करणाऱ्या निसर्गातले हे कामदूत तर नव्हेत?
तृषार्त मोराला मेघ भेटतात-तृषार्त माणसाला मोर भेटतात-
अन् मग मागे उरतात ती फक्त मोरपिसे!

परवा मी शेजारच्या झाडावर बसणाऱ्या पोपटांना म्हणालो, "गड्यांनो, तुम्ही येता हे छानच आहे. दिवस मोठा छानच जातो. पण परवा एकबोट्यांच्या घरात जसा एक मोर आला तसे एखाद्या मोराला घेऊन आमच्याकडे का येत नाही? मोर आला तर मला फार आवडेल. पावसाळी दिवस आहेत. आपल्या रंगतदार पिसांचा फुलोरा पसरवून जेव्हा आपला तो मयूर मित्र घेऊन तुम्ही याल तेव्हा मी त्याचे स्वागत करीन. त्याला हवे नको ते देईन. त्याची इच्छा असेल तर त्याला दिवाणखान्यात येऊ देईन!" राघू नुसताच हसला. काही बोलला नाही, उलट त्याने पिकू घातलेल्या एका पेरूवर चोचीचा तडाखा दिला. तो काही बोलला नाही. म्हणजे त्याने मला काही सांगितलं नाही असे नाही. त्याने मोराला बोलावलंही असते. तो मोर आतुरतेने कदाचित समोरच्या निंबोणीच्या झाडावर विसावलाही असता. कदाचित तो माझ्या सज्ज्याच्या कठड्यावर येऊन दिवाणखान्यातही आला असता, पण मग तेव्हा मी काय केलं असते? मी कदाचित एकबोटे यांच्याप्रमाणेच त्याला पेशवेपार्कमध्ये पाठविलं असते की नाही?

अरे हो-केलंही असते बरे का मी तसे कदाचित. एकबोट्यांनी नाही का तसे केलं?

कदाचित हे त्याला कळलं असावं. निदान आता तरी नक्की कळलं आहे. म्हणून तो मोर आता कधीही माझ्याकडे फिरकणार नाही. माझ्याकडेच काय, जिमखान्यावरील कोणत्याच घराकडे फिरकणार नाही. खरे तर कुठल्याच माणसाकडे तो जाणार नाही. एकदा वाटते, जिथं असतील तिथं ते मोर सुखात असोत. जिथं असतील तिथं राघू सुखात असू देत. आमची नि त्यांची दुनिया अलग आहे. पण कधीकधी मात्र वाटते की पक्ष्यांच्या मनात आपल्याबद्दल अविश्वास वाटावा हे माणसाला शोभतं काय? केव्हातरी त्यांच्या मनातील हा अविश्वास आपण घालवू शकू का?

मग कदाचित आमच्या घरी एखाद्या दिवशी मोर येईलसुद्धा !

काय सांगावे!

- ० -

इंद्रधनुष्य

तुमच्या गावात एखादी लहानशी नदी असेल आणि या नदीच्या काठावर आणि पाण्याबरोबर तुमचे आयुष्य घडत आलेले असेल, तुमचे कुळ तुम्हांला शोधता येते, किंवा शोधण्याचा तुमचा प्रयत्न चालू असेल, तसेच या तुमच्या गावातील नदीचे मूळ कुठे आहे आणि ही नदी कुठे जाऊन दुसऱ्या एखाद्या नदीच्या पात्रात मिसळून गेली आहे हे पाहण्यासाठी तुम्हांला कधी वेळ मिळाला तर तुम्ही एकदा हा उद्योग करून पाहाच. मग तुमच्या लक्षात येईल की नदीला सरिता का म्हणतात? आणि तिची जीवनसरिता कशी होते?

रानावनांत हिंडण्याची ज्यांना मुळातच हौस आहे त्यांना पावसाच्या थेंबाचा ओहोळ कसा होतो, असे ओहोळ एकमेकांना मिळत मिळत त्यांचा ओढा कसा होतो हे सहज पाहायला मिळते. ओढ असते म्हणून त्याला ओढा असे म्हणतात. त्याला वेगाने वाहण्याची ओढ असते. पण उघड्या माणसाचे संचित जसे लवकर संपुष्टात येते तसेच पाऊस थांबला की ओढ्याचे वाहणेही बंद होते. थोडा काळ अचानक श्रीमंती आलेल्या माणसाप्रमाणे तो जगलेला असतो. त्याचे खरे भागधेय असते ते नदीला जाऊन मिळण्याचे. पाणी आपली पातळी सतत शोधत असते, तसा माणूसही आपली शोधत असतो. तारुण्यातील अवखळ बडबड संपल्यानंतर माणसे शहाणी होतातच असे नाही, पण पाणी मात्र होते. मग पाणी आपोआपच धीरगंभीरपणाने वाहू लागते.

पाण्याचे पहिले थेंब आकाशातून जमिनीवर कोसळतात आणि तहानलेल्या भूमीला तृप्त करतात. तहान भागली की मातीचा हव्यास संपतो. तिच्या अंगांवरून पाणी वाहू लागते.

हे पाणी आपल्यापासून दूरदूर चालले आहे, याची त्या मातीला अजिबात खंत नसते. कारण पावसाच्या पहिल्या स्पर्शाने ती तृणांचा गर्भभार वाहू लागते. त्या आनंदात ती झपाट्याने मोहरून जाते. इतकी की जगाचा तिला विसर पडतो. पाण्याला ती झेलत असते आणि तिच्या अंत:करणातून हिरवा समुद्र उमलत असतो. वृक्षवल्लरी, झाडे-झुडपे हा तिचा कुटुंबकबिला पाण्याने हर्षभरित होतो. उपासमारीने रोडावलेली वृक्षांची काया तुकतुकीत होऊ लागते. जितके पाणी पिता येईल तितके पाणी पिऊन घेण्याचा, साठविण्याचा मातीचा अविरत उद्योग चालू असतो. अंधारलेल्या दशदिशांतून वृक्षवल्लरी कुजबुज करू लागतात. त्यांची भाषा समजून घेण्यासाठी याच कालखंडात त्यांच्याकडे जावे लागते. मध्येच उघडीप पडली की तरारलेली ही हरितसृष्टी यौवनात आलेल्या तरुण स्त्रीप्रमाणे थोडी मस्तवाल होते. जीवनात मस्तीचे रूप फार थोडा काळ असते तसेच रानात फुललेल्या वल्लरींचेही असते.

आकाश भरून आलेले आहे. अधूनमधून मेघांचा कडकडाट चालू आहे. पशु-पक्षी भेदरल्यासारखे आडोशाला चिडीचूप बसलेले आहेत. अशा वेळी वृक्षवल्लरी मात्र उत्कंठित डोळ्यांनी बाहू पसरून आलेल्या प्रियकराला भेटायला उत्सुक झालेल्या असतात. हा आडदांड प्रियकर कधी कधी दु:ख देण्याइतके धसमुसळे वर्तन करतो. पण प्रेमाला ते सारे सोसवते. जे प्रहार सहन करणे एरवी शक्य नसते, ते संगमाची आकांक्षा पराकोटीला पोचलेली असते तेव्हा सहज सहन करता येतात. कारण वेदना सहन करण्याची क्षमता परकोटीला जाते म्हणून. पावसाचे, वादळाचे जे भय माणसाला वाटते तसे भय वृक्षवल्लरींना वाटण्याचे कारणच नाही. ज्याची त्याला चाहूल लागते. आपला जीवनसाथी कोण हे उमगते. जेवढा विरह जास्त तेवढी उत्कंठाही जास्त आणि अनिवार उत्कंठेला प्रहाराने जखमा झालेल्यासुद्धा कळत नाहीत.

अशा वेळेला डोंगरमाथ्यावर जायला पाहिजे. दोन हात वर करून पावसाला झेलून घ्यायला पाहिजे. जे पाणी ओघळून जाईल त्याचा पाठलाग केला पाहिजे. वाहणारे पाणी तर अडविता येणार नाही. कारण दशदिशांनी कोसळणारे सलिल दोन ओंजळींना कसे पकडता येणार? पण दोन डोळ्यांना मात्र ते पकडता येते. शिवाय डोळ्यांत तर पाण्याचा समुद्र असतो असे म्हणतात. ओहोळ, ओढे, नद्या-नाले यांची अखेर समुद्रातच व्हायची असते ना! मग हे रानातले नीर दोन डोळ्यांना खुशाल साठवता येते. या समुद्रात या साऱ्या वासनांची आणि आकांक्षाची रत्नेही जमा झालेली असतात. हे पाणी सहजगत्या उपयोगी पडू नये

म्हणून तर नियतीने ते खारे केले नसेल? हे खारट पाणी गोड करून घेण्याचे यंत्रही त्याने माणसाला दिले आहे. नजरेच्या टप्प्यात न मावणारे आकाश ज्या डोळ्यांनी सदैव पकडण्याचा प्रयत्न केला आहे, वसुधातलावर दरवर्षी निर्माण होणारे हिरवे समुद्र अगस्ती ऋषीप्रमाणे ज्याने पिऊन टाकले आहेत, त्याला सागराच्या गूढगंभीर खोलीचेही भय वाटत नाही किंवा आकाशाच्या निरर्थक पोकळीचाही विस्मय वाटत नाही. या माणसांच्या डोळ्यांतले सागर गोड्या पाण्याने तुडुंब भरलेले असतात. कारण करुणेचा त्याला स्पर्श झालेला असतो. उदारतेने ते सुगंधित झालेले असतात. याचे कारण या डोळ्यांचा कुणीतरी उपयोग केलेला असतो. जीवनातील सर्व मांगल्य आणि सौंदर्य टिपून ठेवण्याचे ज्या डोळ्यांना समजते, त्या डोळ्यांची गाठभेट झाली की दु:खी माणसेही हर्षभरित होतात. त्यांना दिलासा मिळतो. ज्या एका अनामिक मित्राच्या गाठीभेटीसाठी, परमेश्वराच्या प्रत्यक्ष दर्शनासाठी अनेकांची तडफड चालू असते- ती गाठभेट झालीच तर या डोळ्यांना होऊ शकते,.

अखेर निसर्गाने जे चमत्कार या सृष्टीत केलेले आहेत हे सारे चमत्कार कुणीतरी साठवायला नकोत काय? असामान्य प्रतिभेचा पुरुष ते शब्दांत साठवतो. असामान्य सुरांचा बादशहा ते स्वरांत साठवतो. ज्याला आकृतींचा अर्थ समजलेला आहे ते तो चित्रांत साठवतो आणि सर्वसामान्य माणसाला हे अलौकिक चमत्कार फक्त डोळ्यांतच साठवता येतात. एकदा हे चमत्कार भरभरून डोळ्यांत जमा झाले की तेथे स्वप्नांची कमळे उगवतात. वास्तवात माणसाला जगावे लागते, पण स्वप्ने माणसाला जगण्याचे कारण सांगतात. तेथे चिमण्यांचे गरुड होतात. ओढ्यांचे महानद होतात. लहानशा टेकडीचे कैलास पर्वतात रूपांतर होते. नुसती ही स्वप्ने आकाराने मोठी होत नाहीत, तर ती कर्तृत्वानेही मोठी होतात. दुबळ्या हातांना नको तितके बळ येते, याचे कारण हातात जे पकडता येत नाही ते डोळ्यांत पकडता येते. शिवाय डोळ्यांना अंतरांचाही प्रश्न नसतो. फक्त डोळे दिपणारे दृश्य असावे आणि ते पुन्हा पुन्हा पाहावेसे वाटणारे असावे. समोर असलेले तर डोळ्यांनी दिसतेच. पण कधी कधी समोर असायला हवे तेही डोळ्यांना दिसू लागते. एकदा डोळ्यांना आकाश, पर्वत, समुद्र किंवा रानावनांतील हिरवी दुनिया पाहायची सवय झाली की, त्या डोळ्यांना काहीही पाहता येते. रंग आणि रूप पाहणे हा तर डोळ्यांचा धर्मच आहे. पण गंध-स्पर्श या अन्य इंद्रियांच्या मालकीच्या गोष्टीसुद्धा डोळे बघू लागतात. डोळ्यांना रडता यावे हसता यावे, जखमा करता याव्यात, करून घेता याव्यात, क्रोधाच्या अग्नीला

करुणेने विझवता यावे किंवा सहजतेने दुसऱ्यांच्या वेदना वाटून घेता याव्यात. माणसाला थोडा उद्दामपणा हवा, पुष्कळशी नम्रता हवी, काही करून दाखवण्याची स्वप्ने हवीत आणि स्वप्ने जगणाऱ्यांबद्दल कृतज्ञता हवी.

हे असे डोळे घेऊन शक्यतो एकट्याने, फार तर मुग्ध राहू शकणाऱ्या मित्रांसमवेत तुम्ही रानावनांत चला. डोंगरावर किंवा समुद्रावर खुशाल आपल्या मनाचे तारू भरकटू द्या. अशा भरकटणाऱ्या नौका ज्या समाजात असतात तेथेच चांगले कवी, चांगले संशोधक, चांगले प्रज्ञावंत तुम्हांला अधूनमधून भेटतील. ते प्रत्यक्षात तुमची विचारपूस करणार नाहीत, पण त्यांचे डोळे तुमच्या सर्व सुखदु:खाची चिंता करीत आहोत हे तुमच्या लक्षात येईल.

शब्दाने माणसांचे सौख्य वाढवले तसेच दु:खही वाढवले. सुखाचा आणि दु:खाचा माणसे आता बंदिस्तपणे विचार करतात. शब्दांनी त्यांना निश्चित आकार दिला आहे. सुख आणि दु:ख यांना वास्तविक निश्चित असे रूप नसते. शब्दांनी माणसांचे हेवेदावे जास्त बळकट होतात. शब्दांचा उपयोग माणसे शस्त्रासारखा करू लागली आहेत. शब्दांचा उपयोग कुरवाळण्यासाठीही करता येतो याचा त्यांना विसर पडतोय. शब्दांपेक्षा इतर सर्व साधने कमी उपद्रवकारक आहेत. कारण माणसांच्या वासनेची तीव्रता त्या साधनांत एवढी जाणवत नाही. डोळ्यांत मनुष्य रागावला आहे, नाराज झाला आहे, रुसला आहे हे अगदी सहजगत्या कळते. तसेच तो सुखावला आहे, हर्षभरीत झाला आहे किंवा त्याला मस्करी करायची आहे, उपेक्षा करायची आहे, याही भिन्न भिन्न सुखदु:खांच्या छटा डोळ्याला डोळा भिडताच आपल्या चटकन लक्षात येतात. डोळे फसवतात. पण कमी फसवतात. डोळ्यांत होणारे छायाचित्रण हे इन्स्टंट फोटोग्राफसारखे असते. तेथे लपवण्यासाठी वेळ मिळत नाही. सावरले तरी खरे काय ते कळून जाते. शब्दांचे तसे नसते. शब्दांची योजना करावी लागते. त्यांचा उच्चार एका विवक्षित पद्धतीने करावा लागतो. क्वचितच थोडा वेळ नि:शब्द ठेवावा लागतो. मनात काय आहे हे प्रकट करायचे नसेल तर माणसे चक्क डोळे मिटून घेतात किंवा मान वळवतात. कारण डोळ्यांची चोरी फार लवकर उघडकीला येते.

या डोळ्यांचे आणि निसर्गाचे फार जवळचे नाते आहे. निसर्गसुद्धा आपले रागलोभ क्षणार्धात व्यक्त करतो. रंगला म्हणजे निसर्ग इतका रंगतो, की त्याचे सारे रंग डोळ्यांत टिपून ठेवता येत नाहीत. त्याच रंगात होणाऱ्या विरहाची जाणीव असते, घडून गेलेल्या एकांताची तृप्ती असते आणि पुढच्या संकेताचा इशाराही. डोळ्यांत जेवढा निसर्ग साठवावा तेवढीच डोळ्यांना ही

किमया जास्त साधते. परंतु दुर्देवाने निसर्ग आपल्यापासून दूर पळतो आहे. रानेवने, डोंगरपर्वत, नद्या, नाले, समुद्र या सर्वांची आपली गाठभेट होत नाही. डोंगरमाथ्यावरचे वारे अंगाला लागत नाही. विकराळ दऱ्या आणि उत्तुंग सुळके हे तर आपल्या नजरेच्या टप्प्यात येतच नाहीत. गात्रे शिणत नाहीत किंवा डोळे मिटत नाहीत. बंदिस्त कैदखान्यात असावे तसे माणसाचे होत चालले आहे. साऱ्या गोष्टींतला ताजेपणा हरवला आहे. शिळे, उष्टे, मलूल असे जीवन आपण भोगतो आहोत. थंड हवेसाठी वातानुकूल खोली बनवावी लागते. पण रानावनांतील गुहांतून नैसर्गिक वातानुकूल वातावरण नेहमीच असते. दुर्मुखलेले पशुपक्षी आणि प्राणी पाहण्यासाठी आपल्याला पशुसंग्रहालयात जावे लागते. पण जरा रानावनांत डोकावले तर नैसर्गिक स्वरूपात हे प्राणी आपल्याला भेटतात. गर्द रानातील सन्नाटा, उसळत्या दर्यावरील भेदरवणारा वारा, अस्मानाला भिडणाऱ्या डोंगरावरील मानवाचे गर्वहरण करणारा एकांत, दोन्ही तीरांवर झेपावणाऱ्या नदीच्या महापुरातील पाण्याचा क्रोध, हे सारे आपल्या कल्पनेच्याही पलीकडे गेलेले आहेत. एका थंड, कोमट, सुरक्षित बंदिस्त निवाऱ्याच्या निर्मितीसाठी आपण किती लाचार झालो आहोत! पिचपिच्या डोळ्यांनी एखाद्याने केलेले अलौकिक कृत्य पाहतानाही आपल्याला आदराऐवजी भीती वाटते. आपल्या डोळ्यांची सवयच मोडलेली आहे. मग आपल्या गावाशेजारी वाहणाऱ्या नदीचा उगम कुठे आहे, ती काय काय ओलांडीत आपल्या गावापर्यंत पोचली असे साधे कुतूहलही आपल्या मनात निर्माण होत नाही. आपली जीवनसरिताच आटलेली आहे. म्हणून आपल्या जीवनाला वेग नाही, भोवरा नाही, कोसळणारे प्रपात नाहीत! खरे तर जीवनसरिता म्हणण्यासारखे आपल्याजवळ जीवनच नाही. थेंबाची आर्तता नाही, ओहोळाचा आवेग नाही, ओढ्याची ओढ नाही, नदीचे वाहणे नाही, मग समुद्राची गर्जना कोठून असणार? सुखदुःखाचे अन्वयार्थ सुरक्षित खोलीत बसून लावता येत नाहीत. सुखांना आवेगाने मिठी मारावी लागते. दुःखाशी टक्कर द्यावी लागते. ऊन आणि पाऊस दोन्ही एकाच वेळेस भोगता आले तर एखाद वेळेस जीवनाचे सप्तरंगी इंद्रधनुष्य दिसणार असते.

- ० -

ऋतुसंहार

काल-परवापर्यंत मन कसे बेचैन असायचे. उन्हाने डोके तापायचे. घामाचे ओहोळ वाहायचे. पाण्याची सारखी ओढ लागायची. उगीचच मनाची उलघाल व्हायची. जे अगदी सहज पटणारे असायचे ते पटवून घ्यायला मन सहसा तयार नसायचे. जी लहान मोठी सौंदर्याची फुलपाखरे दृष्टीला मोहीत करायची ती सारी फुलपाखरे एक तर आता दिसायचीच नाहीत आणि दिसली तरी त्यांचे रंग डोळ्यांना खुपायचे. एरवी कुठे तरी खोलवर रुतून बसलेले गाणे अचानक तोंडून प्रकट व्हायचे आणि हरवलेल्या काळाबरोबर किंवा नव्या काळाबरोबर पूल बांधायची इच्छाही व्हायची. पण...

पण त्या अस्वस्थ करणाऱ्या तप्त वातावरणात काल आणि उद्या यांना अस्तित्वच नसे. बाहेर जमीन तापलेली असायची. सावलीत बसूनसुद्धा मन तापलेले असायचे. बाहेर वारा पडलेला असायचा, आत मनाची उभारी कोसळलेली असायची. एका तप्त वातावरणामुळे जगण्यातील सारा आनंद जळून जायचा. पंख्याचा वारा भिरभिरत असला तरी मनातले पंखे मात्र रडूनभेकून निजलेल्या मुलासारख्या म्लान मुद्रेने चिडीचूप झालेले असायचे.

पण एक दिवस आकाश ढगाळून आले. ओले वारे चेहऱ्याला भिडू लागले. मन एकदम उड्या मारू लागले. बाहेर गेले पाहिजे, आणि त्या ओल्या वाऱ्याला मिठीत घेतले पाहिजे असे उंचबळून वाटले. वय विसरून गेले, प्रतिष्ठा विसरून गेली. काळवेळाचं तर भानच उरलं नाही. पाऊस येणार या कल्पनेनंसुद्धा मनाचे यान वेगवान झाले. हवेतला

गारवा बाहेर बोलावू लागला. कामाचे डोंगर अदृश्य झाले. बंदिस्त खोलीतील वातावरण कोंदट वाटले. आपला एक हात गगनाला स्पर्श करतो आहे आणि जणू काहीवर रेंगाळणारे व धुसफुसणारे श्यामल मेघ खेचून खाली आणत आहे असे वाटू लागले, आणि हाताची ओंजळ एकदम एवढी मोठी झाली, की वरचे मेघ मी माझ्या ओंजळीत झेलू शकेन असे वाटू लागले. पाखरं जशी उगीचच इकडून तिकडे भिरकटत होती तसे आपण हळूच उडावे आणि एखाद्या झाडाच्या फांदीवर बसावे किंवा जमले तर केव्हातरी भेटलेल्या आणि अकस्मात अदृश्य झालेल्या एका मीनाक्षीच्या घराच्या कौलांवर जाऊन बसावे. फक्त तिलाच ऐकू जाईल अशी साद घालावी; तसे वाटण्याचे अता वय राहिलेले नाही. परंतु मनाला वय असते कुठे? मनाला असतात फक्त विकार. व्यवहाराच्या बंधनांपलीकडे असणारे हे स्वैर विकार कधीही प्रत्यक्षात खरे व्हायचे नसतात, आणि ते झालेच पाहिजेत असा आग्रहही नसतो. आग्रह फक्त एकच असतो - कुणाचे तरी डोळे आठवावेत आणि त्यांचा पाठलाग करण्याची इच्छा जागी असावी. शिवाय एक बरे असते की मनाचे हे चाळे कुणाला कळत नाहीत. ना पोलिसांना, ना समाजाला. एवढेच नव्हे तर ज्या व्यक्तीशी मन चाळा करीत असते त्या व्यक्तीलाही या चाळ्यांचा पत्ता नसतो.

हे पाखरू होण्याचे वय शेवटचा श्वास टाकतानासुद्धा माणसाजवळ असायला हवे. कारण 'मन पाखरू पाखरू' असे कवीनेच म्हटले आहे. शेवटी देहाच्या पिंजऱ्यात कोंडलेले हे पाखरू एक दिवस गगनाच्या दिशेने झेपावून जातेच. या एवढ्याशा चिमुकल्या मनात काय काय असते आणि काय काय नसते याचा हिशेब काही लावता येत नाही. एखाद्या खजिनदाराजवळ अनेक हिरे-माणकांचा साठा असतो, सुवर्णमुद्रांचा खळखळाट असतो; पण साऱ्या संपत्तीची मोजदाद करायला त्याला सवडच मिळत नाही. कारण नवनवा खजिना तेथे जमा होत असतो, आणि तो उधळून टाकायचा म्हटले तरी उधळण्याचा त्याला अधिकार नसतो. आपल्या मनाचेही असेच असते. त्यात जमा कितीही करता येते, पण खर्च मात्र काहीच करता येत नाही. दिसतो तो खजिना तर अगदीच लहान असतो. पण मनाच्या कानाकोपऱ्यांत, तळविवरात इतका खजिना लपून राहिलेला असतो, की त्याची मोजदाद आयुष्य संपत आले तरी करता येत नाही.

अचानक एखाद्या दिवशी अशीच ढगाळ हवा आली, ओले शहारेही अंगावर आले म्हणजे मग मनाच्या तिजोऱ्यांची कवाडे अचानक उघडतात, आणि आपल्याला माहीतही नसलेल्या कितीतरी गोष्टी बाहेर येऊ पाहतात. वय

आणि प्रतिष्ठेमुळे असल्या गोष्टी आपण बरोबर बाळगल्या याची लाजसुद्धा आपल्याला वाटते, पण करणार काय? ज्या गहिऱ्या क्षणांना हा ओलावा लाभलेला असतो, त्यांना पंख फुटतात आणि एकामागोमाग एक अनेक रंगीबेरंगी पाखरं दशदिशांनी उडू लागतात. कुणाला आवरावे हे कळतच नाही. एवढेच माहीत असते की पावसाळी हवेने वेडावलेली ही पाखरं थोड्या वेळाने भरकटून परत येतील. अशी हवा, असा ओलावा, असे अंधारलेले आकाश आणि ठिबकणारे थेंब हे काही फार वेळ असणार नाहीत. अंधारात दडून राहायची सवय असणारी ही पाखरं निमूटपणे माघार घेतील.

बहुतेक वेळा असेच होते. पण कधी कधी एखादे चुकार पाखरू परत येतच नाही. पाऊस येतो-जातो. ओली हवा जाणवेनाशी होते. आकाश स्वच्छ होते. पुन्हा वातावरण तप्त होऊ लागते. मूळच्या बैचेनीत आता त्या हरवलेल्या पाखराचे कसे होणार अशी नवीनच चिंता निर्माण होते. शोधावे तर कोणत्या दिशेने हे कळत नाही. ओळखावे तर रंगरूप आठवत नाही काहीतरी महत्त्वाचे आणि मूल्यवान हरवले याची आठवण पावसाळा मागे ठेवतो.

म्हणजे तसे काही भयंकर घडत नाही. आपल्या मुलांच्या डोळ्यांतील बालपण हरवते. मित्रांची आपुलकी हरवते, पत्नीचा तो कटाक्ष हरवतो, काय हरवते ते कळत नाही. पण काही तरी नक्की हरवते, आणि या हरवण्यात पावसाळा बघता बघता संपून जातो. नवीन काही येत असते, नाही असे नाही. ते चांगलेही असते, पण ते आपलेसे झालेले नसते. आपलेच मूल आपल्याला परके वाटते. कारण त्याच्या मिठीत आधाराची याचना नसते. त्याचे गोबरे गाल अपरिचित वाटतात. त्याच्या जावळाची झुलपे झालेली असतात. मैत्रीच्या गोष्टी आता विद्वत्तेकडे झुकतात. तेथे जुन्या आठवांचे झरे आटलेले असतात. तेवढ्यात बघता बघता थंडी येते. गंमत अशी की अंग गारठते आणि मन मात्र अधिक उबदार होते; कारण ते असते नव्या शब्दांच्या, नव्या माणसांच्या आणि नव्या विचारांच्या शोधात.

थंडी आली की खरे तर चैतन्याची एक नवीन ऊब मनावर स्वार होऊ लागते. तसे बोचरे वारे जाणवू लागतात. पण माणसाच्या स्वभावाची गंमत अशी आहे की काही वेदनांतूनच त्याला आनंद मिळतो. काही जखमा त्याला करून घ्याव्या वाटतात. खिशातले पैसे टाकून मनसोक्त रडण्यासाठी शोकपर्यवसायी नाटके किंवा चित्रपट आपण आवडीने पाहतो, तशीच हिवाळ्यातील अंगाला टोचणारी बोच हवीहवीशी वाटते. उबदार कपड्यांनी ती बोच आपण रक्तात

मुरवू पाहतो. त्या निराळ्या कपड्यांत माणसे आकर्षक दिसतात. उत्साहाचे झरे मनातून उमटतात. घराची ऊब जशी हवीशी असते. तशीच मैत्रीची ऊब हवी वाटू लागते. शेकोटी काय फक्त विस्तवानेच निर्माण होते? अजिबात न जळणाऱ्या जिव्हाळ्याला ऊब कुठून येते? एक घास पोटात जास्त जातो आणि आपले आपल्यालाच आश्चर्य असे वाटते की ही नवीन भूक का बरे निर्माण झाली? एरवी वासनेचे निमंत्रण क्षणार्धात पोचते, पण आता त्या निमंत्रणाचे स्वरूप जिव्हाळ्याचं होते. ही हवाच अशी असते, की कोमट झालेली नाती ती पुन्हा प्रज्वलित करते. पाखरंसुद्धा अंगाला अंग घासून जवळीक साधतात, आणि कसल्या कुजबुजी करीत असतात कुणाला ठाऊक? जी जी स्वप्नकमळे वेळोवेळी मनात उमललेली असतात त्यांचा डौल वाढतो आणि या कमळांना जो सौरभ येऊ लागतो त्याने कुठे तरी अहंकाराची बाधा होते. सगळे मनसुबे पार पाडले जातील असे वाटायला लावणारी ही हवा एखादे वेळेस इतकी जीवघेणी थंड वाटू लागते, की नको ते जग, नकोत त्या महत्त्वाकांक्षा, नको ती द्रव्य-मुद्रांची मोहिनी, असे वाटते. उबदार बिछाना, शक्य असेल तर उबदार स्पर्श, जवळ असावा आणि एका विळख्यात बुडून जावे, असे वाटू लागते. पण वासनेला मर्यादा असतात. तशा जिव्हाळ्यांना मर्यादा नसतात. पन्नास वर्षे संसार करूनसुद्धा ज्यांचे बोलायचं अजून खूप बाकी राहिलं असे जाणवू देणारी जोडपी अधूनमधून भेटतात. रात्री संपल्या पण अजून गोष्टी संपल्या नाहीत असे भवभूती म्हणतो. पण खरे तर आयुष्य संपलं तरीही गोष्टी संपल्या नाहीत किंवा दोन जिवांची ओढ कमी झाली नाही असे जर मृत्यूने पाहिले तर तोही बिचारा काढता पाय घेणार नाही का? काही नातीच अशी असतात की ती अत्तरासारखी रेंगाळत राहतात. अशी माणसे जगताना पाहिली की जगातील वर्ज्य स्वर लुप्त झाल्यासारखे वाटतात. शब्दांनी आंजारता गोंजारता येते, कळ्यांची फुले करता येतात. जगातल्या डेरेदार आम्रवृक्षांवर मोहर येण्यापूर्वीच आपल्या दारच्या आंब्याला मोहर येऊ शकतो, आणि कधी कधी तर त्या आंब्यांना लवकर पाडही येऊ शकतो. आनंदाचा शोध घेण्याचा हा काळ. झिरपलेले कौतुक, झिरपलेल्या मद्यासारखे धुंदी आणते. तसे सगळे अजून हिरवे असते. पाण्याचे थेंब मुलाच्या चोरट्या नजरेने नको तेथे दिसत असतात. कधी कधी वाटते, की मद्याने जशी झिंग यावी तशी दवानेही पृथ्वीला झिंग येते. सगळ्यांच्या कांतीवर तजेला आलेला असावा. कोण्या एका काळच्या त्या दाहक आठवणी किंवा चिंब झालेली मने एखाद्या अस्वस्थ रात्री न बोलावता समोर येऊन उभी राहावीत. कधी पुन्हा येणारा तो दाहक ग्रीष्म किंवा भिजवून टाकणारी

वर्षा आठवण देतात, की बाबा रे, सुखाचे दिवस फार काळ नसतात. पुन्हा उद्या आम्ही येणार आहोत. आमच्यावरही प्रेम करणार असशील तर प्रश्नच नाही. कारण प्रेमाचे रस्ते दिशा दाखवीत असतात. त्यांची वळणे बाकदार असतात. रस्त्यावर काटे हे असायचेच. पण काट्यांवरसुद्धा ज्याला प्रेम करता येते त्याच्या आयुष्यात सारेच रस्ते मखमली असतात. दगड-गोट्यांनी रस्ते अडवायचे हा त्यांचा धर्म आहे, आणि त्यांना चुकवून रस्ता काढायचा ही माणसाची वृत्ती आहे.

जीवनाचे रहाटगाडगे काही माझ्या जन्मापासून सुरू झालेले नाही किंवा माझ्या मृत्यूबरोबर थांबणार नाही. या प्रचंड पसाऱ्यात इवलासा माझा जीव किती लोकांना जाणवणार? पण तो जाणवायला हवा असेल तर माझे हर्ष, खेद, अहंता आणि शरणवृत्ती, माया आणि मत्सर या साऱ्यांना काही अर्थ असला पाहिजे. तिन्ही ऋतूंचा मिळून एक अखंड प्रवास चालू असतो याचे भान मला असले पाहिजे. माझे लहान-मोठेपण हेच मुळी माझ्या वासनांचे दृश्य स्वरूप आहे. माझ्या प्रेमाचे निमंत्रण किती लोकांपर्यंत पोचणार किंवा किती लोकांच्या प्रेमाचा मी विषय झालो यावरच माझे मोठेपण ठरेल. मी किती ऋतू जगलो याच्या हिशेबाला काही अर्थ नाही; कारण हे आवर्तन हजारो वर्षं चालत आले आहे आणि चालत राहणार आहे. या आवर्तनाची मोजदाद शक्यतो माणसाने करूच नये. असावे किंवा नसावे हाच आयुष्याचा हिशेब असावा. उन्हाळ्यातली तप्त हवा, पावसाळ्यातली आर्द्र हवा किंवा हिवाळ्यातली बोचरी हवा या भिन्न भिन्न हवेने माझ्या आयुष्यात वेगवेगळे तरंग उठवले, पण म्हणून काय झाले! जगत हे राहिले पाहिजे या प्रेरणेने सारे ऋतू एकरूप झाले. माती, पाणी, हवा यांतून माझे बिंदुरूप मात्र वाढत गेले आणि परत त्याचे बिंदूत रूपांतर होईल. अहंकाराच्या क्षणी हे बिंदूरूप आठवावे; आणि शरणागत अवस्थेत निसर्गाने जोपासलेली आणि टिकवून धरलेली ही पाच हातांची माझी प्रतिमा आठवावी. जगण्यासाठी कारणे असावीत, मरण्याला टोक यावे. एका लांबलचक मानवाच्या अशा प्रवासात मी एक होतो - आहे इतकेच! अनेक आकांक्षा विरून गेल्या, अनेक अहंकार फुलून मालवलेसुद्धा. मायाममतांची किती तरी जाळी विणून झाली. काही तुटली, काही टिकली पण या साऱ्यांमागे तप्तता, आर्द्रता आणि कसली तरी अनावर ओढ आहे, एवढेच सत्य नसते काय?

- ० -

पशुपक्षी पाळणारी माणसे
आणि माणसे पाळणारे पशू

मी काही हंस पक्ष्यांना पाहिलेले नाही.

मी चकोरालाही पाहिलेले नाही.

चक्रवाक पाहण्याचे भाग्य आम्हांला कुठून लाभणार?

कारण चक्रवाक रात्रीच उडतो म्हणतात.

संस्कृत वाङ्मयात कितीतरी नवनवीन पक्ष्यांची नावे भेटतात, आणि त्यांच्या अज्ञात सौंदर्याचे कौतुक करण्यावाचून तर मला गत्यंतरच उरत नाही.

इंग्रजी वाङ्मयातील पक्षी कोणते ते उलगडतच नाहीत. ज्याप्रमाणे अनेक अपरिचित फुलांना मी 'विलायती' या नावाने संबोधतो (आणि अडचण सोडवतो) तसेच या पक्ष्यांच्या बाबतीतही करावे लागते.

हल्ली पक्ष्यांची आणि फुलांची चित्रे, पुस्तके मिळतात. पण त्यांतल्या रंगांसारखे पक्षी अजून काही मी पाहिलेले नाहीत. पुस्तकातील कावळा आणि प्रत्यक्षातील कावळा ह्यांत पुष्कळच फरक असतो. माझे सृष्टिज्ञान फारच बेताचे आहे. पाण्यात पोहणारे मासे एवढेच माझे जलचरांबद्दलचं ज्ञान आहे. जो आपल्याला खाऊ शकतो तो देवमासा आणि ज्याला आपण खाऊ शकतो तो 'पॉप्लेट' इतकेच माझे माशांच्याबाबतचे वर्गीकरण आहे.

प्रत्येकाच्या घरात एक रिकामा काचेचा बाऊल असतो व त्या बाऊलमध्ये केव्हातरी तारुण्यातील हौशी माणसांनी मासे पाळले असण्याची शक्यता असते. ही हौस चार-दोन महिने किंवा मासे मरेपर्यंत टिकते, आणि मग रिकामा बाऊल हा तारुण्यातल्या फाजील हौसेची आठवण म्हणून जतन करायचा असतो.

एकंदरीत पाहता ज्यांच्याशी माझा संबंध येतो ते प्राणी म्हणजे कुत्री, मांजरी किंवा फार तर मला एखाद्या बोळकंडीत अडवणारी गाय किंवा बैल. अलीकडे टांग्याचा घोडा हा एक फार करुणेचा विषय वाटू लागला आहे व केवळ या घोड्यांची करुणा येऊन टांग्यातून प्रवास करण्याचा मोह होऊ लागला आहे. आणखी काही पाळीव प्राणी म्हणजे पोपट, खारी, कासव वगैरे.

अलीकडे माझ्या पुष्कळ मित्रांची घरे मी वर्ज्य करू लागलो आहे. माझे मित्र माधव मनोहर यांच्या घरात केव्हा कोणते प्राणी येऊन दाखल होतील याचा काही नेमच उरलेला नाही. सकाळी चहा प्यायला टेबलवर येऊन बसावे तर एखादी खार टुणकन उडी मारून माझ्या खांद्यांची खुर्ची करू पाहते. खार निरुपद्रवी प्राणी आहे असे आपण ऐकतो. पण माणूस, विशेषत: माझ्यासारखा माणूस, निरुपद्रवी आहे हे तिने ऐकले असण्याची शक्यता आहे काय? एके दिवशी मी त्यांच्याकडे झोपलो असताना जाग आली ती विचित्र आवाजाने. मांजरी किती महिन्यांनी विते हे मला माहीत नाही. पण माधवरावांकडची मांजरी चार-आठ दिवसांनी तरी नक्कीच वीत असावी किंवा त्यांच्याकडे चार-आठ मांजरी तरी नक्की असाव्यात. त्यांच्याकडे इतर प्राणी अधूनमधून असतातच. कासव आहे, कुत्री पाळून झाली, पोपट झाले, एखादी सुसरसुद्धा पाळायला ते कमी करणार नाहीत. कारण मनोहर कुटुंबाला सुसरीची मुळीच भीती नाही. वाटल्यास सुसर कुटुंबाने मनोहरांची भीती बाळगावी असा या कुटुंबाचा गवगवा आहे.

माझे दुसरे मित्र सुधीर फडके. त्यांच्याकडे एक पोपट आहे. तो त्यांच्या घरातल्या सगळ्या माणसांचे ऐकतो, त्यांच्या अंगाखांद्यांवर बसतो, मजेदार आवाज काढतो. हे सारे दुरून बघायला फार मजा वाटते. श्रीधर किंवा दीपक कधी कधी लाडाने त्या पोपटाला नाचवीत आपल्यापाशी घेऊन येतात. आणि आपल्याजवळ येताक्षणी तो पोपट आपले बोट चोचीत पकडण्याचा प्रयत्न करतो. ते समजावून सांगतात, "तुम्ही हलाल आणि आपण पडू या भीतीनं तो तुमचे बोट धरील" पण हे झाले दीपकचे आणि श्रीधरचे म्हणणे. पण पोपटाचे याहून काही निराळे म्हणणे असण्याची शक्यता आहेच की नाही? अशा वेळेला आपण अंग चोरावं आणि दुरूनच त्या पोपटाचे खूप कौतुक करावे आणि कुठलं तरी निमित्त करून पोपटातलं आणि आपले अंतर कायम ठेवावं हा मार्ग शहाणपणाचा असतो की नाही?

मुकुंदा वैद्य आणि राणी वैद्य हे कुटुंब आता अबुधाबीला गेले आहे. परमेश्वर त्यांना तेथेच सुखात ठेवो. कारण ते पुन्हा हिंदुस्थानात परतले की

त्यांच्या घरी जाणे-येणे अपरिहार्य ठरणार आणि मग त्यांचं जे एक अजब कुत्रं आहे त्या कुत्र्याशी माझी गाठ पडणार. या कुत्र्याने त्रास देऊ नये म्हणून त्याला बांधून ठेवायचा प्रयत्न केला तर ते एवढे गळा काढून रडते की जणू काही सारे गाव पाण्यात बुडून मेले आहे. त्याला मोकळे सोडले की, त्याला कोणत्याही सचेतन वस्तूशी संघर्ष केल्यावाचून राहवतच नाही. मी पुष्कळदा दारू पिऊन झिंगल्याचे सोंग करून व गप्प बसून पाहिले. पण त्या चोराला नक्की माहीत होते, की हा झिंगल्याचे नाटक करतो आहे. त्याला आमच्यासारख्या कोचावर बसलेल्या माणसांच्या अंगावर धडाधड उड्या मारण्याची भारी खोड आहे. त्यामुळे त्याला टोचेल अशी कोणतीतरी गोष्ट मांडीवर ठेवल्याखेरीज वैद्यांच्या घरी बसताच येत नाही. पुष्कळ लेखकांना मी त्यांच्या घरी घेऊन गेलो. त्यांत एक माडगूळकर सोडले तर त्याने एकूण एक लेखकांना हैराण केले आहे. पुष्कळ लेखकांनी तीन तीन तास उभ्यानेच काढले आहेत. मधुकर तोरडमलांना त्या प्रसंगाची आजही आठवण दिली तर ते बसलेल्या जागेवरून एकदम उभे राहतील, आणि खोलीतील या टोकापासून त्या टोकापर्यंत पळत जातील. या विक्षिप्त कुत्र्याने माडगूळकरांनाच तेवढे का माफ केले होते हे मला कधी कळलेच नाही. बहुधा तो त्यांना घाबरला असावा.

या पाळीव प्राण्यांनी माझे आयुष्य फार दु:खी केलं आहे. पुष्कळ मित्रांची घरे मला सोडावी लागली. माझ्या कित्येक फाटक्या कपड्यांचे मूळ माझ्या मित्रांच्या प्राणिप्रेमात आहे हे सांगायलाच नको. हे पाळीव प्राणी मालकांशी इमानदार असावेत. पण पाहुण्यांशी झगडा केल्याशिवाय त्यांना मालक घरी जेवायला देत नसावा.

शाहु महाराज तर चांगले जवान चित्ते बाळगत असत म्हणे! शिवाय ते चित्ते चांगले शिकवलेले, म्हणजे खूण केली ते बरोबर माणूस पकडायचे. कोणावर परलोकी जाण्याचा प्रसंग आला नाही ह्यात महाराजांच्या औदार्यापेक्षा त्या चित्त्यांना भरपूर खाणे-पिणे वेळच्या वेळी मुदपाकखान्यातून मिळत असले पाहिजे हेच असावे.

ससे पाळणारे माझे काही मित्र आहेत. पण ससासुद्धा चावतो हे मला माहीत नव्हते. परंतु जो खातो तो चावत असलाच पाहिजे, एवढं मला समजायला पाहिजे होते! मासेसुद्धा चावतात म्हणे, आता चावण्या-चावण्यात फरक आहे ही गोष्ट खरी. वाघानं चावा घेतला तर आपले एक गालफाड तो खाईल आणि सशानं चावा घेतला तर एखादा टवका उडेल. वास्तविक मनुष्य हे कोणत्याही

प्राण्याचे भक्ष्य नाही. त्यामुळे कोणताही प्राणी माणसावर हल्ला करीत नाही, असा जाणत्यांचा अनुभव आहे. हे जाणते माणसांतले आहेत-त्यांचा काय उपयोग? जेव्हा प्राण्यांतले काही जाणते असे म्हणतील की, "नाही बुवा, आम्ही माणसांच्या अंगावर हात टाकणार नाही." त्याला काही अर्थ आहे.

एकदा माझ्या मित्राकडे गेलो होतो तेव्हा तो मला म्हणाला, "तुला थोडी गंमत दाखवतो!" त्याने पाच पन्नास उंदीर एका पेटीतून बाहेर सोडले. मी लगोलग अंग सावरीत म्हणालो, "ह्यात काय गंमत आहे?"

"बघ तर खरे, आता ते उंदीर तुझ्या खिशात जाऊन बसतील किंवा अंगावरून हिंडतील. ते माणसाळलेले आहेत." पुढे गंमत पाहायला मी थांबलोच नाही. मी चटकन दार उघडलं, बाहेर पडलो अन् बाहेरून दार लावून घेतलं. मग मला समजलं की या माझ्या मित्रानं उंदीर पाळले होते. सापही पाळले होते. म्हणजे सापाला काहीच खाद्य मिळाले नाही तर पाळलेले उंदीर त्यांना मिळावेत हा उद्देश असावा काय? विंचू, पाली, झुरळे हे प्राणी बाळगणारे महाभागही या जगात असावेत. बाकी माणसांना पाळणारे लोकसुद्धा जर जगात आहेत, तर या विक्षिप्त प्राण्यांनी तरी एवढं काय पाप केलंय? बरे, पाळलेली माणसे तरी बिनधोक, बिनविषारी कुठे असतात? ती खेळून दाखवतात, नाचून दाखवतात, काय हवे ते करतात. शिवाय त्यांना पशुपक्ष्यांसारखे पिंजऱ्यात कोंडावं लागत नाही. किंवा गळ्यात साखळी बांधावी लागत नाही.

कुणी तरी कुणाला तरी पाळत असते. कुणी जोपासत असते, कुणी कौतुक करून घेत असते, कुणी कुरवाळत असते आणि आपल्या जवळ एक प्रदर्शनीय वस्तू आहे म्हणून अभिमानाने मिरवीत असते. काही लोक जसे उंची गाड्या लोकांना दिपविण्यासाठी वापरतात, तसे काही आपल्या पोसलेल्या, सजवलेल्या माद्यासुद्धा बरोबर बाळगतात. पुढारी आपले पाळलेले अनुयायी बरोबर बाळगतात. कलावंत आपले चमचे बाळगतात. कौतुक करायला किंवा करून घ्यायला, दिमाख दाखवायला किंवा दिमाखाच विषय व्हायला माणसाला निमित्त लागते. म्हणून माणसे प्राणी पाळतात किंवा माणसेसुद्धा पाळतात.

इच्छा एवढीच आहे की कोणाला तरी पाळावे ही इच्छा मनात येऊ नये - किंवा कोणालाही आपल्याला पाळता येऊ नये.

- ० -

एक हिरवाकंच प्राचार्य

चारी दिशांनी माणूस प्रवास करीत असतो तेव्हा प्रवासाला आपोआपच एक मर्यादा पडते. प्रवास आटोपून परत आपल्या मुक्कामाला यायलाच हवे असते. अशा या दोन-तीनशे मैलांच्या परिघात काही जागा अशा असतात की त्यांचे दर्शन होताच इथेच थांबावे असे वाटते. कुठे एखादे देवस्थान असते, कुठे एखादे पडीक असलेल्या आणि तरीही स्वच्छ राखण्याचा यत्न केलेल्या चर्चचा प्राकार असतो. एखादी आंबराई असते. एखादा उदासवाणा नदीकाठ कुणाची तरी वाट पाहत असतो. या अशा वास्तूत सहसा माणसे दिसत नाहीत.

नाशिक रस्त्यावरून प्रवास करताना अशीच एक वास्तू माझी नेहमी वाट अडवीत असते. आता तर गावाबाहेरून रस्ता गेलेला आहे आणि ती वास्तू चक्क वेगळी करून टाकल्यासारखी वाटतेय. ती वास्तू कुणी तरी रंगतदार करून टाकलेली आहे. त्यामुळे गर्भरेशमी परकर पोलके घालून एखादी सळसळती ग्रामकन्या डोंगराच्या उतारावर उभी आहे असे वाटते. केव्हा तरी आपणहूनच राजरस्ता सोडून या वास्तूच्या दिशेने गाडी वळवावी असा मला मोह झालेला आहे. आपले सारेच बेत घड्याळाच्या काट्यांवर आखलेले असतात. निष्कारण एक तास आपल्या मनाच्या लहरीसाठी वाकडा रस्ता करण्यास त्यांना वेळ नसतो. एक तर असा पोरकटपणा करण्याचे माझे आता वय राहिले नाही. आणि उत्साहसुद्धा! अनपेक्षितपणे, न बोलावता एखाद्या वास्तूत अनामिक निमंत्रणाच्या जोरावर जाणे याचा गैरअर्थही होण्याची शक्यता असते.

अशी अनेक निमंत्रणे प्रवासात टाळावी लागतात.

दोन रस्ते फुटले, की मोठ्या रस्त्याने जावे लागते. वळण आले की, मागचेपुढचे बघावे लागते. वास्तविक वाटसरूंनी काळजी करावी आणि रस्त्यांनी हिशोब करावेत हा एकेकाळचा दस्तूर असायचा. तो मी आता सोडून दिला आहे. आता मी रस्त्याला पुसत पुसत वाटचाल करतो. वाटसरूंना डावी देतो. धूळभरला रस्ता किंवा मान मोडणारे वळण शांतपणे पार करतो. मनात म्हणतो 'रस्ता कोणता का असेना, तो नक्की जायचे तिकडेच घेऊन जातोय ना! मग भलत्या शंका-कुशंका हव्यातच कशाला?'

रस्ते तेच आहेत, पण दिवस बदलले आहेत. आणि म्हणून त्यांच्याकडे त्याच डोळ्यांनी पाहताना ओळखखुणा लक्षात ठेवाव्या लागतात. एकदा त्यांच्या आणि आमच्या खुणा जमल्या, की मग तशा अडचणी येत नाहीत, आणि आल्याच तरी त्यांची वाच्यता करवत नाही.

तर सांगत काय होतो, पुणे-नाशिक रस्त्यावर एक आटपाट नगर आहे. माझ्या बालमित्राचा भाऊ या गावात डॉक्टर होता, त्यामुळे या धूळभरल्या गावात माझ्या लहानपणी माझी पावले मळली आहेत. लक्षात ठेवावे असे या गावात काहीही नाही. नाही म्हणायला काही कारण नसताना या गावाचे नावच थोडे रंगेल आहे. या गावाला अजून एस. टी. स्टॅन्डसुद्धा नाही. तर हे असले गाव, डाकबंगलासुद्धा नसलेले, पण एखाद्या वाळवंटात एकदम एखादा फुलांचा ताटवा दिसावा तसे. या धूळभरल्या गावात एक लालसर दगडीपुष्प उभे राहिलेले दिसले. बहुधा गावाबाहेर असलेल्या रूक्ष इमारती, शाळा-कॉलेजच्याच असायच्या. त्यांना पांढरा किंवा पिवळा याशिवाय कोणताही रंग लावायला बंदी असते. या साऱ्या इमारती उदास, तरीही अस्ताव्यस्त पसरलेल्या असतात. तारुण्याचे शिरकाण करण्यासाठी केलेले ते जणू कसाईखाने असतात. तेथे हसायचे नसते, फुलायचे नसते, फक्त वाढायचे असते आणि तेही निवडुंगासारखे. त्या कैदखान्यात काही जेलर असतात. त्यांना पंतोजी किंवा गुरुजी असे म्हणतात आणि त्या सर्वांच्या नायकाला प्राचार्य किंवा 'गुरूद्याव' असे म्हणतात. गावाबाहेरच अशा तऱ्हेचे कोंडवाडे का बांधले जातात हे सहज कळण्यासारखे आहे. कारण आपल्या कच्च्याबच्च्यांचे रडण्याचे आवाज ऐकू येऊ नयेत अशीच मातापित्यांची इच्छा नसणार काय? शिवाय मुलांना कसलाही चांगला रंग, सुगंध, शब्द भेटता कामा नये इतक्या दूर अंतरावर त्यांना नेऊन ठेवलेले बरे.

आपल्या हाताखालची वीस पंचवीस कोवळी स्वप्ने झाडाखाली घेऊन जावीत, तेथे गप्पा मारीत बसणाऱ्या पक्ष्यांशी त्यांना बोलू द्यावे, फुलपाखरे

पकडू द्यावीत, वाहत्या ओढ्यात डुंबू द्यावे; मग जमले तर त्यांना वाहणाऱ्या पाण्याचा ओढा कसा होतो, नदी कशी होते, डोह का तयार होतात, दोन नद्यांचा संगम होतो त्याला प्रयाग का म्हणतात अशा अनेक गोष्टी शिकवाव्यात. काळ्या मातीतून पांढरी फुले कशी निर्माण होतात. ताडमाड वाढलेल्या लाकडासारख्या उसापासून ओठांत विरघळणारी साखर कशी तयार होते, झाडावर पाखरं येतात कुठून - बोलतात काय, जातात कुठे हेही जमले तरी सांगावे. ज्ञानेश्वरांच्या शब्दाला मोगऱ्याचा गंध येतो. तो मोगरा असतो कसा हेही जमल्यास मुलांना सांगावे आणि समजा काहीच सांगता आले नाही तरी काहीही बिघडले नाही. अनंत आकाशाकडे दृष्टी लावली म्हणजे 'भूगोल' जाणवू लागतो आणि भूमीकडे मान वळवून पाहिले की इतिहासाच्या अनेक खुणा नजरेत घुसतात. प्रत्येक दगड बोलू लागतो आणि थांब म्हटले तरी थांबत नाही. अशा वेळेला त्याला आश्वासन द्यावे लागते की या साऱ्या मातीला मी एक दिवस कस्तुरी करीन. अनेक वारकऱ्यांनी भक्तीत तुडविलेली ही माती असेल आणि त्यांना विठोबा मात्र कधीच भेटलेला नसेल.

शब्दांचे हे असेच होते. ते आपल्यापुरता अर्थ घेऊन येतच नाहीत. साऱ्या ब्रह्मांडाचा अर्थ आणण्याची त्यांच्यावर कुणी जबरदस्ती केलेली नसते. पण त्यांना माणसासारखे एकेकटे राहताच येत नाही. अक्षरांचे शब्द होतात, शब्दांची वाक्ये होतात किंवा छंद होतात. मग त्यांत हळूच सूर शिरतो आणि कधी कधी तालाचीही चाहूल लागते. अहो, झाडांचेही तसेच नाही काय हो? एक काळीबेंदरी बी पर्जन्यकाळी केव्हा तरी हातातून निसटून जमिनीवर सांडते आणि चिखलात विरघळून जाते. पण हरवलेली असते ती काळीबेंदरी बी नसते. तर कोणाएका मुक्याचे ते स्वप्नच असते. मग तेथे बघता बघता एक हिरवा कोंब तरारतो, एक किरमिजी पान डोकावते. आणखी एक पान शेजारी येऊन उभे राहते. बघता बघता माना काढून ही पाने धीटपणाने अवतीभवती पाहू लागतात. नुसत्या श्वासोच्छ्वासाने सर्जनाला निमंत्रण मिळते आणि एकामागोमाग एक हिरवी नव्हाळ स्वप्ने, या चिमुकल्या तरुपाशी जमा होतात. मग त्यांच्या काय प्रेमगोष्टी होतात कुणास ठाऊक! तरुण स्त्री लाजली की तिचे गाल लाल होतात असे म्हणतात. पण तरुण तरु लाजतो तेव्हा मात्र अनेक कोवळ्या रंगांची इंद्रधनुष्येच फुलतात. आता ती लाजल्यामुळे फुलतात, की लाजविण्यासाठी फुलतात की तो एक नुसता आनंदकल्लोळ असतो हे समजण्यासाठी पहाटे पहिल्या प्रहरी क्षितिजाला मिठी मारावी लागते. ते नाहीच जमले तर संध्याकाळी

पळून जाणाऱ्या सूर्याला धरण्यासाठी आपला हात लांबविलाच पाहिजे. सूर्य नाही तरी चंद्र तरी हाताला लागतो आणि तोही न गवसला तर क्षितिजावर उरलेले रंग नखांवर चिकटून येतात. कधी कधी तरी वारुणीची चूळ भरली असेल तर त्या वारुणीचा भरभरा गंध नजरा चुकवून आपल्यापर्यंत येऊन पोचतो आणि अंगावर एक चमत्कार फुलतो.

एका अशाच पहाटे मोटार बाहेर काढली आणि रस्त्याला लागलो. एका मोठ्या आजारातून उठल्यानंतर प्रथमच लांबवर मोटार चालविण्याचा हा प्रयोग होता. घरी थाप मारली होती की बरोबर ड्रायव्हर आहे. नाही तर घराबाहेर पडताच आले नसते. ड्रायव्हरने वेळेवर कामावर येऊ नये असे मनातून वाटत होते. तरच चाकावर हात ठेवून गाडीला भन्नाट वेग देत, स्वत:ची मस्ती अजून किती उरली आहे हे मला पाहता येणार होते. वेग आणि तारुण्य यांचा फार जवळचा संबंध आहे. तो वेग सर्वच गोष्टींचा असतो. त्यात भावना उत्तेजित होण्याचा वेगसुद्धा विचारात घेतला पाहिजे.

मोटारसायकलचा आवाज आणि भन्नाट वेग मला मनातून फार आवडतो. पण मोटारसायकलला किक मारावी लागते आणि ती मारायला माझ्याजवळ धड पाय नाही. म्हणून मोटारसायकलचा नाद मला सोडून द्यावा लागला. मोटारगाडीचा वेग मात्र माझ्या रक्तात फार पूर्वीपासून भिनला अहे. मुंबई-पुणे प्रवास हा एकदा मी पावणेतीन तासांत केला आणि तोही केवळ शेजारणीच्या डोळयांत कौतुक उतरावे म्हणून. जाऊ दे, गेले ते दिवस म्हणून आजारपणानंतर मला पुन्हा एकदा वाऱ्याशी भांडायचे होते. आता कोणी माझ्या वेगाचे कौतुकही करणारही नाही आणि त्या वेगाची मस्ती माझ्या मस्तकात शिरणारही नाही. गाडीत सहकारी होते. त्यांना न समजणारा आणखी एक सहकारी माझ्या बरोबर होता. तो माझा मरुतमित्र मधून मधून जुन्या आठवणी द्यायचा आणि मी उगीचच त्याला हसून साथ द्यायचो. 'काय झालं' असे माझे शेजारचे मित्र विचारायचे. त्यांना मी काय सांगू की एका वादळाचे बोलावणं आले आहे म्हणून.

मग मुक्कामाची वास्तू दिसली आणि एका ओढ्याच्या काठावरून आम्ही जात राहिलो. व्हायचे ते सगळे सोपस्कार झाले. स्वागत, चहा-पाणी, ज्यांची नावे कधी लक्षात ठेवायची नसतात अशांचा सर्व लौकिक परिचय. एका कोऱ्या करकरीत इमारतीतील एका दालनात वाङ्मय मंडळाचे उदघाटन झाले. आभार वगैरे सर्व काही झाले आणि आम्ही प्राचार्यांच्या खोलीत येऊन बसलो.

खरे तर सगळीच अनागरी महाविद्यालये तशी सारखीच असतात. म्हणजे

तेथे ग्रंथालये, प्रयोगशाळा आदी गोष्टी शोभेपुरत्याच असतात. मारून मुटकून जमा केलेल्या संस्थेच्या हितचिंतकांच्या चेहऱ्यावर एक नाटकी हास्य असते. आधुनिक सुधारणांच्या नकला करण्याच्या नावात मोठे मजेदार प्रसंग उद्‌भवतात. किटली, दूध, गाळणी ट्रे सर्व काही असते, पण चहा मात्र तयार करूनच किटलीत आणला जातो आणि तो चांगला थंड झालेला असतो. कारण सर्व भाऊसाहेब आणि आबासाहेब आपापल्या योग्य स्थानावर बसेपर्यंत ताव निघून गेलेला असतो.

पण संपूर्ण स्वागतात एक गोष्ट मात्र अगदी नवीन होती. ती म्हणजे जो पुष्पगुच्छ देण्यात आला होता त्यातील कोणतेही फूल बाहेरून आणलेले नव्हते. हे त्या फुलांच्या प्रकारावरूनही कळून येत होते. प्राचार्य मात्र कुठेतरी हरवलेले होते. मघापासून मला काहीतरी दाखवायला त्यांना न्यायचे होते. जमलेल्या मंडळींतून जवळपास जबरदस्तीने त्यांनी मला बाहेर काढले. प्रथम आम्ही कॉलेजच्या मैदानात आलो. तसे इतर कॉलेजसारखेच हे मैदान होते. प्रयत्नांनी सपाट केलेले. परंतु या मैदानावरून खाली पाहिले तो तेथे एखादा छोटा तलाव वाटावा, असा पाण्याचा साठा दिसत होता.

या महाविद्यालयाचा प्राकार चांगला पन्नास साठ एकर आहे, पण तो सगळा रेताड आणि डोंगरी आहे. पावसाळ्यात काय हिरवळ दिसेल तेवढीच दिसणार. पण येथे तर उन्हाळ्यातसुद्धा अनेक मोठी झाडे-झुडपे माना डोकावून जमिनीतून वर आलेली आहेत. दगडांना पालवी फुटण्याचे अक्रीत येथे कसे घडले? ही पालवी एका दगडालाच फुटलेली नव्हती तर एका माणसाला फुटलेली होती. माणूसच झाड झालेले तुम्ही कधी ऐकले आहे काय? या झाडाला वेगवेगळ्या रंगांची फुलेसुद्धा आलेली आहेत. या हिरव्याकंच माणसाचे नावसुद्धा 'पानवळ' असावे याची मला मोठी गंमत वाटली. म्हणजे जन्माला आले तेव्हाच या झाडाला पाने फुटली होती की काय? हे झाड सदा फुललेलेच दिसते.

या महाविद्यालयाच्या प्राकारात सदा वसंतच फुललेला दिसतोय. अक्षरश: हजारो झाडे या इथे लावलेली दिसली. यात आंबा, फणस, जांभूळ, चिंच असली झाडे होती हे सांगण्यात स्वारस्यच नाही. सीताफळ, रामफळ, खजूर ही रूक्ष प्रदेशात जगू शकणारी झाडे इथे असणारच. पण गुलाब, जाई, जुई, सोनचाफा अशी भिन्नभिन्न गंध-रंगांची पखरण वाऱ्याबरोबरच अंगाला झोंबत होती ते तर काहीच नाही, आक्रोडाचे दुर्मीळ झाड येथे लावण्याचे कुणा जाणत्याने मनात आणले असेल? याची फळे या महाविद्यालयात येणारी तिसरी

चौथी पिढी कदाचित खाणार होती. दालचिनी, लवंगा, मिरी आदी मसालेदार झाडे लावून दृष्टी आणि रसनेची चव वाढणार होती. हे सारे कॉलेजमधील रूक्ष ज्ञानमंदिरात! ही एवढी पानवळ फुलविणारा हा माळी जगात येताना सृष्टिकर्म्याशी बातचीत तर करून आला नव्हता. 'मऊ मेणाहून आम्ही विष्णुदास' असे तुकारामबुवा म्हणून गेले आहेत. परंतु दगडालाही मृदू करण्याची आकांक्षा बाळगणारा हा एक बेहिशेबी वाणी देहू-आळंदीच्या जवळपास आला कुठून!

तासा-दोन तासांच्या छोट्या मुक्कामात कॉलेजबद्दल किंवा कॉलेज शिक्षणाबद्दल अशी चर्चा झालीच नाही. चर्चा झाली ती नवीन लावलेल्या झाडांबद्दल आणि ती देणार असलेल्या फळपुष्पांच्या भवितव्याबद्दल. खरे सांगायचे तर पानवळ बोलत होते, या फळझाडांच्या उद्याच्या बहराबद्दल, त्यातून मिळणाऱ्या उत्पादनाबद्दल. उद्या या महाविद्यालयासाठी कुणाकडूनही भीक मागावी लागणार नाही. कारण हे माळरान एकदा फुलले आणि हे डोंगर एकदा उदार झाले की मग लक्षावधी दुर्मीळ फळांच्या राशी हजार हातांनी येऊन या कॉलेजला समृद्धीत बुडवून टाकणार होत्या. झाडे उगवतील, वाढतील पण त्यांना फळे कुठून येतील हे मला समजत नव्हते. पण शंका घ्यायची सोय नव्हती. उद्याच्या पिवळ्या, हिरव्या रंगांत पार भिजून चिंब झालेले पानवळ माझ्याकडे मुळी पाहतच नव्हते. ते जणू आपल्या हातांनी हजारो हापूस-पायरीचे आंबे कवळीत होते. सीताफळांचे हारे मोजत होते. गुलाबवाटिकांतील फुलांचे काटे मला टोचत होते. त्यांना ते मुळीच टोचणार नव्हते. कारण त्यांचे सारे स्वप्न मयूरपंखी होते. मोर दिसतो तो पिसारा फुलविलेला, तसेच आमचा उजाड माळ हरितपर्ण अशा रंगांनी नुसता फुलारलेला होता. या स्वप्नाचा भंग करण्याचे पातक माझ्या हातून झाले नाही. अखेरीस अशी स्वप्नाळू माणसेच उद्याचे जग घडवीत असतात. या स्वप्नांचा एक किनारा जरी प्रत्यक्षात आला तरीसुद्धा उद्याच्या जगाला अर्थ येतो. नाही तरी झाड लावणारा माणूस केव्हातरी येणाऱ्या फळांसाठी पाणी नाही का घालीत? एक वेळ तो स्वत: तहानलेला राहील, कारण त्याची तहान त्याच्यासमोर असणाऱ्या हिरव्या रंगाने निवणार असते. माझ्यासमोर असणारा माणूस प्राचार्य नव्हता. प्राध्यापकसुद्धा नव्हता. तो होता एक माळी. चित्रकारसुद्धा. अजून हे चित्र पुरे रंगवून झालेले नाही आणि अशी चित्रे पुऱ्या अवस्थेत कधी पहायलाही मिळत नाहीत.

- आणि हो! विसरलोच! या साऱ्या सर्जनासाठी पाणी कुठून येणार? हा सारा जवळपास निमदुष्काळी प्रदेश. येथे उन्हाळ्यात प्यायला पाणी लाभत

नाही. मग येथील या लक्षावधी रोपट्यांचे उन्हाळ्यात काय बरे होईल? पण ज्याने स्वप्न केले त्याने एक सिद्धीही केली. भगीरथाने नगाधिराज हिमालयाला फोडून गंगेला सपाटीवर आणले. तसेच याही माणसाने सपाटीवरचे पाणी डोंगरावर नेऊन ठेवले आहे. पावसाळ्यात घळाघळा वाहणारा एक ओढा त्याच्या स्वप्नांची एक चौकट होऊन राहिला होता. त्याने त्या ओढ्याच्या वरच्या अंगाला पाट काढला. खळखळणारा ओढा हळूहळू खाली जात पाणी वाहून नेत होता. पण पाट मंदगतीने त्या ओढ्याशी स्पर्धा करीत मुद्दाम अडविलेल्या एका भिंतीला टकरा देत पुढे उंच होत आला होता. कोणत्याही तज्ज्ञाचे साहाय्य न घेता या गावठी इंजिनियरने ते एक अजब धरण बांधून दाखविले आहे. ते निळेशार पाणी माळावर पसरलेल्या रोपट्यांना डोळे मिचकावून अभिवचन देत आहे. त्या पाण्याशी उभे राहताना मला वाटले, की आता या माळरानावर उन्हाळा येणारच नाही - ओढा कृतघ्न झाला म्हणून हा तलाव कृतघ्न होणार नाही. दिवाळीच्या किल्ल्यांत मुले करतात तसाच हा मजेदार तलाव काठोकाठ भरून वाहत होता. बगळ्यांना आणि पाणकोंबड्यांना नवा विसावा निर्माण झाला होता. उन्हाळ्यात खपणाऱ्या शेतकऱ्यांना, दुपारच्या वेळेस जेवण घेऊन येणारी बायको दिसली, म्हणजे जसे त्याच्या चेहऱ्यावर समाधान दिसते, तसेच समाधान उन्हात कळवळणाऱ्या रोपट्यांच्या चेहऱ्यांवरही दिसत होते. मैदानावरच नव्हे, तर डोंगरावरसुद्धा झाडे उगवणार होती आणि त्या झाडांच्या मुळाशी हा जलसागर गुरुत्वाकर्षणाचा नियम डावलून पाणी पोचवणार होता. आता माझ्या ऑफिसमध्ये मंचर येथे पाहिलेल्या त्या स्वप्नांची मी आठवण करतो आहे. बघताबघता माझ्या समोर ताड-माड वाढलेली, फळभाराने लवलेली शेकडो झाडे दिसू लागली. त्या झाडांच्या बुध्यांशी कॉलेजमध्ये शिकणारी उद्याची मुले आपापली स्वप्ने एकमेकांना सांगत बसलेली आहेत. त्यातीलच एखाद्याचे स्वप्न पलिकडचा माळही फुलविण्याचे असणार नाही काय? दूर कुठेतरी. त्या डोंगरावर वृद्ध झालेले आताचे प्राचार्य हा बहरलेला परिसर पाहून सद्‌गदित झालेले असतील. अंगावर सोसलेले ऊन आता चांदणे झालेले असेल. तेव्हा ऐकलेल्या तुच्छतेच्या उद्‌गारांची आज सुमधुर फळे झाली असतील. तेव्हा अंगावर पडलेले पावसाचे तुषार डोळ्यांत जमा झालेले असतील. हा वेडा म्हातारा येथे काय करतोय असे त्या वेळची तरुण मुले कदाचित म्हणतील. म्हणू देत! पण त्या म्हाताऱ्याने केलेले स्वप्न मात्र तरुण असेल. त्या काळच्या तरुणांना लाजवण्याइतके!

- ० -

धुळीतली स्वप्ने आकाशाला भिडली! पण कधी?

एक उदास संध्याकाळ.

गरगरत खड्डे टाळीत, ओढ्याच्या लवणात मुसंडी मारीत जीप रस्ता काटत होती. जीपच्या मागे बसलेल्या माणसांचे काय होत होते ह्याचा विचार करण्याच्या मन:स्थितीत ती नव्हती.

माणसाला जागा किती लागते हा टॉलस्टॉयला का प्रश्न पडला कुणास ठाऊक! खरे तर बूड टेकविण्यापुरती जागा असली की ती माणसाला पुरत असावी. जीपच्या मागच्या बंद सापळ्यात दहा बारा कार्यकर्ते कसे बसले असतील हे त्यांचे त्यांनाच माहीत. तरीही उत्साहाने ते आत वादविवाद करीत होते. वाद अगदी शिगेला आला होता. दोन कार्यकर्ते एकमेकांवर गैदीपणाचा आरोप करीत होते. मी एक वक्ता. त्यातून शहरातून आलेला. अर्थातच मला ड्रायव्हरशेजारी जागा बहाल केली गेली. तरीही दोन माणसांसाठी असलेल्या जागेत आम्ही चौघे होतोच. गाडी गर्रकन वळली की 'माती असशी मातीत मिळसी' या काव्यपंक्तीनुसार सारा देह मातीकडे म्हणजे जीपमधून बाहेर जायला उत्सुक असे. मग आधार वाटेल आणि जे हाती लागेल ते जिवापाड घट्ट धरून ठेवण्याचा निकराचा प्रयत्न करावा लागे.

संध्याकाळ उलटत होती. चांदणे होते म्हणून रात्र झाल्याचे कळत नव्हते. या वृक्षरहित चढउतार असणाऱ्या प्रदेशातून जीप नावेप्रमाणे घरंगळत चालली होती. वाऱ्याने गात्रे बधिर झाली. वेळेचा पत्ता लागत नव्हता. जीपच्या आवाजाने आणि चढउताराच्या धक्क्याने किती अंतर गेले आणि किती राहिले ह्याचा विचार करण्याचेही मी सोडून दिले. चढावावर

गाडी आली की आसमंतातील दिव्यांचे पुंजके डोळ्यांत भरत. अमुक एका दिव्याकडे पाहून शेजारी बसलेला उत्साही कार्यकर्ता गावांची चमत्कारिक नावे सांगे. मी ती ऐकतही नव्हतो.

सकाळपासून हा असाच प्रवास चालला होता. आपण एक माणूस नसून एक ध्वनियंत्र आहोत एवढीच भावना आता शिल्लक राहिली होती. झोप, भूक या मानवी भावना केव्हाच संपुष्टात आल्या होत्या. गाडी थांबली की निमूटपणे बाहेर पडायचं. लोक जमले असतील तर माईकपुढे उभे राहून नसतील तर त्यांची वाट पाहत जीपमध्ये-दुकानात-किंवा हॉटेलमध्ये चिडीचीप गप्प बसून राहायचे आणि गर्दीची वर्दी आली की भाषण करायचे. उत्साही कार्यकर्त्यांबरोबर संभाषण करण्याची अजिबात इच्छा नव्हती. संबंध दिवस उन्हात होलपटलो होतो. धुळीने माखला गेलो होतो. स्वत:ची, स्वत:च्या कपड्यांची शिसारी येत होती. पण इतरांच्याकडे पाहिले की मग बरे वाटे. त्यांचा अवर्णनीय उत्साह पाहिला की मग स्वत:चीच लाज वाटे. सर्वांचीच अवस्था 'ब्रह्मानंदी लागली टाळी, कोण देहाते सांभाळी' अशीच होती. डावप्रतिडाव, खऱ्याखोट्या भाषणांची प्रशंसा, इतरांपेक्षा आपल्या सभेला जास्त गर्दी कशी झाली यावर चर्चा, गावात गेल्यावर कोणाला गटवायचे याची गुप्त विचक्षणा या साऱ्यांच्या मी अतीत झालो होतो.

माझे आयुष्य शहरात गेलेले. वेळकाळ या साऱ्या गोष्टींना जो शहरात अर्थ आहे त्याचा सुतरामसुद्धा मागमूस या ग्रामीण दुनियेला नव्हता. दुपारी चारची सभा रात्री दहाला झाली तरी चाले. मी शहरातला-तेव्हा मी शहाणा आहे असे ते खरेच समजत होते, की बेरकीपणाने दाखवीत होते हे कळायला मार्ग नव्हता. परंतु ही सर्व मंडळी माझ्यापेक्षा सर्वच बाबतींत शहाणी व तयार आहेत हे मला केव्हाच कळून चुकलं होते. आरंभी आरंभी काही सभांत मी तर्कशुद्ध बोलण्याचा प्रयत्न केला. परंतु ते शहरी वक्तृत्व येथे निरर्थक आहे हे ध्यानात यायला वेळ लागला नाही. मग मी परमेश्वराचे स्मरण केले. द. मा. मिरासदार, शंकर पाटील, व्यंकटेश माडगूळकर आदी ग्रामीण लेखकांना शरण गेलो. जमतील तेवढ्या शिव्या आठवल्या. जवळपासच्या विरोधी पुढाऱ्यांचे चारित्र्यहनन करण्यासाठी काही किस्से तयार केले. अधूनमधून शिवाजी महाराज, संतांची भूमी, या देशाचा खरा स्वामी शेतकरी वगैरे गोष्टींची मी व्याख्यानात तरतूद केली. जमलेल्या माणसांच्या संख्येनुसार व्याख्यानाची शब्दसंख्या ठरवली. खरे तर या भूमीत मी अत्यंत निरुपयोगी वक्ता होतो. पण हे फक्त मलाच समजले

होते.

समोरच्या श्रोत्यांत निम्म्याहून अधिक कालवा करणारी मुले असत. माझ्या व्याख्यानाइतकीच त्यांची भांडणेही रंगतदार असावीत. कुणीतरी गावातला दादा त्यांपैकी चार दोन कार्ट्यांना फडाफड मुस्काटात लगावीत असे. अशा तऱ्हेने शहरातल्या मुलांना मुस्काटात मारल्या असत्या तर शहरी पोरे झीटच येऊन पडली असती. मला वाटते, ग्रामीण मुलांना या गोष्टीची व्हिटॅमिन्स म्हणून गरज असावी. मी काय बोलतो आहे याला फारसे महत्त्व नव्हतेच. मी काहीही बोललो असतो तरी चालण्यासारखे होते. फक्त जनता पक्षाची सभा झाली याचा आनंद कार्यकर्त्यांच्या चेहऱ्यावर दिसला की झाले. 'एक गाव केले' एवढाच माझ्या या उरस्फोडीला अर्थ होता.

मी किती गावं हिंडलो आणि काय बोललो हे या सर्वभूती असलेल्या परमेश्वरालाच माहीत. कित्येक गावांत यापूर्वी मुळी कसल्याच सभा झालेल्या नव्हत्या. सभेत अधूनमधून टाळ्या, हशा, खसखसाट झाल्याशिवाय भाषण चालू तरी कसे ठेवायचे हेच कळत नव्हते. गेल्या लोकसभेच्या निवडणुकीतील गोष्ट निराळी होती. एक तर मनातून आलेला खराखुरा राग माझ्या मुखातून व्यक्त होत होता. व्याख्यानासाठी निवडलेली गावे निदान तालुका पातळीची होती. काँग्रेसविरोधी वक्तृत्वे त्या वेळेस लोक प्रथमच ऐकत होते. त्या वेळचे काँग्रेस पुढारी रोज इतकी नवनवी मजेदार वक्तव्ये करीत, की त्यांची टर उडविणे हेच व्याख्यानांचे विषय होते. मुख्य म्हणजे इंदिरा गांधी या एक विषवत वाटणाऱ्या नावाचा उच्चार वक्त्यांच्या आणि श्रोत्यांच्या भावना उचंबळविण्यास पुरेसा होता. आज काँग्रेसजवळ कोणी वक्तेच नाहीत म्हणून पोरकट व्याख्यानेही होत नव्हती. आम्ही तरी काय करावे-अन् काय बोलावे बरे! त्याच त्या काँग्रेसवाल्यांच्या भाषणातून टीका करायला काही नवे मुद्देच मिळत नव्हते. वक्त्यांची पंचाईत झालेली होती. अगदी ग्रामीण भागात लोकशाही, समाजवाद, व्यक्तिस्वातंत्र्य या शब्दप्रयोगांनाही फारसा अर्थ नव्हता.

कित्येक गावांत आम्ही गेल्यावर गावचे शेतकरी निवांतपणे समोरच्या धुळीत येऊन बसायचे. त्यांच्या चेहऱ्याकडे पाहिले की दगडासमोर आळवणी करणाऱ्या पुजाऱ्यासारखी माझी स्थिती होई. त्यांना हलविण्यास फार कष्ट पडत. आमच्या एका सभेला सोलापूरचे रंगा वैद्य होते. समोर दहा वीस हजारांचा श्रोतृसमुदाय आहे अशा थाटात ते खरोखरच तळमळीने आक्रमक भाषण करीत होते. आव्हाने देत होते. ते इतके रंगात आले होते की त्यांच्या हातवाऱ्यांच्या

टप्प्यात सभेचे अध्यक्ष सरपंच यांची टोपी आली, आणि ती टोपी बघता बघता समोरच्या पोरांच्या घोळक्यात उडून गेली. बऱ्याचशा पोरांच्या हशानंतर ती टोपी परत एकदा सरपंचाच्या डोक्यावर येऊन बसली. तरी पण सरपंचाची हौस इतकी दांडगी, की ते बाजूलाही सरकून बसेनात आणि रंगा वैद्यांची हाताची तलवारही थांबेना. बहुश: या सरपंचाच्या एकदा थोबाडीत बसणार अशी मागे बसलेल्या मला आणि द. मा. मिरासदारांना भीती वाटली. खरे तर वैद्यांना माईकची गरजच नव्हती. एवढ्यात स्टेज खचले. रंगा वैद्य भूमिगत होण्याची शक्यता निर्माण झाली. परंतु व्याख्यानाचा आवेश कोठेही कमी न करता वैद्यांनी बाजूला सरकून आपले भाषण चालू ठेवले. स्टेज कोसळलेच तर आपण सुरक्षित राहावे एवढ्यासाठी मागे बसलेले आम्ही सर्व जण तिरके झालेले मोठे टेबल घट्ट धरून बसलो, केवळ सुरक्षा म्हणून.

ग्रामीण सभेत कसे बोलावे याचा रंगा वैद्यांनी एक वस्तुपाठच दिला. वक्त्याने श्रोतृसमुदायासाठी बोलायचे नसून स्वत:साठी बोलायचे असते आणि ऐतिहासिक नाटकातील शिवाजीचा रोल सदैव करायचा असतो, हे मी पक्के ध्यानात ठेवले. त्यांनतरची व्याख्याने अर्थातच रंगली. फक्त अध्यक्षांच्या टोप्या तेवढ्या मी सांभाळल्या.

हातात माईक घेऊन बोलणं हा आणखी एक प्रकार खेड्यातल्या सभेत करावा लागतो. त्यामुळे हातवाऱ्यांवर आपोआपच नियंत्रण येते. कारण माईक व तोंड याची फारकत होते. माईकवाला सावधगिरीच्या सूचना वारंवार देतच असतो. सभास्थानी तांब्याभांडे ठेवावे असे आधी सांगितले तरीसुद्धा पाणी मिळविणे हेही एक खडतर काम असते. बहुश: ते तांब्याभांडे गायब होण्याची भीती असावी. वक्त्यांचा परिचय करून देण्याचा कार्यक्रम मोठ्या हौसेने स्थानिक लोक करीत असतात. माझ्या नावावर बरीच वृत्तपत्रे निघत असावीत हाही एक नवा शोध या सभांतून मला लागला. पण त्याचे कारण या गावात जे वृत्तपत्र येत असे त्याच्याशी माझा संबंध जोडून देण्यावाचून परिचयकर्त्याला गत्यंतर नसे. कारण 'सोबत' वाचले जाण्याची शक्यता ज्या गावात नाही अशा गावांतून मला फिरविले गेले होते. गावोगाव नंदीबैल घेऊन जाऊन लोकांची करमणूक करणारे लोक असतात. त्यांच्यात आणि माझ्यात फारसा फरक नव्हता. शहरातून एक वक्ता आणला एवढीच मौज कार्यकर्त्यांना वाटत होती. माझाही उत्साह अवर्णनीय होता. मी त्यांच्या खेळात सामील झालो होतो.

तीस वर्षे झाली. या देशात स्वातंत्र्य आले असे म्हणतात. आम्ही गेलो

त्या भागात निदान जीप तरी जात होती. पण या देशात अशी कित्येक खेडी असतील की जेथे विनोबा वाहनाशिवाय अन्य वाहन जाऊ शकत नसेल. पिण्याचे पाणी मिळविणे हा मोठाच उद्योग पुष्कळ गावांत करावा लागतो. बाग-बगिचे, पुतळे, पंचतारांकित हॉटेल्स, बार्स, स्काय स्क्रेपर्स, क्रीडांगणे, रेल्वे, बसेस, गाड्या हे सारे संस्कृतीचे चिन्ह असेल तर ती संस्कृती अजून तरी शहरातल्या डांबरी रस्त्यांवरच उभी आहे. ऐंशी टक्के लोकांच्या मतांवर आमची लोकशाही उभी आहे. त्यांचा राष्ट्रप्रमुख एक कोट रुपये खर्च करीत सहाशे एकरांच्या प्रचंड आलिशान वातानुकूल निवासस्थानात राहतो. तेथे केवळ एका छोट्याशा भोजनासाठी काही सहस्त्र प्रतिरात्री खर्च होतात. परदेशी पाहुण्यांसाठी कमनीय देहाच्या स्त्रियांच्या नृत्याद्वारे सांस्कृतिक कार्यक्रम होतात. संस्कृती हीसुद्धा पैशाशिवाय रंगत नाही आणि तो पैसाही स्वत: मिळवायचा नसतो; कारण स्वत: कष्ट करून मिळविलेल्या पैशाला घामाची घाण येते.

अशा या धूळभरल्या खेड्यांतून जनता राज्य यावे या आक्रोशासाठी आम्ही खुळी मंडळी शक्ती वाया घालवत होतो. जनता पक्षाचे राज्य उद्या खरोखरीच आले तर या गावांतील धूळ नष्ट होईल का? एखाद्या बॉम्बवर्षावात सापडल्यासारखी पडझड झालेली घरे पुन्हा उभी राहतील का? या गावात धुळीत हिंडणाऱ्या अर्धनग्न मुलांना कधी चांगले कपडे लाभतील का? नाही म्हटले तरी ही सारी गावे कोणा तरी दादाच्या दबावाखाली असतात. आता फार तर एका दादाऐवजी तसे दोन दादा निर्माण होतील. पाकिस्तानचे आपण काहीच वाकडे करू शकलो नाही, पण आपल्याला पाकिस्तानचे दोन तुकडे झाल्यामुळे जसा आनंद झाला तसाच काहीसा प्रकार ग्रामीण नेतृत्वाच्या बाबतीत होणार. गावातील नेतृत्वाचे तुकडे पडतील एवढेच.

बहुतेक सर्व गावांत काँग्रेस पक्षाचे दोन तट होते. त्यातला नाराज गट जनता पक्षात आला. खेडेगावांतील ही छोटी छोटी राज्ये तशी स्वतंत्र असतात. सार्वभौमसुद्धा असतात. शहरांपासून, शासकीय सुरक्षा यंत्रणेपासून अगदी दूर असतात. या राज्यांत काही बदल घडणार असेल तर या साऱ्या उरस्फोडीला काही अर्थ होईल. निवडणुका आल्या, की या दादांची मनधरणी करायची. ही मनधरणी करण्यात काही चुकले आहे असे कुणाला वाटत नाही. युद्ध सुरू झाले की जो तो सैन्य वाढविण्याच्या योजनेस लागतो. मग सैनिकांच्या चारित्र्याची कोणी चिकित्सा करीत नाही. युद्ध जिंकणे महत्त्वाचे असते. फक्त युद्ध कशासाठी जिंकायचे एवढाच प्रश्न अलगदपणे विसरला जातो.

ज्या भ्रष्ट काँग्रेसविरुद्ध जनसंघ अन् समाजवादी गेली तीस वर्षे जिवाच्या आकांताने लढा देत आहेत, तेच पक्ष, जनता पक्षात, याच काँग्रेसवाल्यांच्या खांद्याला खांदा लावून उर्वरित काँग्रेसवाल्यांच्या विनाशासाठी धडपडत आहेत. गमतीची गोष्ट अशी की केवळ मध्यवर्ती मंत्रिमंडळातच नव्हे, तर अगदी खेड्यापाड्यांतसुद्धा अजूनही पूर्वाश्रमीच्या काँग्रेसवाल्यांचेच प्रभुत्व आहे.

दोन वर्षांपूर्वी या खेड्यापाड्यांत मी आलो असतो तर मला या गावात जेवणखाण तर राहोच, पण प्यायला पाणीसुद्धा मिळाले नसते. कारण आल्या पावलीच मला पिटाळून लावण्यात या गावातील प्रमुखांनी पुढाकार घेतला असता. त्याच गावात आज आमचे स्वागत होते, सभा होतात. भोजनाचा आग्रह होतो. काँग्रेसवाले सुधारले आहेत की काँग्रेस विरोधक बिघडले आहेत, काही कळत नाही. कोण कोणाविरूद्ध लढते आहे याचा गोंधळ डोक्यात चालू असतानाच आवाज उंच करून गर्जना उठते आहे. 'जनतेचे राज्य आले पाहिजे!' जनतेचे राज्य म्हणजे नेमके काय, हे नापुढाऱ्यांना माहीत नाही आमच्यासारख्या अर्धवट प्रचारकांना माहीत आणि जनतेला तर हे माहीत असण्याचे कारणच नाही.

धुळीत राहणाऱ्यांना आम्ही आकाशाची स्वप्ने देतो. आकाशात राहणाऱ्यांना आम्ही अज्ञाताची स्वप्ने देतो आणि जे अज्ञातात केव्हाच निघून गेले आहेत त्यांची आम्ही एकटे असताना मुसमुसून समजूत घालण्याचा प्रयत्न करतो. रडायला ज्यांच्याजवळ अश्रू नाहीत त्यांचे अश्रू आम्ही पुसतो आहोत. समाधान एवढेच आहे की निगरगट्टांना पुन्हा एकदा धुळीत नेऊन त्यांचे दुर्मीळ अश्रू पाहण्याची आम्हांला आज हिंमत होते आहे. ठीक आहे, काहीच नसण्यापेक्षा हे तूर्त पुरेसे आहे.

हा देश भूमिपुत्रांचा आहे हे सांगताना शब्द कसे छान छान सुचतात. वेदांतील भूमिसूक्ते आठवतात. सस्यश्यामल धरित्री आठवते. घामाने पिकलेले पीत धनधान्य आठवते. त्या वेळेस फक्त आठवायचे नसतात समोरचे दीनवाणे शेतकरी - ज्यांची दु:खे हे तर आमचे भांडवल आहे. आमचे शस्त्र आहे.

आणि आपली शस्त्रे का कोणी विकून टाकतो?

- ० -

रात्र आहे, म्हणून बरेय...

निसर्गाने काळाचे दोन सरळ सरळ भाग पाडून टाकले आहेत. बाकी सर्व कालवेध, पळे, घटका, तिथी-मास-वर्ष ही केवळ माणसाने सोईसाठी केलेली विभागणी आहे. काळाची खरी नैसर्गिक विभागणी म्हणजे दिवस आणि रात्र! भक्ष्य मिळविण्यासाठी दिवस आणि विश्रांतीसाठी रात्र! कृत्रिम प्रकाश निर्माण झाले पण सूर्याची किंवा चंद्राची ऐट त्याला नाही. दिवसाची रात्र किंवा रात्रीचा दिवस करण्यासाठी माणसाने यत्न केला पण तोही तकलादू. कामगार रात्रपाळ्या करतात, यंत्रे चालवितात. परंतु रात्रपाळीला काम कमी द्यावे असे आपण का मानतो? वास्तविक विश्रांती काय अंधाऱ्या खोलीत केव्हाही घेता येते. पण तसे होत नाही. माणसाची उमेद आणि शरीरशक्ती सूर्यप्रकाशात जेवढ्या उत्साहाने काम करू शकते तेवढी काही रात्री करू शकत नाही.

रात्री काम करणे हे अनैसर्गिक आहे, पण अपरिहार्य आहे हे माणसाला जाणवते. पूर्व रात्रीचा काही भाग माणसाने अलीकडे चोरून घेतला आहे. नाटके, चित्रपट, खेळ, आमोद-प्रमोद यांसाठी पूर्वरात्र आपल्याला हवी असते. तेवढ्याकरता आपण प्रकाशाचा आभास निर्माण करतो. रात्रीच्या मंद प्रकाशात माणसाचं औदार्य जागं होते, रसिकता जागी होते, कवित्व जागं होते आणि स्वप्नंसुद्धा हळूच येऊन पापण्यांतून डोकावून जातात. जिथे चोवीस तास सूर्यप्रकाश असेल, म्हणजे जिथे रात्रच नसेल, अशा तऱ्हेचे आयुष्य मला समजूनच घेता येत नाही. उत्तर ध्रुवावर सहा महिने रात्र आणि सहा महिने दिवस असतो असे म्हणतात. त्या सहा-सहा महिन्यांच्या दिवस वा रात्रीला कंटाळून मनुष्यजात सरकत सरकत विषववृत्ताकडेच

उतरत आली असावी.

रात्री झडणाऱ्या मित्रांच्या मैफिलीत मी कधी गाण्याचं धारिष्ट करतो तेव्हा आपण बडे गुलाम अली खाँ किंवा किशोरकुमार यांच्यापेक्षा अधिक चांगले गायक आहोत असेसुद्धा वाटते! केवळ त्यांना संधी मिळाली आणि आपल्याला नाही एवढाच फरक. माझे मित्र उदार असतील किंवा रात्रीनं त्यांना उदार केलं असेल, तरीसुद्धा मला मुक्त गाण्याचं धारिष्ट्य कसे होते? सकाळी साधं गुणगुण्याचंसुद्धा धैर्य मला दाखवता येत नाही! रात्री एखादी चांगलीशी कल्पना डोक्यात यावी आणि आपोआपच कवितांचे चरण सुचावेत असे तर नेहमीच घडतं!

त्या वेळचा माझा उत्साह अवर्णनीय असतो. त्या वेळेस मिळेल त्या कागदावर मी त्या कविता टिपून ठेवतो. अगदी सिगारेटच्या पाकिटावरसुद्धा! मग सकाळी सिगारेटचं पाकीट संपलं की ते बिनदिक्कतपणे डस्टबिनमध्ये टाकतो. कारण माझीच कविता वाचण्याचं मला सकाळी धारिष्ट्य उरलेलं नसते.

हे असे का बरे होते? म्हणजे माझी कविता खरोखरीच इतकी वाईट होती का, की रात्रीच्या गूढ अंधकारात शब्दांनी आपले कुरूपपण लपवून ठेवले होते? असेच काहीतरी असले पाहिजे. सकाळच्या धगधगीत प्रकाशात शब्दांची केविलवाणी लक्तरं बघवत नाहीत. मला वाटते, कितीतरी शब्द रात्रीच्या अंधारात असेच नष्ट होत असतील. पण ते अगोदर निर्माण होतात हेच त्यांचं अप्रूप आहे, नाही का?

रात्री नको असणारी माणसेसुद्धा आपण सहन करू शकतो. स्वतःबद्दल फाजील बडबड करणारा एखादा माणूस अनपेक्षितपणे एखाद्या पार्टीत येऊन धडकतो. आपल्या लक्षात येते की सारी मौज हा दुष्ट आणि मठ्ठ माणूस नष्ट करून टाकणार. आपल्याला झगडा नको असतो म्हणून आपण त्याला सहन करण्याचा प्रयत्न करतो. बहुतेक वेळा आपण त्यात यशस्वी होतो. मंद धूसर दिव्याच्या प्रकाशात त्याचे नकोसे शब्द पुष्कळच सौम्य होऊन कानांवर येतात. रात्र अशा मैफिली सांभाळून नेते. वेळेवर मैफिलीला न येणारे गायक, केवळ रात्रीच्या वत्सल अस्तित्वामुळेच सहन केले जातात. चित्रपट किंवा नाटक चांगले असो किंवा नसो; आपण त्यातून चांगले काय असेल ते ग्रहण करण्यास उत्सुक असतो. स्त्रियांचं कुरूपपण, पुरुषांचे गबाळेपण, हे सारे रात्र लपवू शकते.

सर्वसामान्य माणसांचे संसार ही रात्र सुंदर करते. प्रत्येक स्त्री काही रती नसते, पण रात्र मात्र क्षणभरापुरतं का होईना प्रत्येक स्त्रीला सौंदर्य बहाल करते. भिंतीचा मळकटपणा लोपून जातो. कपड्यांची ठिगळे जाणवत नाहीत. रात्र

एखाद्या यक्षिणीप्रमाणे सर्वांची रूपे पालटून टाकते. निष्पर्ण वृक्षालाही ती सौंदर्य बहाल करते. म्हणून तर सारे जण या यक्षिणीची प्रतीक्षा करतात!

माझा एक लेखक-मित्र आहे. तो नेहमी बायकांबद्दल बोलत असतो. देहाचा व्यापार करणाऱ्या अनेक स्त्रियांशी त्याची सलगी आहे. तो त्यांचे अनेक किस्से मैफल जमली की सांगू लागतो, कधी कधी त्याला थांबवून असे विचारावंसं वाटते, "बाबा रे! या घाणेरड्या, रोगट आणि कुरूप जगात तुझ्यासारखा अस्सल रसिक रमतो तरी कसा?" पण मला माहीत आहे, त्याचे उत्तर सोपे असते. आधीच चवताळलेली रात्र, त्यात मद्यानं आणलेली झिंग, त्याच्या जोडीला अंग-प्रत्यंगांचा फुलोरा, पानाचा रंग, सुरांचे विळखे आणि स्त्रियांनी लावलेले आणि रात्रीने लपवलेले रंग-या साऱ्या रंगबहारात माझा मित्र हरवून जातो. जे सकाळच्या प्रहरात नुसतं पाहणंसुद्धा शक्य नाही, ते त्या बाजारी स्त्रीचं रूप एखाद्या चेटकिणीप्रमाणे त्याला भुलवून टाकतं. नाटकी असतील पण तिची आर्जवं, तिचा रुसवा, तिचे चीत्कार यामुळे त्याची निवडशक्ती बोथट होत असली पाहिजे. एरवी या अभद्र दुनियेत येणार कोण?

एखाद्या उत्तररात्री शब्दांना देखील काही निराळे गंध येतात. तेच मित्र, कदाचित तेच शब्द, कदाचित तेच स्थान; परंतु त्या मैफिलीत होणारे संभाषण आपले रंगरूपच बदलतं. जे सूर्यप्रकाशात आवेशानं सांगितलं जाते ते इथं नटवून, खुलवून, समजुतीच्या सुरात सांगितलं जाते. रात्रीच्या सोबतीत मैफिली रंगतात. मैत्री उंचावते आणि शब्दांचीसुद्धा फुले होतात. सुरांचे पूल बांधले जातात आणि फुलांचे गजरे बांधले जातात. न विसरण्याजोग्या आठवणींचे मोहळ जागे होऊ लागते.

माणसाला जे सौंदर्य कळतं ते पशुपक्ष्यांना कळत नाही, वृक्ष-वेलींना कळत नाही, दगड धोंड्यांनाही कळत नसावं! पण आपण तरी असे का म्हणावं? रात्रीची आपलीच भाषा जर आपल्याला दिवसा कळत नाही, तर वृक्षवल्लरींची किंवा पाखरांची भाषा आपल्याला कशावरून कळते? कुणास ठाऊक, रात्री वल्लरीसुद्धा वृक्षांना मिठ्या मारत असतील. पाखरंसुद्धा घरट्यांतून माना काढून शेजाऱ्यांशी गप्पा मारीत असतील. दिवसभराच्या उन्हात तापल्यामुळे डोंगरांवरची कातळेसुद्धा गप्पागोष्टी करत अस्तील. निदान त्या कातळांवर एकांतात आलेल्या एखाद्या युगलाचा 'शृंगारभोग' पाहत बसत असतील.

दिवसभर आपण मोजूनमापून आणि हिशेबाने पाऊल टाकत असतो. रात्रीच्या हिशेबात हातचे धरायचे राहून जातात. रत्री सोडविलेली गणितं सकाळी

अगदीच सुटेनाशी होतात. त्यांची उत्तरंसुद्धा अगदीच भलतीसलती येतात. पण म्हणून ती गणितं सोडवायचे आपण काही थांबवत नाही. रात्री केलेले मनसुबे सगळेच जर खरे झाले असते तर किती मज्जा आली असती. सगळीच्या सगळी दिलेली वचने खरी करता करता माणसाची फजिती उडाली असती.

मला वाटते, एवढ्यासाठीच रात्री केलेल्या कविता मीच स्वत: वाचत नसलो पाहिजे. किंबहुना मी करतो ते ठीकच आहे. एवढा विवेक जरी मी बाळगला तरी खूप झाले.

एखादे दिवशी पहाटे जाग आल्यानंतर खिडकीबाहेर डोकावून पाहिले की बाहेर असणारं लिंबोणीचं झाड सळसळ करीतच मला म्हणतं, ''मित्रा, कालच्या तुझ्या कविता ऐकल्या बरे का! फार छान होत्या, त्यातली एखादी म्हणून दाखव ना!''

अजून रात्र बाकी असते. कुठेकुठे अंधाराचे पुंजके खोळंबून उभे असतात. वाऱ्यांच्या झुळुकांची आणि सूर्यकिरणांची झटापट चालू असते. अशा वेळेला एखादा मोहवून टाकणारा, पाखरांचा सूरसुद्धा अलगद कानांवर येऊन थबकतो. रात्रीच्या मैफिलीतील राहिलेले रिकामे उष्टे प्याले अवघडत उभे असतात आणि एका चिठोऱ्यावर माझ्या कवितांचे चरणही मला उचलून घ्या अशी आर्जवे करीत असतात. पण सकाळची चाहूल मला लागलेली असते. सारी रसिकतेची निमंत्रणं मी झिडकारून लावतो आणि शेजारीण असलेल्या लिंबोणीला म्हणतो, ''सखे, आता नाही! रात्र होऊ दे! मग हळूच डोकाव खिडकीतून! आठवली तर कालची कविता तुझ्यासाठी गाईनसुद्धा! पण आता नाही. आपली भेट आता रात्री!''

- ० -

पुन्हा नवे गालिचे उलगडणारच आहेत.

पूर्वी पुष्कळदा मी खूप लवकर उठून सकाळी बाहेर पडत असे. दिवसेंदिवस सकाळी लवकर उठणाऱ्यांची संख्या कमी कमी होत गेल्यामुळे आता सकाळी कुणाकडे गेले तर ते घर अजून जागेच व्हायचे असते. मग मोठ्या नाइलाजाने मी आलोच आहे म्हणून तात्पुरती आवराआवर करून माझे नाइलाजाने स्वागत केले जाते. अलीकडे तर मी हे धाडस करीतच नाही. कारण आता तर फॅक्टरीला जाणारे किंवा पेन्शनर सोडले तर पहाटे उठणाऱ्या व्यक्तींची संख्या कमी झाली आहे. लहान मुलांची शाळा सकाळी असलीच तर मुलांना सकाळी शाळेत पोचवून येणाऱ्या आया परत निद्रिस्त झालेल्या मला माहीत आहेत. नाइलाजाने सकाळी ज्यांना लवकर उठावे लागते, ती मंडळी सोडली तर आता सकाळी लवकर उठणे हे दुर्मीळ होत चालले आहे. आपले दिनक्रमही आता बदललेले आहेत. पूर्वी संध्याकाळी ८-८॥ वाजता जेवण आटोपून लोक निवांतपणे झोपी जात. पण आता टी.व्ही., रेडिओ, सिनेमा, नाटके, सार्वजनिक उत्सवाच्या नावाखाली चालणारा शेजारचा गोंगाट, रात्रपाळीहून परतणाऱ्या लोकांची वर्दळ, यांमुळे निवांतपणा मिळण्यासाठीच रात्रीचे ११-१२ वाजतात. तेव्हा सकाळी लवकर उठण्याची शक्यताच संपत चाललेली आहे. शिवाय लवकर उठून तरी करायचे काय? सकाळी लवकर उठून देवधर्म करणाऱ्यांची संख्याही आता कमी झाली आहे. फिरायला जावे म्हटले तर चहुबाजूंनी वस्तीच वस्ती दिसते. त्यामुळे सकाळचे उठणे हा योग प्रवासाच्या निमित्तानेच येत असतो. शहरातले जीवन यांत्रिक होत चालले आहे. ज्यांना सकाळी लवकर कामावरच जावे लागते ते गजर

लावून सकाळी लवकर उठतात, घाईगर्दीने आन्हिक आटोपतात आणि नीजभरल्या डोळ्यांनी आपल्या कामाच्या दिशेने प्रस्थान ठेवतात.

शहरातली पहाट आता दुधासाठी, कामावर जाणाऱ्या वाहनांच्या आवाजासाठी किंवा पाणी भरण्यासाठी उगवत असते. शिवाय दुबार शाळा भरत असल्यामुळे काही मुलांना सहाच्या आत अंथरुणातून ओढून काढावे लागते. म्हणूनही काही आयांना पहाटे उठावे लागते. आता पहाटेची काकडआरती ही केवळ पुजाऱ्यांसाठी किंवा गुरवांसाठी करण्याची पाळी आली आहे. 'उगवणाऱ्या सूर्याला वंदन करावे' ह्या संस्कृतीचा आता लोप झाला आहे. त्याऐवजी उगवणाऱ्या सत्तेला अभिवादन करावे अशी नवी संस्कृती उगम पावते आहे.

सुदैवाने मला कुठे नोकरीवर जायचे नसते किंवा देवधर्मही करायचा नसतो. पहाटे उठण्याची मला सवयच आहे म्हणून मला पहाटे जाग येते. अंथरुणावर लोळत राहणे आवडत नसल्यामुळे मी अंथरूण गुंडाळून ठेवतो. आणि उगीचच घरभर येरझाऱ्या घालीत असतो. घरातली माणसे तर झोपलेलीच असतात. त्यांना त्रास द्यावा असे मला वाटत नाही म्हणून असेल कदाचित. सकाळचे दोन-तीन तास भरल्या घरात मला एकांत मिळतो. पूर्वी मी स्वत:च लिहीत असे तेव्हा प्रश्नच नव्हता. माझे काम आटोपून मी ७-८ वाजेपर्यंत बाहेर फिरायला मोकळा होत होतो. आता मी मजकूर लिहून घेतो आणि सकाळची वेळ हीच त्याला उपयुक्त असल्यामुळे माझी सारी सकाळ त्या कामात खर्ची पडते. एरवी कित्येकदा मी पुण्याच्या सर्व दिशांना गाडी काढून हिंडायला जात असे. एखाद्या टेकडीवर चढून बसत असे. उगवणारा सूर्य पाहताना वेगवेगळ्या नित्यपरी असा चमत्कार पाहून कोणी मनातून हरखून जातो. दवाने टवटवीत झालेली झाडे पाहून आतून बाहेरून पाहणारा फुलून येतो. थंडीच्या दिवसांत तर तलम असे धवल वस्त्र पांघरून सारी नगरी झोपी गेलेली असते. मुसळधार पाऊस पुण्यात क्वचित पडतो. भुरभुरणारा पाऊस म्हणजे सुखाचे थबकणारे थेंब असे त्या काळात वाटते. वाऱ्याच्या मंद झुळुका सारे चैतन्य आणून आपल्याला संजीवनी देतात. सारे जगच नुकतं जागं झालेलं, त्यामुळे पाखरं, झाडे-झुडपे एवढेच कशाला पण लहानमोठ्या टेकड्यासुद्धा चक्क माणसांशी बोलत असतात आणि त्यांची भाषा आपल्याला समजत असते. कधी कधी ती विचारते, ''आज काय विचार आहे?'' तेव्हा कोणी ऐकत नसल्यामुळे नि:संकोचपणे आपण आपले मनसुबे त्यांना सांगू शकतो. त्यातले कित्येक मनसुबे प्रत्यक्षात आले नाहीत तरी चालतात. आपण आहोत त्यापेक्षा मोठे करण्याची किमया त्या

मनोरथांना होते.

अलीकडे तसे काही होत नाही. म्हणून माझे मनोरथ माझ्या मनातच राहतात. बंद खोलीत बसून केलेली स्वप्ने त्याम नाने खुजीच असतात. अनंत आकाशाखाली आणि वसुधेच्या प्रचंड पसाऱ्यात मांडलेले मनोगतांचे डाव मोठमोठ्या सारीपाटाची मागणी करतात. त्यातून किलकिल्या डोळ्यांनी पाहणारा सूर्य, विझणाऱ्या तारका, पंख साफ करणारे पक्षी आणि तरारणारी झाडे झुडपे-यांची संगत असली की मग मनही मोठे करता येते. आपल्या हातांच्या कवेत येणार नाहीत अशा कल्पना सुचत राहतात. एरवी अगदी लहानसहान प्रश्नांत आपण अडकलेले असतो, आणि त्यांचीही उत्तरे आपल्याला शोधता येत नाहीत. कारण प्रश्न जसे लहान तसे प्रश्न सोडवणारे मनसुद्धा लहान असते. पण जेव्हा विशाल अशा मंडपाखाली बसून भव्य कल्पना सुचू लागतात तेव्हा त्यांना उत्तरे देण्याजोगे मनही मोठे होऊ पाहते.

एक तर कालचा दिवस रात्रीने गिळून टाकलेला असतो. कालच्या जीवनातली कटुता शांत अशा निद्रेने विझवून टाकलेली असते. आपल्या मनाचे व्यापार थांबविण्याची निसर्गाची सोपी युक्ती म्हण जे गाढ निद्रा. जी समस्यांची टोके दिवसा टोचतात ती सारी रात्री बोथट झालेली असतात. गंभीर प्रश्नसुद्धा क्षुल्लक वाटायला लागतात. पहाटे तर त्याची नावनिशाणीही शिल्लक राहत नाही. मिटलेल्या कळ्या जशा उमलतात तशी मिटलेली स्वप्नेसुद्धा पहाटे उमलू लागतात. आजही क्वचित वेळा असा अनुभव येतो, नाही असे नाही. जे अगदी मुक्त हस्ताने विनामूल्य मिळते, ते नव्या दिवसाचे उगवते स्वप्न आपल्या लक्षात येण्यापूर्वीच, सूर्याने आपले कोवळे स्वरूप बदललेले असते. स्वप्नातून वास्तवात येण्याची वेळ झाली की कालचक्राची आठवण होऊ लागते. धूसर गोष्टी स्पष्ट होतात. अधांतरी पावले जमीन शोधू लागतात.

का कुणास ठाऊक, पण हे पहाटेचे बाहेर जाणे संपल्यापासून आपल्या पुष्कळशा गोष्टी हरवलेल्या आहेत हे माझ्या लक्षात आले आहे. वास्तविक माझ्या वयाचा किंवा आजाराचा ह्या गोष्टींशी संबंध नाही. ज्या विहिरींना जिवंत पाण्याचा झरा असतो त्या विहिरींचे वय कुणी लक्षात ठेवीत नाहीत. पण पाण्याचा ठणठणाट असलेल्या, अगदी कोऱ्या करकरीत, विहिरींकडेही कुणी जात नाही. तसा पावसाळ्यात निसर्ग नियमाने काही दिवस पाऊस पडतो. पण वाटेल तेव्हा पाऊस पडणारे प्रदेशही या जगात आहेत. हव्या त्या ऋतूत हवी ती फुले ह्या प्रदेशात फुलतात. शस्त्रांशिवाय युद्धे खेळता येतात आणि ती पुढे

पुन्हा नवे गालिचे उलगडणारच आहेत. / १७७

जिंकताही येतात. आपल्याला हवी असणारी सुखे इथे ओरबाडून घ्यावी लागत नाहीत, तर कल्पवृक्षाच्या छायेखाली बसल्यामुळे हवी ती सुखे आपल्यासमोर उभी राहतात. जिच्यावर आपले मन जडलेलं असते (पण जिला बिचारीला त्याची काहीच कल्पना नसते आणि जी सुखासमाधानाने दूरदेशी कुठेतरी आपला संसार करीत असते, अशी) ती आपली जिव्हारी जाऊन बसलेली मैत्रीण चक्क आपल्यासमोर येऊन बसते. जुन्या गोष्टी बोलते आणि आपले मन तुझ्यात गुंतलं होते असे जेव्हा म्हणजे तेव्हा आपल्या मनातली सारी किल्मिषे नाहीशी होतात. मग तिच्या मुलाबाळांची आपण चौकशी करतो आणि तिच्या नवऱ्याबद्दलसुद्धा आपुलकीने विचारपूस करतो. कधी कधी आपल्या मनात एखादे घर बांधायचे असते आणि ते बांधून होणे जवळपास अशक्य असते. आपल्याजवळ जेव्हा हजार रुपये जमतात तेव्हा जागेची किंमत पाच हजार असते. जेव्हा आपण प्रयत्नपूर्वक पाच हजार रुपये जमवतो तेव्हा जागांच्या किंमती पंचवीस हजार झालेल्या असतात. असा हा पाठशिवणीचा खेळ चालूच असतो. एवढ्यात आपला एखादा मुलगा मिळवता होतो. वास्तविक, त्याचा संसार वाढणार असतो आणि त्यांच्या स्वप्नांच्या पाठशिवणीचा खेळ चालूच राहणार असतो. पण ह्याचे भान आपल्याला सकाळी सकाळी येत नाही. आपले मन जागांचा शोध सुरू करू लागते आणि मध्यवस्तीत परंतु जरा आतल्या बाजूला असणारी एखादी जागा आपण पक्कीसुद्धा करून टाकतो. तिथे मग हळूहळू घर बांधले जायला लागते. विटांचे, कौलारू छपरांचे आणि हव्या त्या शेजाऱ्यांच्या परिसरात. त्यात मग स्वतंत्र देवघर, आपल्यासाठी आणि आपल्या बायकोसाठी स्वतंत्र खोली; आणखीनही काही गोष्टींची आखणी सुरू होते. संसाराचे धक्के खाऊन उतार वयाला लागलेली बायको त्यात पुन्हा एकदा तरुण झालेली असते. अंतरपाटापलीकडून पाहणारे तिचे डोळे, पहिल्या रात्रीच्या स्पर्शाने थरारलेली तिची गात्रे, पहिल्या गर्भभाराने सुस्तावलेला तिचा देह-अशी एकामागोमाग एक आपल्या सहजीवनाची चित्रे डोळ्यांसमोर येऊ लागतात. इतके दिवस नुसत्या घरांची स्वप्ने आपण पाहिली ते घर प्रत्यक्ष सजीव झाल्यासारखे वाटते. इमारतीच्या कॉंट्रॅक्टरला आपण बजावून सांगत असतो की बाथरूम मोठी करा बरे का. खरे तर आता त्या मोठ्या बाथरूमचा काहीही उपयोग नसतो. पाडव्याच्या दिवशी सर्वांसमक्ष बायको अंगाला तेल लावून आंघोळ घालते एवढा प्रसंग सोडला, तर गॅसवर किंवा स्टोव्हवर तापलेल्या पातेलेभर पाण्यात आपली अंघोळ पुरी होत असते. आता स्वतःचे घर बांधायचे तर मग कद्रूपणा करून उपयोग नाही. सगळे

कसे प्रशस्त, लखलखीत आणि स्वच्छ पाहिजे.

पूर्वी पुस्तके वाचावीशी वाटली तर कुणाकडून मागून आणावी लागत किंवा फार तर लायब्ररीत वर्गणी भरून आणावी लागत. पण आता तसा प्रसंग येणार नाही. पूर्वी पुस्तक वाचून पूर्ण होण्याच्या आतच परत करावे लागे. आता मुळी काही पुस्तके विकतच घ्यायची आणि मग जमेल तशी वाचायची. कपड्यांच्या बाबतीत तर मनासारखे कपडे कधी घेताच आले नाहीत. प्रथम आईवडील काय म्हणतील ही भीती, म्हणून चटपटीत कपडे घेता आले नाहीत. मग ऑफिसमध्ये असल्या कपड्यांचा उपयोग काय म्हणून कपडे कधी घेऊन झाले नाहीत. पावसाळ्यात कपडे वाळायचे नाहीत. मग त्यातल्या त्यात सुकलेला कपडा घालून बाहेर पडायला लागायचे. आता या बाबतीत काही हयगय करायची नाही. आता या वयात रंगीबेरंगी कपडे घातले तर लोक हसतील. पण हसले तर हसले. आम्ही काय कधी चांगले कपडे घालूच नयेत की काय?

बसल्याबसल्या मनोरथाचे एकेक रंग ओघळत पायापर्यंत येतात तोपर्यंत कोवळी सकाळ जून झालेली असते आणि मग पायांत असलेले कृत्रिम बळ जमिनीत झिरपून गेलेले असते. स्वप्नांचे वास्तव झाले की नेहमीच गडद रंग फिके होतात. हवेचे तापमान वाढते. मनाच्या भिंती संकोचत मन एखाद्या ठिपक्यासारखे होते आणि सारी स्वप्ने तेथून मिसळून हळूहळू हवेत विरघळून जातात. पण आता या घटनेचे दुःख वाटत नाही. स्वप्ने करण्याची आणि हरवण्याची आता सवय झालेली असते आणि शिवाय उद्या पहाटे पुन्हा नवीन गालिचे उलगडणारच आहेत. त्यांवरून आपल्याला चालायचेच आहे. प्रश्न काही तासांचा आहे. एवढा हा काळ निभवून नेला, की रात्र ही येणारच आहे. अंथरुणाला पाठ लावली की डोळ्यांत आपोआप झोप गोळा होणारच आहे. बायको काहीतरी सांगत असते, तिचे शब्द हळूहळू ऐकू येईनासे होतात. तिचा ओळखीचा हात कधी मस्तकावरून किंवा कधी पायांवरून फिरत असतानाच झोप कधी आली हे कळणारही नाही आणि मग पुन्हा पहाट. एका तमोयुगाचा अस्त होऊन नवे सुवर्णयुग उगवणार आहे. ताजा टवटवीत कोवळा सूर्य पूर्वेकडे येणार असतो तेव्हा डोळे किलकिले होऊ लागतात. एखादे पाखरू त्या डोंगरमाथ्याचे निमंत्रण घेऊन कडीपाटावर चिवूचिवू लागते. घरातल्या झोपलेल्या जगाकडे पाठ फिरवून मी डोंगराच्या दिशेने निघालेला असतो.

- ० -

ही पाखरं येतात तरी कुठून?

एक दिवस अचानकपणे आपल्या परिसरात वेगवेगळे रंगीबेरंगी पक्षी दिसू लागतात. लहान-मोठ्या आकारांचे वा वेगवेगळ्या रंगांचे असे हे मजेदार पाहुणे अचानक आल्हाददायक आगमन करतात. त्यांचे वेगळेपण डोळ्यांना एकदम जाणवते. ते जसे येतात तसेच अकस्मात काही दिवसांनी निघूनही जातात. या पाखरांची नावं काय? ही कुठून येतात? याच दिशेनं का येतात? ठरावीक रस्त्यानेच ठरावीक मुक्कामाला कशी पोचतात? यांचे रस्ते चुकत कसे नाहीत याचं मला नेहमी आश्चर्य वाटते! अर्थात त्यांना काही उपजत प्रेरणा असतील किंवा घड्याळ आणि कॅलेंडर याहीपेक्षा अधिक नियमितपणे चालणारं वेगळंच घड्याळ त्यांना देवाने दिलेले असेल. कदाचित थंडीला चुकविण्यासाठी किंवा उष्णता टाळण्यासाठी त्यांना आपल्या वास्तव्याचे ठिकाण सोडून भटकणे भाग पडत असेल.

त्यांच्या उपजीविकेला पुरेसे भक्ष्य एका ठिकाणी मिळत नसल्यामुळेही त्यांना पंखयात्रा करावी लागत असेल. पण त्यांचे जे काही आडाखे असतील त्या आडाख्यांनुसार ही भ्रमंती चालू असते.

कदाचित नव्या भूमीचं निमंत्रण त्यांच्या पंखांना बळ आणत असेल. नव्याने पिकू लागलेली फळं आणि नव्याने जन्माला आलेल्या कृमी त्यांना हाक मारत असतील. कदाचित निळं आकाश आणि वाऱ्याच्या झुळुका त्यांच्या पंखांत उल्हास उत्पन्न करत असतील. एखाद्या लष्करी शिस्तीत, एखादा पाखरांचा थवा रेल्वेच्या टाईमटेबलपेक्षा अधिक नियमितपणानं आकाशात पाहिला की या पक्षिसृष्टीबद्दल माझे कुतूहल जागृत

होते.

ही सारी पाखरं येतात तरी कुठून?

मी अनेक यक्षभूमींचा आणि त्याचा संबंध जोडू लागतो. हिमालयाच्या उंच उंच शिखरांच्या आधाराने किंवा फेसाळणाऱ्या जलौघ्यांच्या सान्निध्यानं तमालवृक्षांच्या खांद्यांवर राहणारे हे पक्षी जर इकडे येत असतील तर मग त्यांच्याबरोबर एखादे वेळेस तीर्थयात्रेला गेलेल्या माझ्या वृद्ध मित्राला निरोपसुद्धा पाठवायला हरकत नाही. पोष्टाची पत्रं गहाळ होतात, रेल्वे अनियमितपणे चालते, भलत्याची पत्रे भलत्याला असा पोस्टखात्याचा हलगर्जीपणा असतो, तसे काही या पाखरांचे होणार नाही. कारण यांचा रस्ता ठरलेला, वेळापत्रक सुसूत्र तेव्हा गफलत व्हायचे कारण नाही. भटिंड्याला राहणारा बचनसिंग पोटासाठी १२ टनी ट्रक हाकीत हाकीत कर्नाटक-तामिळनाडूत कुठेतरी पोचलेला असतो. त्याचा ठिकाणा त्याच्या सहेलीला अज्ञात असतो. आपल्या सुग्रण सहेलीच्या आलू-मटर आणि परोठ्याची त्याला सय होत असते. आळस देताना उभारलेल्या तिच्या अंगोपांगांच्या आठवणीने बिचारा बैचेन होतो. अशा वेळेला परतीकडे निघालेल्या एखाद्या रंगीत पाखराला त्याने निरोप सांगितला किंवा आपला उग्र स्पर्श त्यांच्या पंखांना केला तर तो स्पर्श जसाच्या तसा त्याच्या सहेलीपर्यंत सहज पोहोचेल. आपला प्रियकर ज्या दिशेने गेला आहे त्या दिशेकडे लक्ष असणारी ती सहेली त्या पाखराला बोलावील. कलिदासाने मेघालासुद्धा दूत केलं पण मेघांची भाषा तर गडगडण्याची! त्यापेक्षा नृपश्रेष्ठ नलराजा अधिक रसिक! त्याने पक्षिराज हंसाला आपला दूत केलं. अनेक सांकेतिक गुप्त निरोप आकाशमार्गाने पक्षिगण वाहून नेत असतील.

पण हे पक्षी नेमके कुठून येत असतात हे माझ्यासारख्या अडाणी माणसाला माहीत नसल्यामुळे फार पंचाईत होते. काश्मीरमध्ये असलेल्या आपल्या मैत्रिणीला निरोप द्यायला जावं तर हे पक्षी नागालयामध्ये जाऊन निरोप सांगतील आणि एखादी नागा तरुणी गैरसमज करून घेईल. कधी तो फायद्याचा ठरेल तर कधी तिच्या रोषाला बळी पडावे लागेल. हे पक्षिगण कुणाला तरी निरोप सांगतील हे नक्की! पण कुणाला तरी निरोप देऊन काय उपयोग आहे? शिवाय त्यांची भाषा तरी आपल्याला कुठे कळते? नाहीतर आपण निरोप सांगावा एक आणि त्याने द्यावा भलताच. आली आफत!

माणसाला जे अडचणीचं वाटते ते पाखरांना वाटत नसेल. त्यांना प्रांताभिमान नाही, देशाभिमान नाही, माणसानं भलत्याच केलेल्या भूभागाच्या वाटण्या पाखरांना

कशा मंजूर असणार? या देशातून त्या देशात यायला आपल्याला भलतीच सव्यापसव्ये करावी लागतात. व्हिसा-पासपोर्ट! पाखरांचे बरेय! लहर आली की एखाद्या वृक्षावरून झेप घ्यावी आणि मन मानेल त्या दिशेने उडत जावं! आपण ज्यांना शत्रुराष्ट्र म्हणतो त्याही देशाच्या नदीकाठावर किंवा सरोवराच्या तीरावर खुशाल मुक्काम ठोकावा! कोण अडवणार!

ही पाखरं 'सब भूमी गोपालकी' या वैश्विक धर्माचे पालन करतात. त्यांच्यात कलह असतील. अगदी जीवघेणे कलहसुद्धा असतील, पण निदान आपल्याला ते ठाऊक नाहीत. प्रवासात पुढे कुणी जायचे, कुणी ओव्हरटेक करायचे- असली चमत्कारिक स्पर्धा ते करत नसावेत. फाजील उत्साही पाखरांना ते सरळ पुढे जायला रस्ता देत असतील. त्यामुळे त्यांच्यात धक्काबुक्की नाही, पंखांत पंख अडकवणे नाही - कळपाची शिस्त सांभाळली म्हणजे झाले.

हां, कळपाची शिस्त हे मात्र प्रकरण तिथे प्रामाणिकपणे पाळायला हवे! नाहीतर पक्षिसृष्टीत जगताच येणार नाही. या पक्ष्यांच्यामुळे आपण माणसांतसुद्धा वेगवेगळे 'पक्ष' निर्माण केले. पण पक्ष्यांची कळपाची शिस्त काही आपल्याला आली नाही. आपल्यासुद्धा लहर येते, की पक्ष्यांप्रमाणे आपणही कळप करून राहावं. कळपाचं संरक्षण आपल्याला हवे असते, पण कळपाची बंधनं मात्र नको असतात. म्हणून तर आपल्याला नक्की कुठे जायचे हे ठरविता येत नाही.

आपल्या परस्परांच्या दिशा ठरविण्याच्या भांडणांमध्ये कित्येकदा हिवाळ्यात जागच्या जागीच गारठून मरायची वेळ येते, तर कित्येकदा आपण आणखीन थंड प्रदेशात चुकून जाऊन पडतो. शहाण्या अनुभवी पक्ष्यांना आपण म्हातारडे वा निरुपयोगी ठरवतो. आम्ही हव्या त्या मार्गाने, हवे तसे जाणार असे मानवी पक्ष्यांनी ठरवलेय. पंख थकेपर्यंत उडत राहायचं, एवढेच आपल्याला ठरविता येते. कधी कधी एखादे पाखरू थकलं, की ते बिचारं एखाद्या निष्पर्ण वृक्षावर विसावतं आणि पाखरांचा थवा झेप घेऊन दिसेनासा होतो.

म्हणून वेळच्या वेळी येणाऱ्या, वेगवेगळे सुस्वर ध्वनी काढणाऱ्या, देशोदेशी भ्रमण करीत हिंडणाऱ्या या पाखरांच्या थव्यांचा मला हेवा वाटतो. वाटते, जमिनीवर चालण्याचं सोडून देऊन आपणही आपले पंख पसरावेत आणि पाखरांच्या बरोबर उड्डाण करावे. पण घेतील का हे पक्षी आपल्याला त्यांच्यात सामावून? झेपेल का त्यांच्याबरोबरची आकाशयात्रा? त्यांच्या योजनाबद्ध प्रवासात आपले फाजील शहाणपण परवडेल काय? परंतु या विचारात दिवस तसेच निघून जातात. पुन्हा सूर्य उत्तरेकडे वाटचाल करू लागतो.

आलेले पक्षी उत्तरेकडे मार्गस्थ होतात. मी मात्र त्यांच्या दिशेकडे खुळ्यासारखा पाहत राहतो. त्यांनी निवास करून भूषविलेले वृक्ष, माणसे घरे सोडून गेलेल्या उजाड गावासारखे वाटतात. पंखांची फडफड करून आकाशमार्गाने दिशांवर स्वार होऊन गेलेले हे पक्षी ठिपक्याठिपक्यांसारखे दिसू लागतात. मग मात्र मी खिन्न होतो. पुन्हा जेव्हा पुढच्या वर्षी हे पक्षी येतील तेव्हा त्यांच्याबरोबर नक्की जायचे असे मनात ठरवितो. का अजूनही त्यांच्या मागोमाग त्या दिशेनं निघावं? रस्ता विचारत त्यांना मध्येच गाठताही येईल! पण माझे काही नक्की ठरत नाही. जमिनीचा मोह सुटत नाही. अपरिचित जगाची भीती वाटते. रोजच्या सवयीच्या अन्नाचा, निवाऱ्याचा आसरा सोडून कुठल्यातरी झपाटलेल्या दिशेने जाणे हे झेपण्यासाणखं नाही हे लक्षात येते. तरीपण दिशांचे निमंत्रण येतच असते. पक्ष्यांची एक हाक कानांत घुमत असते. पण जमिनीत रुतलेले पाय काढून घेता येत नाहीत. यंदा नाही पण पुढच्या वर्षी नक्की पाहू असा दिलासा देण्याचा मी यत्न करतो. पुढच्या वर्षी कदाचित माझे पाय जमिनीत अधिकच रुतणार असतील कुणास ठाऊक? तरी पण माझी मी समजूत घालण्याचा प्रयत्न करतो. अशी समजूत घालत घालत आजवरचं सारे आयुष्य गेले आहे. कदाचित पुढचंही आयुष्य तसेच जाईल.

पण मग त्या पाखरांच्या हाकेचे काय? अज्ञात प्रदेशाच्या निमंत्रणाचे काय? त्या निर्मळ आकाशत्वाचं काय? त्या उन्मत्त प्रवासाच्या धुंदीचं काय? मनात उगीचच खंत राहते. कुठे बरे गेली असतील ती आपल्या मुक्कामाला? जाऊ दे! कुठेही असली तरी आपल्या मस्तीत नक्कीच असतील! सुखात असतील! त्यांचा ठावठिकाणा कुणाला माहीत आहे काय? मला एवढेच सांगा, समजा, मी पुढच्या वर्षी त्यांच्याबरोबर प्रवासाला गेलो तर माझ्याबरोबर यायला तुमच्यापैकी कुणी तयार आहे काय?

- ० -

इतिहासजमा-नव्हे, इतिहासातून जमा

बरोबर चौतीस वर्षांनी पुन्हा एकदा मी या डोंगरी हवेत पाऊल टाकले आहे.

चौतीस वर्षं. किती तरी प्रचंड काळ मध्ये उलटून गेला. या अवधीत माझे यौवन ओंजळीतून केव्हाच गळून गेले. केस पांढरे झाले. चारी बाजूंनी येणारे वारे बंदिस्त खोलीमुळे अडवले गेले. प्रौढत्वामुळे येणारा अगोचर समंजसपणा केव्हा यायला लागला हे कळलेसुद्धा नाही. विचार येताक्षणीच काहीतरी बरे-वाईट करून टाकण्याची ऊर्मी मावळली. डोंगरांचे आकर्षण मनात कोठे तरी अडगळीत तसेच जाऊन बसले.

चौतीस वर्षांपूर्वी असाच मी या किल्ल्याच्या धूळवाटा तुडवीत, दगडगोट्यांना लाथाडीत, विकराळ वाऱ्याच्या माऱ्यात हसतमुखाने किल्ल्यांची बिकट चढण चढलो होतो. तेव्हा या किल्ल्याच्या उंचीचे मला काही वाटले नव्हते. आज हे काळेकभिन्न कडे वाकुल्या दाखवीत होते. कोठे तरी पाय घसरेल आणि आपला कडेलोट होईल याची भीती पायांना वाटत होती.

हा काही केवळ काळाचाच महिमा नव्हता. बेचाळीसच्या स. प. कॉलेजसमोरच्या गोळीबारात, गोळीच्या टप्प्यात माझा पाय आला आणि काही कारण नसताना माझे पंख कापले गेले. आता लांबलांब वाटचाली, आकाशाला भिडणारे डोंगर, दंगामस्ती-हे माझ्या आयुष्यातून निमूटपणे निघून गेले आहेत. पाणी अडवलं की ते दुसरीकडून रस्ता काढण्याचा प्रयत्न करते. माणसाचेही तसेच असते. काही रस्ते बंद झाले की न उघडणाऱ्या अन्य दरवाजांवर माणूस टकरा मारू लागतो नि मिळेल त्या दिशेनं सुसाटपणे वाहण्यावाचून त्याला गत्यंतर उरत नाही.

या नव्या रस्त्यातही मी रमलो. अनेक उद्योग-धंदे केले. पण त्या उद्योग-धंद्यांना ना शेंडा, ना बुडखा. मास्तरकीपासून ते वृत्तपत्र व्यवसायापर्यंत, इस्टेटब्रोकर, शेअरब्रोकर अनेक व्यवसायांतून लाखांचे हिशेब केले. बरे-वाईट वाटण्याचा प्रश्न नव्हता. कारण जेव्हा जेव्हा जे केले त्या त्या उद्योगधंद्यांवर मनापासून मी प्रेम केले. त्यात लोकांच्या दृष्टीने यशही मिळविले होते आणि पुढे अपयश आलं म्हणून नव्हे, तर मुळातच नव्यानव्या पायवाटांची हौस म्हणून नवे रस्ते शोधले. पायाच्या पंगुत्वाची फारशी अडचण वाटली नाही. लष्करी अधिकारी होणार होतो तो होऊ शकलो नाही याचीही खंत उरली नाही. अनेक आघात केले आणि पुष्कळसे झेलले. परंतु काही तरी कमी पडलंय अ्से काही फारसं वाटलेच नाही.

पण परवा मात्र माझ्यातील उणिवांचा मला विलक्षण राग आला. चौतीस वर्षांनंतर. क्षणिक उत्साहात मी माझ्यावर पंगुत्व ओढवून घेतलं, याची खंत वाटली. डोंगरमाथ्यावरचा वारा, ते कभिन्न कडे, ओसरत गेलेल्या या दऱ्यांच्या उतरंडी, कोठून तरी हाका मारणाऱ्या डोंगर शिखरांच्या रांगा, लांबवर निमुळता होत गेलेला तो प्रचंड जलाशय... हे सारे काही पाहिले आणि वाटलं, आत्ता माझ्या मनाइतकंच माझ्या पायांतही त्राण असायला नको होते काय? मी म्हणेन तेव्हा, म्हणेन त्या ठिकाणी - माझ्या पायांनी मला न्यायला नको काय?

ही डोंगरी हवा डोक्यात भिरभिरली, आणि पुन्हा एकदा प्रभावी तारुण्याने मला आमंत्रण केलं. माझे पाय आपोआप रस्ता तुडवू लागले. चारी दिशा न्याहाळू लागले. भोवतालचे सारे डोंगरसुद्धा मायावी झाले. आकाशाच्या वेगवेगळ्या छटा त्यांनीही अंगावर फिरवल्या. निसर्गाचा एक रमल खेळ सुरू झाला. माझे पाय तक्रार करीत होते. पण काही अनामिक ओढीने पुढे पुढे पाऊल टाकीत होते. मयासुराने मयसभा कशी रचली असेल हे तर समोर साक्षात दिसत होते. जिकडेतिकडे रंग-रूप-आकार-रचना बदलण्याचा खेळ चालला होता. माझेसुद्धा रूप बदलले होते. प्रौढत्वाचे संकेत आणि वयाचा संकोच असा म्हणून उरला नव्हता.

आता मात्र हा पूर्वीचा किल्ला उरलेला नव्हता. पायवाटा पूर्वीसारख्या अवघड राहिल्या नव्हत्या. त्यांनीही आधुनिक स्त्रीप्रमाणे प्रसाधने वापरली होती. जागोजागी रानफुलांच्या बरोबरच पुष्पवाटिकाही निर्माण झाल्या होत्या. मानवी कर्तृत्वाचा एक उंचच्या उंच मनोरा या विकराळ कड्यांनासुद्धा मान खाली घालायला लावतो आहे. काही कड्यांनी खरोखरच मान खाली टाकलेली आहे. कित्येक काळेकभिन्न कडे म्हाताऱ्या राक्षसाप्रमागे गलितगात्र झालेले दिसत आहेत. जिथे तिथे माणसाचा हात दिसू लागला आहे. जिथे 'हरहर महादेव' चा

पुकारा गाजत होता तेथे आता ट्रान्झिस्टरमधून बाळ पंडितांची शुष्क कॉमेन्ट्री ऐकू येत आहे. एखाद्या वृक्षाच्या आड कमलकुमारीसारख्या स्वप्नरमणीने अश्रू ढाळले असतील ते वृक्ष आज आमोद-प्रमोदाने भरून गेले आहेत. 'दोर कापून टाकले आहेत' असे म्हणणारे शेलारमामा, आज जाणाऱ्या-येणाऱ्यांसाठी शेवचिवड्यांची दुकाने काढून बसले आहेत. ज्याच्या आश्रयाने शाहिस्तेखानाची बोटे कापून महाराजांनी त्याचा 'कात्रज' केला त्या सिंहगड किल्ल्याने आपल्या सर्वांचाच आज 'कात्रज' केला आहे. आपल्या सर्वांच्याच रस्त्यांची गफलत झाली आहे.

पूर्वी या किल्ल्यावर मी पाच-पन्नास वेळा तरी आलो असेन आणि प्रत्येक वेळेस त्या रानवाऱ्याने मला एकेक वर्ष तरी नवतारुण्य बहाल केलेले आहे. नवी स्वप्ने दिली आहेत आणि आव्हान कसे द्यायचे याचा मंत्रही दिला आहे. आज मला तो उन्मत्त वारा काहीही देण्याच्या मन:स्थितीत नव्हता. मी घेण्याच्या अवस्थेत नव्हतो. माझ्या डोळ्यांची भिंगे बदलली आहेत, की त्या उन्मत्त रानवाऱ्याचे संगीत मला ऐकू येत नाहीये? या किल्ल्याचे तट कोसळले आहेत, बुरूज पडले आहेत, कमानी वाकल्या आहेत, पण अजून त्यांतील प्रत्येक दगड काही सांगू पाहतो आहे. अनेक गुप्त भाषा शोधण्याचे आपण प्रयत्न केले आणि अखेर त्यांचा शोध लावला आहे. पण या भग्न दगडांच्या भाषेचा शोध कोणी लावील काय? त्यांना खूप काही तरी सांगायचं आहे. पण आपल्याला ते ऐकायला वेळ नाही. कदाचित दगडांना दगडांची भाषा समजतही नसेल.

पण लोकमान्यांना ती भाषा समजली असली पाहिजे. कारण तेवढ्यासाठी तर ते वाकडा रस्ता करून, अडचणी सोसून येथे येत असत, एवढ्यासाठी तर त्यांनी येथे आपले एक निवासस्थान बांधले आहे. येथील रानवाऱ्याशी त्यांनी कैकदा गप्पागोष्टी केल्या. येथील भग्न अवशेषांशी चर्चा केली. तानाजी, शिवाजी, राजाराम यांसारख्या त्यांच्या दोस्तांशी बातचीत केली. ते सारेच असंतोषाचे जनक - यांचे बरे जमले. त्यांनीही शिकारी केल्या; पण त्या लांडग्या-वाघांच्या नव्हेत, तर दुसऱ्याच्या स्वातंत्र्याचा अपहार करणाऱ्या उन्मत्त सत्ताधीशांच्या!

त्यांचे एक ठीक आहे. तो काळही निराळा. पण स्वातंत्र्याचे गाणे माणूस नेहमीच गात आला आहे. वेदांच्या मंत्रांतून ते जसे स्फुरले तसेच ते गीतारहस्यातूनही स्फुरले. डोंगरासारखी उंची डोळ्यांत पचवावी लागते. उन्मत्त कड्यांना नमवावे लागते, आणि वादळवाऱ्यांतही ताठ उभे राहावे लागते. मगच त्या गाण्यांनाही महात्मता लाभते.

माणसाची चाल उंचीकडे असायला हवी. मनुष्य उंचावर गेल्यावर आपोआप उन्मत्त होतो. त्याला एक राजवैराग्य येते. क्षुद्र स्वार्थ असेच मध्येच कोठे तरी गळून पडतात. म्हणून तर योगी पुरुष पर्वतांचा आश्रय घेतात. गरुड हवे असतील तर पर्वतांच्याच कपारी शोधायला हव्यात.

हे सारे किल्ले पाहून आता मला फार वर्षे लोटली आहेत. आणि प्रथमच मला आपल्यातल्या पंगुत्वाचा भयंकर राग आला. कारण माझ्या दृष्टीनं कोणतीही गोष्ट 'इतिहासजमा' होत नाही तर इतिहासातून वर्तमानात जमा होते. माझा जमाखर्च माझ्या पंगुत्वानं बिघडवला. तो चुकता करणं आता शक्य नाही.

आज या सिंहगडावर एक सुभग रस्ता झाला म्हणून मी माझ्या गाडीनं दिल्ली दरवाजापर्यंत तरी येऊ शकलो. दगडाधोड्यांनी ठेचकाळत जेव्हा मी शंभर पायऱ्या चढून गडावर आलो तेव्हा माझे पंगुत्व आपोआप विलयाला गेले. खरीखुरी मऱ्हाठी हवा डोक्यात शिरली. इतिहास चिकटलेल्या प्रत्येक दगडापर्यंत मी जाऊ शकलो नाही. मग तो इतिहासच हलक्या पावलांनी ज्या तरुतळाशी मी विसावलो होतो तेथे येत होता. खरे तर इतिहास म्हणजे मृत लोकांच्या हकीकती असे मानण्याची आपण चूक करतो. जे रक्त आपल्या देहात खेळते आहे ते तरी आमचे कोठे आहे? वर्तमानातले कोठे आहे? आज त्या रक्तातून एका प्रचंड साखळीने आपण अनादी काळाशी जखडलो गेलो आहोत. त्या रक्ताचा उगम व्यास, वाल्मीकि, कृष्ण, चंद्रगुप्त, विक्रम, शिवाजी, शालिवाहन या गंगोत्रीपाशीच झाला आहे. जे रक्त त्या सर्वांचे नाते सांगते तोच इतिहास. इतिहास काही दगडगोट्यांत नसतो, तो असतो आपल्या धमन्यांत- हृदयात. त्याला टाळता कसे येणार? आपलाही एक दिवस इतिहासच होणार आहे. पण आठवावे असे आपण काय मागे ठेवले आहे? दगडामातीचे ढिगारे आणि कोसळणारे बुरूज म्हणजे प्रत्यक्षात आलेली आणि न आलेली कुणाचीतरी स्वप्नेच आहेत. आपल्यालाही अशी स्वप्ने केली पाहिजेत. मग ती खरी झाली किंवा न झाली तरीही. म्हणूनच इतिहास इतिहासजमा होत नाही, तो अखेरीस वर्तमानातच जमा होतो.

-०-

भग्न दुर्गाचा एक दगड

मी डोळे उघडून पाहिले आणि घाबरून गेलो.

भन्नाट वारा घोंघावत होता. म्हणजे पापण्या मिटू न देण्याइतका! ते जंगली वारं अंगावर घेत मी झोपूच शकणार नव्हतो. एका गूढ अंधारात तमाम दुनिया बुडालेली होती. दूरवर कुठेतरी खोलगट भागात प्रकाश चमचमत होता आणि त्यामुळे झालेली उंचीची जाणीव अंगावर काटा उठवून गेली. अकराळविकराळ दगड आणि पाषाण वेगवेगळे मायारूप घेऊन राक्षसाप्रमाणे माझ्याकडे टवकारून पाहत होते. या अशा भयाण एकांत ठिकाणी आपण एकटे आहोत, निशाचरांच्या जगात आपण नगण्य आहोत याचे भय थरथरून आले. हे असले वातावरण अनेक वर्षांत अनुभवलेच नव्हते.

मग एकदम मान आकाशाकडे वळली आणि सारी भीती एकदम पळून गेली. एखाद्या सभामंडपाला लहानमोठ्या प्रकाशाचे बल्ब टांगून ठेवावेत तसे निळ्या-काळ्या कापडावर कुणीतरी नक्षत्रांचे दिवे लावून ठेवले होते. चंद्राचा कुठे पत्ता नव्हता. पण त्या तारकांकडे क्षण दोन क्षण पाहिल्यानंतर भोवतालचा अंधार कमी वाटू लागला.

माणसांचा शेजार नसला तरी जागत्या डोळ्यांचा पहारा आपल्यावर आहे अशी जाणीव पैदा झाली. सुसाट वाहणाऱ्या वाऱ्यालासुद्धा काही लय आहे हे जाणवलं. परिचय नसल्यामुळे क्षणभर मला भयभीत करणारा हा परिसर आता मला पुष्कळ सुरक्षित वाटू लागला. जरा दूरवर पाच पंचवीस झाडांचा एक थवा दरोडेखोरांप्रमाणे दबा धरून बसला होता. पण नीट न्याहाळून पाहिल्यावर एस. टी. साठी खोळंबून बसलेल्या पॅसेंजर्सप्रमाणे त्यांचे खोळंबणे असहाय्य वाटले.

मला इथे झोप लागलीच कशी हे माझ्या ध्यानातच आले नाही. मला एकटे सोडून माझे मित्र गेलेच कसे? रोजची गादीची सवय असताना खालचं कातळ मला बोचलंच कसे नाही? पंख्याचा निर्जीव वारा घेत घेत, झोपेला आळवीत आळवीत, वाचून वाचून डोळ्यांना दमवीत केव्हातरी डोळा लागतो. इथं बेडलॅम्प नव्हता, पुस्तक नव्हते, गादी नव्हती, पंखा नव्हता, कडेकोट बंद केलेली खिडक्याद्वारे नव्हती. मग झोपेची आराधना न करता झोप आलीच कशी?

मी उगाचच भोवताली निरीक्षण केले. काळोखाला सरावलेले डोळे, भग्न बुरूज, ढासळलेल्या तटबंदी, उंच सखल पायवाटा, सारे काही पाहू लागलो. मनातला थरथराट पुष्कळ कमी झाला. किती वाजले ते कळायला मार्ग नव्हता. उशालगतची काडेपेटी घेऊन मी तिच्या प्रकाशात मनगटी घड्याळात वेळ पाहण्याचा प्रयत्न केला. पण वाऱ्यात काडी पेटेचना आणि हटवादी वाऱ्यापुढे माझे काही चालेना. घड्याळाची इतकी सवय झालेली, की किती वाजले ते पाहिल्याशिवाय समाधान होण्याची शक्यता नव्हती. मग अवघडलेलं शरीर गोळा करत मी उभा राहिलो. काळजीपूर्वक पावले टाकीत माझ्या मागे असणाऱ्या छपरीकडे निघालो. दार उघडंच होते. दरवाजा लोटला आणि आत गेलो.

माझे मित्र गाद्यांवर डाराडूर झोपले होते. शेजारी एक मिणमिणता दिवा होता. जवळ जाऊन दिवा मोठा केला आणि घड्याळात पाहिले तर घड्याळ बंद पडले होते. मनात म्हटले, ‘‘बरे झाले, नाहीतरी घड्याळाचा इथे उपयोग काय? घड्याळाच्या वेळेवर इथली कोणती गोष्ट होणार आहे? इथलं घड्याळ सूर्यदेवाचं!’’ वाटलं, मित्रांना उठवावं आणि दिवस सुरू करावा! परंतु या नीरव शांततेत माझा शब्दसुद्धा हास्यास्पद वाटला असता. तांब्यातून पाणी घेतलं. खळखळून चूळ भरली. बॅग उघडून अंगावर शाल घेतली. केवळ सवयीने केसावरून कंगवा फिरवला. खरे तर इथं आपले रूपडं पाहायला कोण येणार होते? पण केवळ सवय आणि मग छपरीतून बाहेर आलो व परत कातळावर जाऊन बसलो. एक चांगला भलमोठा दगड पाहून पाठ टेकली. त्याच्या आधाराने सिगारेट पेटवली आणि बोटभर अंतरावर असलेल्या त्या लाल ठिपक्यांकडे पाहत मुकाट बसून राहिलो.

खरे तर सिगारेट ओढण्यातही आता गंमत नाही. कारण तोंडातून निघालेल्या धुराची ताबडतोब पांगापांग होते. वर जाणाऱ्या धुराच्या वेटोळ्यांत सिगारेट ओढण्यात मजा येते. मग सिगारेट चुरगळली आणि फेकून दिली.

मी या अंगडगडावर आलोच कसा? ते आमच्या मित्राचं कौतुक! गड त्याच्या गावाजवळ, तेव्हा त्याला गडाचा मोठा अभिमान. बरेच दिवस त्याचा

आग्रह होता. पण सपाट जमिनीवरसुद्धा मला धड नीट चालता येत नाही, मग या दुर्गम गडावर मी येणार तरी कसा? त्याने तो जिम्मा घेतला. तीस-पस्तीस वर्षांपूर्वी हुंगलेला डोंगरवारा भोगायची इच्छा बलवान झाली. म्हणून मी त्याच्या विनंतीला शरण गेलो.

इकडच्या भागात माझा मित्र मोठा तालेवार आहे. त्याने गावातले चार जवान लोक बोलावले. डोली तयार केली आणि दोनशे पौंडांचं माझे ओझं गडावर न्यायचे ठरविलं. हे तर तसे अतर्क्यच होते. चार जवान झाले तरी मोडक्या-तोडक्या खुर्चीला बांबू बांधून मला वर नेण्याची कल्पना, माझी मलाच हास्यास्पद वाटत होती. मनातल्या मनात ते जवानसुद्धा हसत असतील. कारण दिसायला धडधाकट, अंगापेराने मजबूत, बोलण्यात वाह्यात अशा माझ्यासारख्या माणसाला त्यांच्या लेखी हा इवलासा चढ चढणं काय कठीण होते? श्रीमंती, मुजोरपणा याशिवाय त्यांच्या मनात तरी माझ्या या डोलीप्रवासाबद्दल दुसरं काही आलं नसेल. मलाही डोलीत बसायची लाज वाटत होती. जमेल तितकं मी चाललो, अडखळलो, ठेचकाळलो आणि अति झाले तेव्हा निमूटपणे डोलीत बसलो. जर का कुणाच्या हातून बांबू सुटला तर दोनशे पौंडांचा देह ठिकऱ्याठिकऱ्यांत रूपांतरीत व्हायचा होता. एक प्रकारे ती तिरडीच होती.

अर्धा गड चढून आलोच होतो, तेव्हा हे अक्रीत पुरे करायलाच हवे होते. आलो एकदा दिंडी दरवाजापाशी! आणि मग मात्र डोलीतून खाली उतरलो.

त्या जवानांनी हुश्श केले. श्रमाने त्यांचे देह घामेजलेले होते आणि भीतीने माझे! कृतज्ञतेने मी काही त्यांच्याशी बोलावं त्याच्या आधीच तुरूतुरू चालत ते दृष्टीआडसुद्धा झाले. मित्र पुढे गेलेलेच होते. उगाचच अधूनमधून भवतालच्या देखाव्याच्या मिषाने मी थांबत थांबत माथ्यावर पोहोचलो आणि मग अंग रोमांचित झाले. मन भरून आलं. गडा-डोंगरांवर वेळी-अवेळी जेव्हा कधी हिंडत होतो तो काळ साक्षात उभा राहिला. केव्हातरी मागे एकदा बरोबरीच्या गटातल्या मुलीला प्रसन्न करण्यासाठी तिच्या धाकट्या भावाला डोक्यावर घेऊन मी उभा सिंहगड चढलो होतो आणि सामानाची बॅग मागेच राहिली म्हणून ती शोधण्यासाठी गड खाली उतरून परत चढलो होतो! गडावर आल्यावर ती नुसतं हसली. मग दोनदा गड चढला याचा शीणभार त्या हास्यात विरघळून गेला. फार काही नाही पण माझ्याबरोबर तटावरून हिंडताना तिने एक दोनदा हातात हात घेतला. चढण फार होती म्हणून नाही पण जवळपास कुणी नव्हते म्हणून! आणि एकदा करवंदीच्या जाळ्याआड नुसतं डोळ्यांत डोकावून बघितलं.

एवढ्याशा आमिषानं मी तिचा भाऊ काय, पण अख्खा सिंहगडसुद्धा दुसऱ्या एखाद्या गडावर घेऊन गेलो असतो. अगदी लहानसहान आमिषसुद्धा त्या काळात पुरत होते. असाही तो एक काळ होता इतकेच. उगाचच भलभलत्या गोष्टी आठवू लागल्या आणि मी आपले डोळे गच्च मिटून घेतले. वाऱ्याने फडफडणारा तिच्या सुती साडीचा पदर आणि पिंगट बटांचे नृत्य आठवत राहिले. खंत वाटली, की तो उन्मत्त कालखंड केवळ आपल्या शारीरिक असमर्थतेमुळे फार लवकर संपलाय, परंतु तो थोडा का असेना, आपल्या आयुष्याला त्याचा स्पर्श झाला हे तरी काय कमी आहे?

संध्याकाळी गडावर आलो तेव्हा गड चांगला तापला होता. झाडे मरून गेलेली वाटत होती. गडावरची तळीसुद्धा आक्रंदत होती. भन्नाट वारं वाहत होते. त्याचेच काय ते तेवढे सांत्वनगीत चालले होते. तशाही त्या तप्त अवस्थेत झुंज दिलेले बुरुज, जवांमर्दीच्या तटबंद्या, रेंगाळत पाहत राहिलो. मित्रांबरोबर चालणं मला शक्य नव्हते. तेव्हा त्यांनाच मी रीतीरिवाजातून मुक्त केलं. पुढे किंवा मागे कोणत्याही कालखंडात जाऊन आपल्याला हवे तसे व्हिज्युअल (दृश्य) निर्माण करता येते. मी हा गड जेव्हा जिवंत होता, तेव्हाचं दृश्य नजरेसमोर आणण्याचा प्रयत्न केला.

पण ते सारे कठीणच होते. एके काळी हे गड दुर्गम होते हे आता खरेसुद्धा वाटत नाही. आता एखादा गडच काय पण पर्वतराजीसुद्धा मोडून तोडून टाकता येतात. तेव्हा अजिंक्य वाटणारे कडे आज हेलिकॉप्टरने कलवून टाकले आहेत. बंदुका, तोफा, बॉम्ब्स हे सारे निर्माण झाले आणि हे दुर्ग केवळ डोंगर झाले. आता ही इतिहासाची थडगी मानायची का स्मारकं मानायची हा ज्याच्या त्याच्या दानतीचा प्रश्न आहे. इमान, इभ्रत, समर्पण हे सारे आजच्या भाषेला आणि मनाला परवडण्यासारखे नाही. पण नाही मानायचं असे ठरवलं तर माणसाच्या अस्तित्वाचा एक दुवाच निखळून पडतो. एके काळी माणसाचं आयुष्य ते तसे निरर्थकच होते. मरणे आणि मारणे हे नित्यपरिचित होते. आज जगणं आणि जगवणं हे सर्वांहून श्रेष्ठ मूल्य बनलं आहे.

या दगडाधोंड्यांच्या पृथ्वीच्या छपरावर तेव्हा माणसे एक अस्तित्वाचा आक्रोश घेऊन, रक्ताचा चिखल करीत आणि चिखलाचीसुद्धा माणसे बनवीत. शालिवाहनाने मातीचे शिपाई केले ही तशी कविकल्पना नाही. मातीलासुद्धा आत्मा असतो. परंतु तो जागा करायला मंत्राक्षरे माहीत असावी लागतात. माकडसुद्धा माणसापेक्षा पराक्रम करू शकतं, पण त्यालाही समजावयाची भाषा

निराळी असते.

काल संध्याकाळी जमेल तेवढा किल्ल्याचा परिसर पाहिला होता. आता सारे काही जमीनदोस्त होतेय, त्याला काही कुणाचा इलाज नाही. आज उपयुक्ततावादी जगात किल्ल्यांचा काय उपयोग? इतिहासातल्या जय आणि पराजय यांच्या गोष्टींमुळे नवे देश निर्माण होतात, तेव्हा तो इतिहासच पुसून टाकावा हे सांगण्यापर्यंत आपण पोचलो आहोत. स्वातंत्र्याचे नवे स्तंभ आपण उभारतो आहोत. नवी स्मारके उभी केली आणि जुनी स्मारके मात्र सुखेनैव नष्ट केली. या नवीन स्तंभांचा आणि स्मारकांचा तरी उद्या परवा काय उपयोग आहे? कदाचित उद्याच्या पिढीला ही द्वेषाचीच साधने वाटतील. माणसाला फक्त कालचे हिशेब करता येतात- उद्याचे करताच येत नाहीत की काय, कुणास ठाऊक!

हा रणदुर्ग अनेक गोष्टी सांगतो. काही विजयाच्या - काही पराभवाच्या. कितीतरी आरोळ्या या बुरुजाने अडविल्या, आणि गर्जनांनी त्यांना उत्तर दिले. कितीतरी सुस्कारे इथल्या दगडांच्या फटींतून अजूनही खाली मान घालून वावरत असतील. इथे दरबार भरले असतील, लग्ने जुळली असतील. विजयाच्या लुटी सांभाळून ठेवतानाही इथली कोठारे उन्नत झाली असतील. किती निशाणे वर गेली आणि किती खाली आली हे तरी कुणाच्या लक्षात आहे? परंतु सर्वांवर स्वार झालेल्या या अजिंक्य दुर्गाचेच निशाण मात्र आता हळूहळू खाली सरकते आहे. पावसा-पाण्यात, वाऱ्या-वादळात परिश्रमाने उभे केलेले एकेक दगड खाली पडत आहेत आणि काही दिवसांनी इतर डोंगरांसारखा हाही उघडा बोडका डोंगर दिसायला लागेल.

कारण नसताना मन एकदम विषण्ण झाले. निसर्गाचा क्रम आपल्याला समजतो. सगळेच काही टिकवून धरता येणार नाही हे जाणवते. पण जे टिकवण्यासारखे आहे ते उघड्या डोळ्यांनी उद्ध्वस्त होत असताना चाललेली बेपवाई मात्र सहन होत नाही. अगोदरच आमचा इतिहास जाणून घेण्याची आमची साधने आम्ही सांभाळली नाहीत. कागदपत्रांचा नाश झाला. वास्तू पडल्या-पाडल्या. निदान इतिहासाचे साक्षी असे हे दुर्ग इतिहासाची अधली मधली पाने सांभाळून ठेवत आहेत. पण आता तीही पाने हळूहळू फाटत चालली आहेत.

काल संध्याकाळचे हे सारे उदासवाणे मनोगत खरे तर लाल रंगानं माखलेल्या पश्चिमेनं पुसून टाकलं होते. वाऱ्यानं पाठीवर हात ठेवला होता, आणि गूढतेने फुंकर घातली होती. मित्रांशी गप्पा मारता मारताच कातळाची

शय्या केव्हा झाली, नक्षत्रांचे दिवे केव्हा लागले आणि वारा घालणाऱ्या दासी भोवताली केव्हा आल्या हेही कळले नाही. आकाशासारखे अनंत असणारं मन क्षणार्धात चिमटीत मावू लागलं. मी पापण्यांत जग केव्हा बुडवले हे कळलंही नव्हते, आणि आता या निर्जन दुर्गाकडं पाहताना त्या गोष्टींचा मागमूसही उरला नव्हता.

कुणास ठाऊक, आपण निसर्गाला कंटाळलो म्हणून नगरं वसवली. कोंदट हवेत अन् कृत्रिम प्रकाशात राहायला लागलो, ताजं पाणी आपल्याला पचेनासं झाले, वारा सोसेनासा झाला, पावलांतील त्राण हरवलं. सूर्याचा उग्र प्रकाश साहवेनासा झाला, आणि चंद्राचं तलम रेशमी वस्त्र अंगाला टोचू लागलं. संस्कृती संस्कृती म्हणजे तरी काय? निसर्गापासून पळून येणं? का निसर्गाला दास बनवणं? का स्वत:च स्वनिर्मित सापळ्यात दास बनून राहणे! आपल्याला वाटते, शहरात किती मजा आहे. जे आपल्याला करायचे धाडस नाही ते समोर करून दाखविणारे चित्रपट-नाटके आहेत, पुन्हा पुन्हा ऊन केलेले अन्न देणारी रेस्टॉरंट्स आहेत. मुळात रानावनांत नग्न राहणाऱ्या स्त्रियांना आपण नगरात अंगभर कपडे दिले आणि आता तेच काढून दाखविणारे कॅबेरे नृत्य आहे. रानावनांत दगड-गोट्यांवरून रस्ता काढणारे अश्व आपण नष्ट केले आणि हिरवळीवरून आपल्या माना गर्रकन फिरविण्यासाठी स्टड फार्म्स आणि रेसकोर्सेस निर्माण केली. आपल्याला नेमकं काय हवेय! प्रत्येक गोष्ट माणसाने निर्माण केली. हा अहंकार आपल्याला पुरवायचाय का खरोखरीच ही सारी अत्यावश्यक जीवनसाधने आहेत म्हणून आपण निर्माण केली आहेत? रानवाऱ्यात ओझोन आहे. सूर्यप्रकाशात आणि हरितसृष्टीत व्हिटॅमिन्स आहेत. ती आपल्याला पचत नाहीत. बंदिस्त बाटलीतील व्हिटॅमिन ए-बी-सी-डी ची गोळी आपल्याला आवडते. माणसाचं निसर्गाशी भांडण चालू आहे. कारण निसर्गाचा त्याला कंटाळा आलाय.

कोंबड्यानं बांग दिली तेव्हा लक्षात आलं. सूर्याचं घड्याळ चालू झाले. पाखरं जेव्हा वेगवेगळे आवाज काढू लागली तेव्हा वाटलं की असे निष्कपट स्वागत आपल्याला करता येईल तर किती बरे होईल. आपणही सूर्योदयाची चित्रं काढतो. विशेषत: लहानपणी दोन डोंगर आणि त्यातून वर येणारा सूर्य हे चित्र तर प्रत्येकालाच काढावं लागते. तो सूर्य आहे हे ओळखण्यासाठी त्याला चहूबाजूंनी रेघा मारून आपण त्याची किरणेही काढतो. जरा मोठे झाल्यावर लक्षात येते की सूर्याला असली रेघेसारखी किरणेच नसतात. प्रकाशाची एक गुंतागुंत असते. माणसांच्या चेहऱ्यावर तृप्तीचं समाधान पसरतं तसे आकाशाच्या

चेहऱ्यावरसुद्धा सूर्य आला की एक समाधान पसरतं. पुन्हा सूर्योदय हे चलच्चित्र आहे. सारखे बदलत जाते. रंग तर सारखे बदलत जात असतात, पण सूर्याची ऊबसुद्धा बदलत जाते. चित्रकार फार तर त्यातला एखादा क्षण टिपतो. पण त्याला हवा असलेला क्षण टिपताच येत नाही. कारण तोपर्यंत त्याने मनात पकडलेला क्षण कितीतरी पुढे गेलेला असतो. सखी लाजली आणि तिला जवळ घ्यायला जावं तेव्हा पहिलं लाजणं संपून दुसरं लाजणं केव्हाच सुरू झालेलं असते. आपण मात्र ते पहिलंच समजून त्याला दाद देतो. परंतु लाजणारीला मात्र ती दाद स्वीकारताना अवघडल्यासारखे वाटते.

आता सूर्यदेवाचा खेळ सुरू झालेला होता. हा वास्तविक रोज होणारा खेळ. पण सूर्य असा माझ्या सोईनुसार नगरातील खोलीत येऊन थोडाच हे खेळ खेळणार? किंबहुना त्याने वेळी-अवेळी येऊन आपल्याला त्रास देऊ नये म्हणून तर आपण दारे, खिडक्या, भिंती बंद केल्या. वर्तमानपत्र टाकणारा किंवा दूध आणणारा मुलगा हेच आपले सूर्य आणि 'आता आपली भेट उद्या संध्याकाळी' हे नाटकी आवाजात सांगणारी टी. व्ही. वरची ठकू हाच आपला चांदोबा!

छपरीत आता जाग जाणवू लागली. स्टोव्हचा आवाज ऐकू येऊ लागला. चहाच्या कपाने परत एकदा मला जमिनीवरच्या बंदिस्त घरात नेले. सकाळी सकाळी रेडिओसुद्धा दिलवाल्याचे हजार तुकडे गोळा करू लागला. आता कसे घरच्यासारखे वाटले. फक्त आळसटलेले ओळखीचे चेहरे तेवढे दिसत नव्हते. ज्याच्याशी माझा काही संबंध नाही अशी चिलीमधील राज्यक्रांती किंवा ब्राझीलमधील महापूर आणि संबंध असला तरी मी काही करू शकत नसलेल्या आग्र्यातल्या किंवा लखनऊच्या दंगली, आजच्या दिवसापुरत्या तरी माझ्यापासून दूर होत्या. इथे डोंगरा-डोंगरांचे भांडण नव्हते. उलट चार शिष्ट मंडळी शेकोटी पेटवून गप्पा ठोकीत बसावीत अशी डोंगराची चार शिखरे गप्पा ठोकीत बसली होती. बोलावणी न धाडता आलेल्या पाव्हण्यांचे अधूनमधून स्वागत करता यावे या कर्तव्यबुद्धीने रानपाखरं कातळावर येऊन टेकत होती. कदाचित 'आता कटा' असेसुद्धा सांगायला आली असतील. चार माणसांच्या खांद्यांवर बसून आलेल्या माझ्यासारख्या माणसाचे त्यांनी स्वागत तरी कसे करावे? हवेवर तरंगणाऱ्या पाखरांना बेंगरूळ, गलथान आकाराच्या माणसांचे आश्चर्य वाटत असले पाहिजे. माणसे संपत्तीची, भक्ष्याची एवढी साठवण कशासाठी करतात, हेही त्यांना कळत नसेल. सूर्य उगवला की थोडा वेळ टिवल्याबावल्या कराव्यात. भुकेपुरते भक्ष्य शोधावे; अजीर्ण नाही, स्थूलता नाही, दवापाणी नाही, झोपेच्या गोळ्या नाहीत, भूक

लागली की परत निवाऱ्याला जावे आणि रात्रीच्या गुहेत झोपून जावे. मला तर वाटते, पाखरांचा चिवचिवाट हा माणसाच्या वागण्याच्या विरुद्ध काढलेला तुच्छतेचा ध्वनी असेल.

एका दिवसाचं हे हवेतील आयुष्य सोडून आता परतायला पाहिजे होते. नको त्या घाणीत तोंड घालायला पाहिजे. भांडपं ओढवून घ्यायला पाहिजेत. कलकलाट करायला पाहिजे. मी शहाणा, की तू शहाणा याचा अंत नसलेला वाद करायला हवा, त्याला कुणाचाच काही इलाज नाही.

कालचे चौघे जवान ते हास्यास्पद वाहन घेऊन येताना दिसले. त्यांच्या लेखी फक्त दोनशे पौंडांचे वजन त्यांना खाली न्यायचे होते आणि मीही त्या दुर्गातला निखळून पडलेला एक दगड त्यांच्या मदतीने खाली उतरणार होतो.

- ० -

माणूस आणि निसर्ग

माणसाला जगण्यासाठी निसर्गाशी कलह करावा लागतो, आणि असा हा प्रदीर्घ कलह करीत करीत हजारो वर्षे माणूस जगत आला आहे. त्याने निसर्गाचा पराभव केला ही त्याची शेखी पुष्कळ वेळा खरी वाटते.

खळखळणारा समुद्र तो लीलया पालांडतो. या ग्रहावरून त्या ग्रहावर जातो. कोट्यवधी मैलांवरचे संभाषण ऐकू शकतो. सृष्टीवर अजिंक्य अशी कोणतीही भूमी आता त्याला राहिलेली नाही. नद्यांचे प्रवाह तो पालटतो, डोंगरांचे माथे तो नमवतो. रात्रीचा त्याने दिवस केला आहे आणि उन्हाळ्याचा हिवाळा! सैबेरियातील मरणप्राय थंडीवर त्याने उतारा शोधून काढलेला आहे आणि भर मध्यान्हात तो हिवाळ्यातील अनुभव घेऊ शकतो. जलचरांप्रमाणे तो पोहू शकतो. पाखरांप्रमाणे तो उडू शकतो. वाळवंटाचे नंदनवन करू शकतो. आकाशाचा वेध घेणाऱ्या इमारती बांधू शकतो. हव्या त्या ऋतूत वाटेल ती वनस्पती निर्माण करू शकतो. फुलांचे रंग, गंध, आकारसुद्धा बदलतो. तो कृत्रिमरीत्या नवे जीव निर्माण करू पाहत आहे. निसर्गात जे चक्र आहे, जी पुनरुक्ती आहे तिच्याविरुद्ध त्याचे बंड सतत चालू आहे.

माणसाची आणि निसर्गाची ही लढाई फार जुनी आहे. त्या लढाईत माणूस जिंकला आहे असे त्याला वाटते हेही तितकेसे खरे नाही. काही नवे प्राप्त केले, की माणसाला विजयाचा नवा आनंद होतो. पण त्या विजयाचा पहिला आवेग संपण्यापूर्वीच त्याच्या लक्षात येते की निसर्गाने नवीन समस्या त्याच्यापुढे निर्माण केल्या आहेत. पुन्हा त्याची लढाई चालूच राहते. ही लढाई अनंत काल चालणार आहे. कृत्रिमरीत्या

माणसासारखा माणूस जेव्हा प्रयोगशाळेत निर्माण होईल किंवा नव्या शक्तीच्या कुतूहलातून जेव्हा जड तत्त्वाचे विघटनच करेल तेव्हा कदाचित ही लढाई संपेल. कारण तेव्हा कदाचित ही पृथ्वी शिल्लकच राहणार नाही. माणसाचा हा पोरखेळ एखादवेळेस त्याच्या अंगाशी आल्याखेरीज राहणार नाही. ज्या एका अनामिक शक्तीनं अणुरेणू बांधले गेलेले आहेत त्या शक्तीशी माणूस आज खेळतो आहे. या खेळात केव्हाही गफलत होऊ शकते, हे त्याला ठाऊक आहे. पण कुतूहलाची शक्ती अनिवार असते हेच खरे.

निसर्गनियमांनुसार जीवसृष्टीच्या निर्मितीवर निसर्गाची काही बंधने आहेत. मानवाचा प्रवेश झालेला नाही अशा जंगलांत निसर्गाचा कायदा चालू असतो. एकमेकांचा नाश करणाऱ्या कृमिकीटकांची एक लांबलचक मालिका निसर्गात आपोआप गुंफली गेलेली आहे. शक्तीने मोठा असलेला हत्ती किंवा वाघ-सिंह यांची संख्या निसर्ग आपोआप मर्यादित करतो. कुणा प्राण्याला रंगांचे संरक्षण मिळते. कुणाला जलद गतीचे संरक्षण असते, आणि नैसर्गिक संरक्षणाचे कवच एकमेकांचे शत्रुत्व असतानाही सर्वांना संरक्षण देत असते. वास्तविक जीवसृष्टीत माणूस हा खऱ्या अर्थाने वरचढ प्राणी आहे. त्याने आपल्या बुद्धीच्या बळावर श्रेष्ठत्व प्राप्त केले आहे. विवेक न पाहता तात्कालिक आवश्यकतेसाठी त्याने जीवजंतूंचा प्रचंड संहार आरंभलेला आहे. त्याचप्रमाणे वनस्पतींचाही त्याने प्रचंड संहार केला आहे. निसर्गाचा तोल सांभाळण्याचे तत्त्व माणूस नष्ट करीत चाललेला आहे आणि हा ढळलेला तोल ॠतुचक्रसुद्धा बदलवू लागला आहे. हवामान, जीवनमान व जलमान या साऱ्या गोष्टींवर हळूहळू पण निश्चितपणे त्या गोष्टीचा परिणाम झालेला आढळत आहे.

माणसांची या सृष्टीतील अमर्याद वाढती संख्या हेही संकट माणसानेच ओढवून घेतले आहे. दुष्काळ, महापूर, रोग यांमुळे अवाजवी मानवी संख्या पूर्वी नियंत्रित होत असे. अजूनही काही वेळेस असे उत्पात घडतात. परंतु माणसाने दळणवळणाची सोय करून, अन्नधान्यांचे साठे करून, निसर्गाच्या या समतोल साधण्याच्या क्रियेत अडचण आणली आहे. बालमृत्यूचे प्रमाण घटले, साथींना प्रतिबंध झाला, नाना तऱ्हेच्या असाध्य रोगांवर उपचार निघाले, त्यामुळे जीवजंतू पराभूत झाले. अफाट लोकसंख्या वाढत गेली. या लोकसंख्येला पुरेल एवढे धान्य पिकवणे आवश्यक झाले. हळूहळू माणसाला आवश्यक असणारे जलतत्त्वसुद्धा दुर्मीळ होईल अशी भीती निर्माण झाली. माणसाने निसर्गाच्या गतीपेक्षा वेगाने धान्योत्पादन आरंभले. वनस्पतींच्या नैसर्गिक गतीपेक्षा त्यांचा संकर लवकर

होईल व त्यांची जननक्रियाही लवकर आटोपेल यासाठी वनस्पतिशास्त्रज्ञ आटापिटा करीत आहेत. माणसाच्या सुखस्वास्थ्याच्या आड येणाऱ्या जीवजंतूंशी, जलचरांशी, प्राणिसृष्टीशी एवढेच नव्हे तर वनस्पतिसृष्टीशी माणसाने घनघोर मुकाबला सुरू केला आहे. याची अखेर माणसाला कळणारही नाही अशा काही अनामिक संकटांत होऊ शकेल. परंतु माणसाची आव्हान देण्याची शक्ती आणि आशावाद एवढा प्रबळ आहे, की उद्या येणाऱ्या संकटांशी आपण मुकाबला करू शकू यावर त्याचा विश्वास आहे.

माणसाला जशी बुद्धी आहे, जिज्ञासा आहे, तसाच त्याला मत्सर आहे, लोभ आहे, दुरभिमान आहे आणि या सर्वांवर मात करणारा अहंकारही आहे. माणूस हा जसा एकटा असतो तसाच समूहानेही जगत असतो. त्या समूहाचेही काही अहंकार निर्माण होतात. असे दोन मानवसमूहांचे अहंकार मानवाच्या प्रगतीबरोबर कमी होत जातील असे आपल्याला वाटत होते. परंतु गेल्या शतकात माणसा-माणसांतील वैरं एवढी भयानक वाढलेली आहेत, की या वैरांतूनच निसर्गाचा ढळलेला तोल - म्हणजेच माणसाचे अवाजवी महत्त्व-निसर्ग पुन्हा मोडून काढेल. प्रचंड मनुष्यहत्या घडून येईल. आजच्या युद्धांचे सर्वंकष स्वरूप, त्यात वापरली जाणारी अण्वस्त्रे हीच माणसाच्या अमर्याद वाढीवर नियंत्रण करतील. माणसाच्या अहंकाराचे विकृत स्वरूप जंतुयुद्धापर्यंत पोहोचल्याशिवाय राहणार नाही. माणसाची ही अगोचर महत्त्वाकांक्षा केवळ माणसाचाच विनाश करेल असे नाही, तर साऱ्या जीवतत्त्वांचा आणि जडतत्त्वांचा नाश करेल. माणसे एकत्र येण्याचा देखावा करतात, शांततेची भाषा बोलतात, मानवतेचे आख्यान लावतात. परंतु माणसा-माणसांतील द्वेष दिवसेंदिवस वाढत चाललेला आहे. वास्तविक कोणत्या का अर्थव्यवस्थेत होईना, माणूस जगत राहतोच. परंतु आम्ही सांगू त्या पद्धतीनेच समाजव्यवस्था निर्माण झाली पाहिजे यासाठी रशिया, अमेरिका, चीन ही राष्ट्रे नवनव्या संहारक अस्त्रांना जन्म देत आहेत व त्यांचा संहारकपणा अधूनमधून पडताळून पाहत आहेत. माणसाच्या सुखस्वाथ्यासाठी वेगवेगळे धर्म निघाले. माणसाच्याच सुखासाठी निघालेले धर्म मनुष्यजातीला संपवून टाकण्याइतका कडवा द्वेष निर्माण करून राहिले आहेत. माणसाचा रंग, आकार, तथाकथित संस्कृती या एवढ्या का महत्त्वाच्या गोष्टी असतात, की त्यासाठी एका जमातीने दुसऱ्या जमातीचा संपूर्ण नाश करायला उद्युक्त व्हावे? आता मनुष्यहत्त्येचे विविध प्रकार उपलब्ध झाले आहेत. त्यामुळे द्वेषांचीही बेरीज झाली आहे. हे द्वेष असेच वाढत गेले तर मनुष्यहत्येच्या नव्या वैज्ञानिक

प्रयोगांतून काही काही भूखंडांतून मनुष्यजात नष्टच होण्याची शक्यता आहे.

माणसाने निसर्गाजवळ असणारी संपत्ती गेल्या शतक - दोन शतकांत बेछूटपणे वापरली. खनिज तेले, नानाविध धातू, काळी संपत्ती या साऱ्यांची विल्हेवाट आपण एवढ्या प्रचंड प्रमाणात करीत आहोत, की पाच पन्नास वर्षांच्या अवधीत यांपैकी काहीही शिल्लक राहणार नाही. काही वैज्ञानिक या धोक्याची जाणीव करून देतात. पण काही वैज्ञानिक, आम्ही गरजेनुसार नवीन शोध लावू असे आव्हानपूर्वक सांगतात व त्याच्या पृष्ट्यर्थ मागचे सारे शोधही गरजेपोटीच निर्माण झाले याचा हवाला देतात. या जड सृष्टीत कोणतीही गोष्ट संपूर्णपणे हरवत नाही, फक्त तिचे रूपांतर होते असे शास्त्र सांगते. त्यामुळे आज वापरून संपलेल्या वस्तूंचे परत संकलन करणे शास्त्रज्ञांच्या कल्पनेत शक्य आहे.

खनिज तेलाचा कार्बनडाय ऑक्साईड झाला. त्यापासून पुन्हा खनिज तेले करता येतील व अशी अविरत क्रिया चालवता येईल असा त्यांचा दावा आहे. खनिज तेल संपले तर सौरशक्ती, पृथ्वीच्या अंतरंगात असणारी उष्णता किंवा सागराजवळ असणारी प्रचंड जलशक्ती वापरू असा पर्यायही ते सुचवितात. काष्ठ संपले तर लोखंड वापरू, लोखंडही संपले तर मातीपासून नवीन धातू निर्माण करू असेही ते आश्वासन देतात. विघटन आणि संघटन या दोन्ही क्रिया विज्ञानाला सहजसुलभ आहेत असा त्यांचा दावा आहे. पण या साऱ्या क्रियेत नकळत - माणूस ज्या घटकांपासून बनला आहे-त्याचेही विघटन होण्याची शक्यता शास्त्रज्ञांच्या डोक्यात मात्र येत नाही.

माणसाने आपले श्रम कमी व्हावेत म्हणून यंत्रे निर्माण केली. आता यंत्र चालविण्यासाठीसुद्धा माणसांची गरज उरलेली नाही. ती चालवण्यासाठी आणखीन नवीन यंत्रे निर्माण झाली. एक वेळ अशी येईल की एखादा प्रचंड मोठा कॉम्प्युटर जगातील सर्व यंत्रे चालवू शकेल. अशा वेळेला माणसाचे अस्तित्व काय असेल?

माणूस जगातील यच्चयावत यंत्रे मोडून-तोडून पुन्हा मानवनिष्ठ जीवन स्वीकारेल काय? मानव हाही निसर्गातील एक लहानसा जीवजंतू आहे. याचाही तोल सांभाळण्याची क्रिया निसर्गाने कुठेतरी ठेवलेली असली पाहिजे. निसर्ग त्या वेळेस आपले रौद्र स्वरूप परत वापरेल आणि अजिंक्य वाटणाऱ्या माणसाला आपल्या दुबळेपणाची जाणीव करून देईल. जगातले फार मोठे मोठे शास्त्रज्ञ म्हणूनच फार नम्र असतात. आपल्या मर्यादित ज्ञानाची त्यांना जाणीव असते. बहुतेक सर्व शास्त्रज्ञ म्हणूनच निसर्गतत्त्वांना देवस्वरूप मानतात.

माणूस आणि निसर्ग / १९९

प्रत्येक शास्त्रज्ञ आपापल्या क्षेत्रात निसर्गाविरुद्ध भांडत असला तरी निसर्गाचे क्रुद्ध आणि अनंत सामर्थ्य त्याला जाणवत असते. मनोमन माणसाचा अधूनमधून पराभव व्हावा असेसुद्धा तो कधी चिंतीत असतो. हे असे का होते?

माणसाला वेगाची विलक्षण ओढ लागलेली आहे. माणसाच्या स्वयंसिद्ध वेगाने त्याचे समाधान होत नाही. हत्ती, घोडा व बैल या प्राण्यांच्या गतीवर त्याने प्रथम आरोहण केले. मग बैलगाडी, सायकल, टांगा, मोटार, रेल्वे, विमान आणि आता रॉकेट - यांपर्यंत तो गती वाढवतो आहे. असे म्हणतात, की एका विशिष्ट वेगापलीकडचा वेग माणसाला स्थिर रूप देतो.

जलदगतीने आपल्याभोवती फिरवलेला चेंडू आपले वेगळेपण ठेवीत नाही. आपल्या डोळ्यांची आणि देहाची वेग सहन करण्याची काही मर्यादा आहे. त्यापलीकडे आपण केव्हाच वेग नेला आहे. अतिरिक्त वेगाने जड वस्तू वायुरूप होण्याची भीती शास्त्रज्ञांनी व्यक्त केली आहे. परंतु नानाविध उपकरणे वापरून वेगाच्या दुष्परिणामांपासून माणूस स्वत:ला बचावू पाहत आहे. तीच गोष्ट ध्वनीच्या बाबतीत आहे. आपली इंद्रिये काही मर्यादित ध्वनिलहरीच ग्रहण करू शकतात. त्या अलीकडच्या व त्या पलीकडच्या प्रचंड ध्वनिलहरी माणसाला सुखदायक किंवा दु:खदायक असू शकतील. आपले डोळे ग्रहण करू शकत नाहीत अशा मायक्रोवेव्ह्ज आपल्याला दिसत नाहीत. एक्सरेज आपल्या देहाला जाणवत नाहीत. पण देहावर ते प्रकाशकिरण घातक परिणाम करतात. या अनामिक प्रकाशलहरी व ध्वनिलहरी एक विशिष्ट संतुलनाने निसर्गाने अज्ञात ठेवलेल्या आहेत. पण आता ते अज्ञात रहस्य उलगडण्याच्या यत्नाला आपण लागलो आहोत.

आपल्या आजच्या विज्ञाननिष्ठ जगात माणूस आपल्या कितीतरी शक्ती घालवून बसला आहे. यंत्रांवर विसंबून राहिल्याकारणाने त्याचे इंद्रियव्यापार क्षीण होत चालले आहेत. ध्वनिक्षेपणाशिवाय आता मोठा आवाज कुणाला काढता येत नाही. काढलेला ऐकता येत नाही. नानाविध औषधांनी माणसाची रोगप्रतिकारशक्ती नष्ट झालेली आहे.

माणसाच्या अनेक शारीरिक शक्ती, कृत्रिम आधारावर तो अवलंबून राहत असल्याने, आता कमी झालेल्या आहेत आणि त्या अशाच क्षीण होत जाणार आहेत. मग माणूस निसर्गावर जय मिळवतो आहे, की निसर्गाला शरण जातो आहे?

माणूस तथाकथित प्रगतीसाठी नित्य आक्रंदन करीत राहणारच! एकीकडे अलौकिक वा आत्मिक सामर्थ्याचा गवगवा करीत आहे, तर दुसरीकडे माणूस

आपल्या त्याच्या वैज्ञानिक शक्तिसामर्थ्याचाही आवेग जाणवतो आहे. यात यश कुणाचे? हे सारे अनाकलनीय आहे. सृष्टीचे गूढ उकलण्याचा माणसाचा हा दुहेरी प्रयत्न आहे. हे जग निर्माण का झाले? कोणत्या तत्त्वावर हे चालतं? जीव आणि सृष्टीचे परस्पर संबंध काय? याचं रहस्य शोधणं हा वैज्ञानिकांचा आणि आध्यात्मिकांचा एकाच वेळी प्रयत्न चालू आहे. एक निसर्गाशी भांडतो आहे तर दुसरा निसर्गापुढे शरण भावाने लवून त्याचे कुतूहल समजावून घेण्याचा प्रयत्न करतो आहे. दोघांनाही म्हणण्यासारखे काही सापडलेलं नाही. किंबहुना जे त्यांना सापडल्यासारखे वाटतेय, त्याचबरोबर आपल्याला काहीही सापडलेलं नाही - एवढे नवे ज्ञान त्यांना होत आहे. अखेरीस ज्ञान म्हणजे तरी काय तर अज्ञानाची जाणीव.

उत्तर ध्रुवावर अकराळ विकराळ थंडीत जलचरांनी भीतिग्रस्त झालेल्या अवस्थेत जेव्हा माणूस वरचे तारांगण आणि आकाशाची गूढ पोकळी न्याहाळत असेल तेव्हाची त्याची अवस्था काय असेल? उपग्रहावरून सूर्यमालिका न्याहाळणारा ॲस्ट्रोनॅट तितकाच गोंधळलेला असण्याची शक्यता आहे. क्षितिजं वाढलेली आहेत पण अखेरीस क्षितिज हीच मुळात एक कल्पित गोष्ट आहे. माणसाचे अपार कुतूहल, अनावर परिश्रम आणि समोर पसरलेली रहस्ये या सर्वांमुळे माणूस आहे तिथेच आहे किंवा काय हा प्रश्न उरतो. वेदमंत्रांनी सृष्टितत्त्वाला आळविणारा ऋषी आणि रिलेटिव्हिटीच्या मंत्राने सृष्टितत्त्वाला आळवणारा आईनस्टाईन हे एका अज्ञात शोधांच्या वाटेवरील केविलवाणे वाटसरू आहेत. एक रस्ता न विचारता पुढे जातो आहे आणि एक वेळोवेळी चौकशी करीत पुढे जाण्याचा प्रयत्न करतो आहे. दोघेही तितकेच विनयशील आणि नम्र!

विज्ञान आणि अध्यात्म जेव्हा स्वयंसिद्ध मार्गाने आपापला प्रवास करतात तेव्हा सृष्टीचे अनाकलनीय गूढ सुटल्यासारखे वाटते. क्षणभर अहंकाराची तृप्ती होते. माणसाच्या बुद्धीचा गर्व वाढतो पण अखेरीस समोर निरखून पाहिले की साऱ्या गर्वाचे हरण होते.

म्हणून हे ऋषिवर्यांनो! तुमचे काम असेच चालू ठेवा! कदाचित या तुमच्या वाटचालीत मानवासारखा एक नगण्य जीवजंतू नष्टही होईल. परंतु एखादा नवीन जीव व योनी निर्माण होईल. कदाचित माणसापेक्षाही ती समर्थ असेल!

- ० -

अखेर ती आपलीच उंची आहे.

सुमारे दीडशे फूट सरळ खाली जलाशय होता.

जलाशय अजून पुरता भरलेला नव्हता.

धरणाचं बांधकाम चालू होते.

नदीच्या पात्रापर्यंतचं एक टोक बांधून झाले होते. आणि त्या टोकावरच मी उभा होतो.

वारं भन्नाट वाटत होते.

माझे पाय रेलिंग नसलेल्या त्या कठ्ठ्यावर अस्थिर होत होते.

नुकता कोठे प्रकाश आसमंतात पसरू लागला होता. आणि त्यामुळे एरवी मानवी श्रमाची सांगता करणारा यज्ञ खालती पेटलेला नव्हता. समोरच्या तीरावरून बांधकाम नदीच्या निम्म्या पात्रात आलं होते. एवढेच नव्हे तर नदीच्या पात्रातही थोडे ते उंच आलं होते. किंबहुना त्या दहा पंधरा फुटांच्या अडथळ्यामुळेच जलाशय निर्माण होऊ लागला होता. जसजसे बांधकाम वर येणार होते तसतसा हा जलाशय मोठा होत जाणार होता. आणि मग मी उभा होतो त्याच्या खाली दहा पंधरा फुटांपर्यंत पाणी चढत चढत जाऊन एक उत्तुंग जलाशय निर्माण होणार होता.

मी डोळ्यांसमोर त्या जलाशयाची कल्पना केली. मागे तीस चाळीस मैलांपर्यंत लोट जाणार होता. नदीच्या काठाच्या पलीकडे शेतमळ्यांत, डोंगरकपारीत पाणी घुसणार होते. मानवनिर्मित सरोवर आपल्या डोळ्यांसमोर निर्माण होत होते. लोहमार्ग बदलणार होते. दूरध्वनीचे खांब सरकणार होते आणि वाहतुकीचे रस्ते अधिक उंचीवरून जाणार होते. या जलाशयाच्या पाण्याखाली अनेक गावे, देवळे, नदी-नाले

गडप होणार होते. हजारो वर्षं माणसे जिथं काळ्या मातीवर प्रेम करीत जगत आली ती भूमी हा जलाशय खाऊन टाकणार होत. आजपर्यंत सूर्याने तापविलेली आणि चंद्रकिरणांनी न्हालेली जमीन एकदम कुठंतरी दिसेनाशी होणार होती. ज्या वृक्षांनी फळं दिली ते वृक्ष आता फुलणार नव्हते अन् फळणारही नव्हते. याच नदीकाठी सैराटपणे खेळणारी खिल्लारं इथले तृणांकुर खाऊन दूध देणार नव्हती. माणसानं निर्माण केलेली, वर्षानुवर्षे जतन केलेली मानवी संस्कृती मनुष्य पाण्यात लोटणार होता. माणसानं निर्माण केलेले कर्तृत्व माणूसच आता नष्ट करणार होता.

आता या पुरातन प्रदेशातील देवालयांतील घंटा वाजणार नव्हत्या. तिथं वावरलेल्या विरक्त आत्म्यांचे आशीर्वाद हा प्रचंड मानवी जलाशय गिळून टाकणार होता. या नदीकाठच्या घनदाट वृक्षराजी, त्यांत वावरणारी पाखरं आता कुठं जातील? वनातले पशुप्राणी कशाचा आश्रय घेतील? माणसांचे पुनर्वसन होईल. त्यांना बांबू-तट्ट्यांची घरे बांधून दिली जातील. कदाचित कोणाची तरी काढून यांना जमीनही दिली जाईल. पण ही पाखरं, हे वनचर, देवळांतील हा घंटानाद, कबरी-थडग्यांतील अस्वस्थ आत्मे, वृंदावनातील सती यांचे पुनर्वसन कसे होणार?

आणि या गावाचे स्वत:चं असे अस्तित्व होते. एक एकोपा होता व एक व्यक्तिमत्त्व होते. या गावातील तो एकोपा आणि जिव्हाळा आता पुनर्वसनाच्या नावाखाली उधळला जाईल. माणसांचे देह तेवढे पुनर्वसित होतील पण धरणाखाली गाडली गेलेली गावकुसातली वाडवडिलार्जित जमीन, त्यांचा तिच्याशी एकरूप झालेल्या आत्म्यांचं चलनवलन- यांचं पुनर्वसन कसे व्हायचं? बांबू-तट्ट्यांच्या चार भिंतींनी आडोसा होतो, घर होत नाही! अशा बांबू-तट्ट्यांच्या पाच पन्नास घरांनी वस्ती होते, गाव उभारलं जात नाही. केवळ एकत्र आणलेली माणसे म्हणजे समाज नाही. आता पाण्याखाली बुडालेली सारी संस्कृती अशीच कायमची बुडून जाणार! तो समाजही बुडून जाणार.

पण हेही अपरिहार्य आहे. पुष्कळ माणसांच्या सोईसाठी काही माणसांना सर्वस्वाचं बलिदान करावे लागते, ही तर खरी विज्ञानाची महती आहे. ही तर समाजवादाची खरी महती आहे. विज्ञान हे भावना, परंपरा, कुळाचार, संस्कृती वगैरे काही जाणत नाही. मोठ्या समाजाची मूलभूत गरज पुरविण्यासाठी लहानशा गटाची न्याय्य मागणी नाकारण्यावाचून समाजाला पर्याय नसतो. पुढे खूप संपत्ती निर्माण होणार आहे, धनधान्य उगवणार आहे म्हणून नदी अडवून धरणं बांधावी

लागतात. आणि मग त्या धरणाच्या जलाशयात अनेक वर्षं माणसाला पोसणारी काळीभोर माती, मळे, बागा बुडवाव्या लागतात. खूप चांगले निर्माण करण्यासाठी काही चांगल्या गोष्टी नष्ट कराव्या लागतात. हा फक्त अधिक-उण्याचा हिशेब आहे. मग निसर्गाची रचना बदलावी लागते. नद्यांचे प्रवाह वळवावे लागतात. लहरीप्रमाणे पडणारं पावसाचं पाणी कुठंतरी अडवून समुद्रात जाऊन मिळणं थांबवावं लागते. हे आता आपल्या इतकं अंगवळणी पडलं आहे की, याच्या बऱ्या-वाईट परिणामांची नोंद करण्याची क्षमता आपण घालविली आहे.

पृथ्वीच्या भूपृष्ठाला निसर्ग कलाकलानं आपला आकार देतो. पाऊस, ऊन, वनस्पती, जीवसृष्टी या सर्वांचा तो काही एक ताळमेळ घालतो. त्यात फार मोठा व्यत्यय आणताना आपल्याला काही ऐहिक फायदे दिसतात. म्हणून आपण निसर्गरचना बिघडवून टाकताना मुळीच विचार करीत नाही. त्या भूभागात असणारी जीवसृष्टी बदललेल्या भूभागात टिकू शकेल का, किंवा तेथून सोईनुसार अन्यत्र जाऊन वाढू शकेल का, याचा फारसा विचार गरजवंत माणसाला आज राहिलेला नाही.

वीज हवी म्हणून आपण कोयनेचं धरण बांधलं. पण त्या पाण्याचा प्रचंड भार सहन करण्याची ताकद इथल्या नैसर्गिक भूपृष्ठात नव्हती. त्याचा परिणाम त्या भूपृष्ठाचे एकसंधित्व मोडण्यात झाला आहे. पण त्याचेही फारसं महत्त्व नाही. अशा एखाद्या प्रचंड जलाशयानं त्या आसमंतातील वनस्पती बदलतात आणि तेथील हवामानही बदलतं. मनुष्य कोणत्याही हवामानात टिकू शकण्याइतका लवचिक असतो. वनस्पती आणि अन्य जीवसृष्टी यांना तेवढा लवचिकपणा नसतो. त्यातील काही नष्ट होतात, काही परागंदा होतात. काही आपले रंगरूप बदलून वाढू लागतात. एका ठिकाणी समुद्राला बंधारा घातला तर दुसऱ्या ठिकाणचा बंधारा वाहून जातो. माणूस हे असे करीत राहणारच आहे. काही गरजेपोटी आणि पुष्कळसं निसर्गाशी लढण्याच्या जिद्दीपोटी, माणसाचं निसर्गाच्या रचनेत हस्तक्षेप करण्याचं काम चालूच आहे.

आता मी धरणाच्या ज्या टोकावर उभा आहे त्या धरणाच्या पाण्यामुळे तीन लाख एकर तहानलेली जमीन भिजणार आहे, आणि त्या जमिनीला माहीत नसणारे अनेक वृक्ष, वनस्पती तिथं फुलणार आहेत. पाच-पन्नास हजार एकर जमीन पाण्यानं गिळून टाकली खरी. पण तीन लाख एकर जमीन जवळपास नव्यानं निर्माण होत आहे. निर्माण होते याचा अर्थ जी जमीन ऋतुचक्रातून एकदाही अंकुरत नव्हती ती आता वर्षातून एकदा, दोनदा किंवा तीनदाही

अंकुरणार आहे. ज्या दगड-गोट्यांना फुलांचा सुगंध माहीत नव्हता तिथं फुले दरवळणार आहेत. जिथं सूर्याच्या तीव्र किरणांनी केवळ जमीनच नव्हे तर माणूससुद्धा कोळपून जात असे तेथे आता वृक्षांच्या सावल्या होतील, फळबागा तरारतील आणि मळे वाऱ्याबरोबर सळसळू लागतील. हे सारे काही चांगले, सुंदर, जोपासलेलं गमावल्यामुळेच मिळणार आहे. मानवी प्रयत्नांचा आणि निसर्गाच्या शरणागतीचा हिशेब या नदीच्या खोऱ्यात चालू आहे.

मी खाली वाकून पाहिले तर पाणी किती खोल खोल वाटत होते. भगीरथानं आकाशातून गंगा आणली, तर आजचे भगीरथ वाहत्या गंगेचा शोध घेत आहेत. जमिनीवरून सरपटणारं पाणी हव्या तितक्या उंचीवर नेल्याशिवाय आपल्याला हव्या त्या दिशेनं आणि हव्या तितक्या प्रमाणात फिरविता येत नाही. म्हणून मृत पाण्याचा एक डोंगर आधी उभा करावा लागतो. सागराला भेटावयास निघालेल्या अनावर नद्या मग अशा ठिकाणी थांबविल्या जातात आणि त्या पाण्याचा उंचच उंच डोंगर उभा केला जातो. मग तो पाण्याचा डोंगर प्रत्यक्ष डोंगर फोडून नम्र स्त्रीप्रमाणे मंद गतीने वाहू लागतो.

आता खरे तर वाहते पाणी नव्हतेच. पण माझे मन मात्र पाण्याबरोबर वाहत होते. वाहता वाहता ते डवरलेल्या मळ्यात पोचलं आणि तृप्त झालेल्या भूमिपुत्राच्या घरात डोकावू लागलं. काल-परवा उन्हाने काळवंडलेला तो शेतकरी आणि त्याची दीनवाणी मुले आता चांगली सुखवस्तू दिसू लागली आणि शहरातल्या पुष्कळ सुविधा त्याच्या कौलारू घरात येऊन पोचल्या. हा प्रवास केवळ संपत्तीचा नव्हता, तर संस्कृतीचाही होता. हा प्रवास केवळ पाण्याचा नव्हता, तर मनोवृत्तींचा होता आणि या प्रवासासाठीच ही सारी यातायात चालली होती. संस्कृतीची व्याख्या लोक काय हवी ती करोत, पण अखेरीस ती या नदीच्या पाण्यासारखीच असते. लोकाराधना करण्यासाठी कधी ती मंदगती होते, प्रवाहिनी होते, अनेक वाटांनी शेताच्या कोपऱ्याकोनऱ्यांत जाते आणि तेथल्या सुखी जीवनातून प्रकट होते. माणसे नुसती जगत राहिली असती तर संस्कृती निर्माण झाली नसती.

त्या सामुदायिक जगण्याची संस्कृती होते. संस्कृतीच्या एका कालखंडातून दुसऱ्या कालखंडात जाताना काही निरुपयोगी व कालबाह्य गोष्टी धरणातील मृत प्राण्यांप्रमाणे खाली चिणून टाकाव्या लागतात. त्यांचा उपयोग असतो. त्यांच्यामुळेच पाण्याला प्रवाही संस्कृतीची उंची येते. किंबहुना कालानुरूप संस्कृतीचं रूप पालटायचं असेल तर कालानं मृत केलेल्या गोष्टींच्या माथ्यावरच त्या उभ्या

असतात हे लक्षात ठेवलं पाहिजे.

आता खरी माणसांची वर्दळ सुरू झाली आहे. कामगारांच्या झोपड्यांतून धुराची वलयं आकाशात झेप घेत आहेत. यंत्रांचे आवाज येऊ लागले आहेत.

माणसांचे समूहच्या समूह कामाच्या ठिकाणी येऊ लागले आहेत. काही दगड फोडत आहेत. काही कालच्या बांधकामावर पाणी मारत आहेत आणि माझ्या नजरेसमोर, दीडशे फूट खोल, बायकांची रांगच रांग उभी आहे. खरे म्हणजे ती बायकांची भिंतच वाटत होती. खालून दीडशे फुटांवर त्या नेमकं काय चढवीत होत्या हे मला दिसत नव्हते. सिमेंट असेल, वाळू असेल, दगड असतील, त्यांची सर्वांची एक सामुदायिक हालचाल अशा प्रकारे चालू होती की फक्त अधूनमधून चकाकणारी त्यांची काकणं आणि कर्णभूषणं वेगळी पडत होती. एखाद्या यंत्रापेक्षाही सफाईदार हे मानवी चक्र सुरू झाले होते. धरणाचं हे पाणी जेव्हा काही शेतांत जाऊन पोहोचायचं असेल तेव्हा पोहोचो, पण त्या सर्व कर्मचाऱ्यांच्या स्वेदबिंदूचे क्षार त्या पाण्याबरोबर त्या शेतांपर्यंत पोचणार होते. लक्षात येणार नाहीत कदाचित, पण त्या जलस्पर्शानं रोमांचित झालेल्या त्या धरतीचा जो मृत्तिकागंध उसळेल, त्या गंधात कुठं ना कुठं तरी त्या कामकऱ्यांचाही श्रमसुगंध असेल. खरे तर श्रमाशिवाय समृद्धी नाही, समृद्धीशिवाय संस्कृतीही नाही. आपल्याला जी दिसतात ती भव्य उदात्त शिल्पं, महाकाय धरणं, प्रचंड पूल, तळपणारे मिनार आणि महाल. पण हे सारे भव्यत्व माणसाच्या इवल्याशा हातांतूनच निर्माण होते. हे इवले इवले हात जेव्हा एकत्र येतात किंवा आणले जातात तेव्हा प्रत्यक्ष हिमालयही निर्माण करता येतो. त्या हिमालयाच्या उंचीनं आपण भांबावलो, भव्यतेनं आपण बावरलो तरी अखेर ती आपलीच उंची आहे हे आपण लक्षात ठेवले पाहिजे.

- ० -